யூமா வாசுகி

நேர்காணல்கள்

தேநீர் பதிப்பகம்

யூமா வாசுகி நேர்காணல்கள்

நேர்காணல்கள்
முதல் பதிப்பு: ஆகஸ்ட் 2023

வெளியீடு: தேநீர் பதிப்பகம்
24/1, மசூதி பின் தெரு, சந்தைக்கோடியூர்
ஜோலார்பேட்டை - 635851
தொடர்புக்கு: +91 9080909600

ISBN: 978-81-955064-8-4

YUMA VASUKI NERKANALGAL
Interviews

© YUMA VASUKI

First Edition: August 2023
Pages: 248 Price: ₹ 250

Published by
Theneer Pathippagam
24/1, Masuthi Back Street
S.Kodiyur
Jolarpettai - 635851
Contact: +91 9080909600
e - mail: theneerpathippagam@gmail.com

Designed by: Gopu Rasuvel

முன் அட்டை ஒளிப்படம் - புதூர் சரவணன் - குங்குமம்
பின் அட்டை ஒளிப்படம் - அ.குரூஸ்தனம் - விகடன்

என்றும் அன்பிற்குரிய
இ.பிரகாஷ் - பி.கீதா
தம்பதியருக்கு...

அம்பறாத்தூணியில் சில பீலிகள்

இப்போது இவற்றைப் பார்க்கும்போது, வெட்டுப்பட்ட மரத்தின் அடிக்கட்டையில் தெரியும் வளைய வரிகள் போன்று தோன்றுகின்றன. என் பயணத்தின் சாரம் செறிந்த தடங்கள் இவை. இவற்றை ஒருசேரப் பார்க்கையில், நெடிய காலத்தில் எங்கெல்லாமோ வசித்த, ஏதேதோ பணி செய்து எத்தனையோ நட்பாடிய காலத்தையும் இடத்தையும் நினைவுகூர்கிறேன். அதன் தொடர்ச்சியாக, மறைந்துபோன நண்பர்கள் மனதில் வருகிறார்கள். பிரான்சிஸ் கிருபா, க.சி. சிவக்குமார், இயக்குநர் அய்யப்பன் (நிலம் நீர் காற்று எனும் நிறைவடையாத திரைப்படத்தின் இயக்குநர்), சிவதாணு, தக்கை வே. பாபு, கண்ணகன், ஸ்ரீபதி பத்மநாபா... இன்னும்.

அவ்வப்போது, என்னுடன் பேசி சில வார்த்தைகளைப் பதிவு செய்ய பத்திரிகை நண்பர்கள் விரும்பினார்கள். என் கதிப்போக்கில் கண்டடைந்தவற்றை அவர்களிடம் பகிர்ந்தேன். அவர்களுக்கு நன்றி. இந்த சந்திப்புகளெல்லாம் மறந்து ஆண்டுகள் வெகுவான பிறகு, சமீபத்தில் எழுத்தாளர் நா.கோகிலனும் கவிஞர் இரா.கவியரசும் பெரிதும் முயன்று அந்த நேர்காணல்களைத் தேடித் தொகுத்தார்கள்; நூலாக்க விரும்பினார்கள். இதில் அவர்களை இயக்கிய முனைப்பு எனக்கு வியப்பளித்தது. இந்த இருவரால்தான் இது இப்போது உருக் கொண்டிருக்கிறது. அவர்களுக்கு வாழ்த்துகள்.

வசந்தகுமார், T.R.D.மாரிமுத்து, பிரதாபன் முதலிய புனைபெயர்களில் பத்திரிகைகளுக்குக் கவிதைகளும் படங்களுடன் நகைச்சுவைத் துணுக்குகளும் அனுப்பி பிரசுரமாகாமல் மனம் புழுங்கிக்கொண்டிருந்த பதின்பருவத்தில் அவதானித்து அறிந்தது இந்த என் கலைசார்ந்த மன இயல்பு. அன்று அந்த வெளியில் அமைத்துக்கொண்ட குடிலிலிருந்துதான் இன்றைய ஐம்பத்து ஏழாம் வயதிலும் நான் வானக லீலைகளைப் பார்க்கிறேன். சமூகத்தின் ஏளன இழிவுகளுக்கே பெருமதியாகும் அந்த

வசிப்பிடத்திலிருந்து, மட்டுமீறிப் பெருகிக் கரைபுரளும் வியப்பாதி வியப்பான விசித்திர நதி விசாலத்தில் அத்தனை மீன்களும் நானாகி வால் சொடுக்கித் துள்ளியலைந்து எகிறிக் களிக்கிறேன். என் தொட்டிச் செடிகளுக்குத் தண்ணீர் தருகையில் இந்த வாய்ப்புக்கு நன்றி அறிவித்துக்கொள்கிறேன், ஒவ்வொரு நாளும்.

என் வாழ்வில் உடன் வரும் காட்சிகளில் ஒன்று இது. ஒரு மலைச் சரிவுப் பாதையின் காலையில் முதுகில் பள்ளிப் பை சுமந்து மெதுவே நடந்து வருகிறாள் களையும் களிப்புமான ஒரு சிறுமி. ஓரத்துச் சிறு பாலச் சுவரில் அமர்ந்திருக்கும் அறிமுகமற்ற ஒருவர் அவளை அழைத்து ஏதோ தின்னத் தருகிறார். தயக்கமின்றி நெருங்கி புன்னகையுடன் கை நீட்டிப் பெற்றுக்கொண்ட அவள், கொறித்தபடியே இளந்துள்ளலாகத் தொடர்ந்து செல்கிறாள். சர்வ இயல்பாக நடந்தேறிய காட்சி. ஆயினும் சில நொடிகளில் இதை நிகழ்த்த, பெரியதொரு கித்தான் ஓவியத்திற்கான பலகால ஆயத்தம்போன்று இயற்கையின் பூடகத்தில் பிரயத்தனம் இருந்திருக்கும்போல. இதோ, என் கரங்களில் சில தானியங்கள் இருக்கின்றன. வழி நடையில் கிடைத்தவை...

— யூமா வாசுகி
16.07.2023
பட்டுக்கோட்டை

உள்ளடக்கம்

1. **கலைஞன் ஞானத்தைத் தேடி அலைகிறான்**
உரையாடல் : சுந்தரபுத்தன் 09

2. **இலக்கியத்தின் மிகச் சுருங்கிய வடிவம்தான் கவிதை**
உரையாடல் : கங்கை அரசு 16

3. **பெண்கள் தங்கள் உடல் குறித்து அதன் பாலியல் தேவைகள் குறித்து பேச - எழுத முன்வந்திருப்பது வரவேற்கத்தக்கது**
உரையாடல் : V.S.சிவதாணு 22

4. **மனித சமூக வளர்ச்சியின் உச்சம்தான் கலை**
உரையாடல் : முத்தையா வெள்ளையன் 35

5. **தமிழில் குழந்தை இலக்கியத்துக்கான முயற்சிகள் அவசியம்**
உரையாடல் : ததாகத் 52

6. **படைப்பு வெளியீட்டிற்கான ஆழ்ந்த நேர்மை**
உரையாடல் : அ. கார்வண்ணன் 56

7. **ஒரு நவீனக் கவிஞன் படைப்பியல் ரீதியாக இன்று எதிர்கொள்ளும் முக்கியமான சவால்கள் என்ன?** 62

8. **மட்டரகமான சினிமா கலைஞனுக்குக் கிடைக்கிற மரியாதைகூட எங்களுக்குக் கிடைக்கிறதில்லை!**
உரையாடல் : மு.வி.நந்தினி 64

9. **சகலமும் கவித்துவமாகவே இருக்கின்றன**
உரையாடல் : ஷங்கர்ராமசுப்ரமணியன் 68

10. **சிறுவர் இலக்கியம் இங்கே புறக்கணிக்கப்படுகிறது**
உரையாடல் : பேராச்சி கண்ணன் 73

11. **மனிதர்களை வாசிக்கின்றன புத்தகங்கள்**
உரையாடல் : வேட்டைப்பெருமாள் 76

12. **எழுத்தே எனது இயக்கம்**
உரையாடல் : கோதை சிவகண்ணன், சிவ.அய்யப்பன் 79

13. நூல்களின் வழியே குழந்தைகள் மனிதத்தை உணர்வார்கள்
    உரையாடல் : எஸ்.செந்தில்குமார் — 88
14. பிரபஞ்சப் பேரன்பின் திருத்தூதர்கள்தான் குழந்தைகள்
    உரையாடல் : விஷ்ணுபுரம் சரவணன் — 103
15. நட்பும் அன்பும்தான் நான்
    உரையாடல் : தமிழ்ப்பிரபா — 113
16. மொழிபெயர்ப்பாளனின் வாதைகள் யாருக்கும் தெரிவதில்லை
    உரையாடல் : கமலாலயன் — 116
17. தமிழ்நாட்டில் எழுத்தாளர்களுக்கு அங்கீகாரம் இல்லை
    உரையாடல் : சு.வீரமணி — 136
18. கவித்துவம் சுரக்க வேண்டும் — 130
19. சிறார் இலக்கியத்துக்கு அண்டரண்டப்பட்சியின் சிறகுகள் வேண்டும்
    உரையாடல் : ஆதி வள்ளியப்பன் — 141
20. நான் என்றென்றும் கவிஞனாகவும் கவிதை உபாசகனாகவும் இருக்க வாய்க்கும்படி வாழ்வை இறைஞ்சுகிறேன்
    உரையாடல் : கார்த்திக் திலகன் — 146
21. புவியாழத்தில் வேர்விட்டு வானளாவிச் செழிக்கட்டும் குழந்தைகள்
    உரையாடல் : கனியப்பா — 171
22. துலக்கத்திற்கான பாடுகள்
    உரையாடல் : எம்.கோபாலகிருஷ்ணன் — 186

கலைஞன் ஞானத்தைத் தேடி அலைகிறான்

உரையாடல் : சுந்தரபுத்தன்

நவீன ஓவியம் – இலக்கியம் இரண்டிலும் தீவிரமான தளத்தில் இயங்குகிற படைப்பாளியான யூமா வாசுகி, ஓவியத்தில் மாரிமுத்து என அறியப்படுகிறார். இவருடைய அழுத்தமான கோட்டுச் சித்திரங்கள் வசீகரமானவை. தமிழின் முன்னணி சிற்றிதழ்களில் வெளியான இவரது ஓவியங்கள், 'மரூனிங் திக்கட்ஸ்' (Marooning Thickets) என்ற பெயரில் ஆங்கில நூலாகத் தொகுக்கப்பட்டுள்ளன. சிறுகதை, நாவல், கவிதை, மொழிபெயர்ப்பு என்று வேறுபட்ட தளங்களில் உற்சாகமாக இயங்குகிற யூமா வாசுகியின் முதல் நாவலான 'ரத்த உறவு', சாகித்ய அகாதமி பரிசுக்கான இறுதிப் பரிசீலனையில் (2003) இருந்தது குறிப்பிடத்தக்கது. கலையின் மேன்மை ஒன்றையே இலக்காகக் கொண்டு, வாழ்க்கையை எந்த ஒப்பனையுமின்றி எதார்த்தமாகச் சந்திக்கும் இந்தக் கலைஞனை மாலை நேரத்தில் மெரினா கடற்கரையில் சந்தித்தோம்.

எனக்குச் சொந்த ஊர் பட்டுக்கோட்டை என்றாலும், நான் பிறந்தது திருவிடைமருதூரில். அப்பா வேலை நிமித்தமாக ஊர் ஊராக மாறிக்கொண்டே இருப்பார். பட்டுக்கோட்டை அருகில் உள்ள மதுக்கூர் பஞ்சாயத்து யூனியன் அலுவலகத்தில் எழுத்தராக வேலை பார்த்தார். பட்டுக்கோட்டையில், நகராட்சி முஸ்லிம் தொடக்கப் பள்ளியில்தான் என் பள்ளி வாழ்க்கை தொடங்கியது. அந்தப் பள்ளியின் முதல் மற்றும் இரண்டாம் வகுப்புகள் அருகிலுள்ள பள்ளிவாசலுக்குள் இயங்கின. இந்தச் சூழலில் எனக்கு முஸ்லிம் கலாசாரத்தோடு நெருக்கமான தொடர்பு ஏற்பட்டது.

என்னுடைய பள்ளி வயது, சொல்லிக்கொள்ளும்படியான கொண்டாட்டம் நிறைந்ததல்ல. இறுக்கமும், நெருக்கடியும், வறுமையும் கொண்டது. குழந்தைகள் அடித்து வளர்க்கப்பட

வேண்டியவர்கள்; அவர்களுக்கு எப்போதும் எதையாவது படிப்பித்துக்கொண்டே இருக்க வேண்டும் என்பதாக குடும்பத்தினர் நினைத்திருந்தார்கள். கடுமையான பொருளாதார நெருக்கடியில்தான் குழந்தைப் பருவம் நிகழ்ந்தது.

இந்தக் கடுமையான நெருக்கடிகளிலிருந்து மீண்டு ஆசுவாசப்படுத்திக்கொள்ள, பள்ளிக்கூடம் ஒரு தென்றலாக வந்து என்னைத் தழுவிக்கொண்டது. என் பசுமையான இளம்பிராய நினைவுகளில், பள்ளி வளாகத்துக்குள் இருந்த மகிழமரம் ஒரு குறியீடாகத் தெரிகிறது. வீடு என்னைச் சோர்வுறச் செய்யும் போதெல்லாம் மகிழமரம் ஒரு தாதியாக என்னைப் பரிவுடன் பார்த்துக் கொண்டது. அந்த மர நிழலும் பூவின் மணமும் இன்னும் என் மனதின் ஆழத்தில் படிந்து கிடக்கின்றன.

எங்காவது மகிழம்பூவின் மணத்தைக் காற்று அள்ளிவந்து என்னிடம் தரும் கணத்தில், நான் பள்ளிக்கூடத்தில் ஒரு சிறுவனாக நின்றுகொண்டிருப்பேன். தி.நகர் ரயிலடியில் ஒரு மூதாட்டி மகிழம்பூ மாலை கட்டி விற்பார். எனக்கு வாய்ப்பு நேரும்போதெல்லாம் அதை வாங்கிச் சென்றிருக்கிறேன். மகிழம்பூவின் மணத்திற்கு என் பாலபருவ சந்தோஷ தருணங்களை நினைவூட்டக் கூடிய சக்தி இருக்கிறது.

என் நட்பு வட்டத்தில் பெரும்பகுதியினர் முஸ்லிம் நண்பர்கள். அறியாப் பருவத்தில் அவர்களுக்கு நிறையப் படங்கள் வரைந்து கொடுத்திருக்கிறேன். என் மாமா (அம்மாவின் தம்பி) குத்தாலத்தில் பள்ளி ஓவிய ஆசிரியராக இருந்தார். அவர் பெயர் ஆர்.ராதாகிருஷ்ணன். அவர் எங்கள் வீட்டுக்கு வரும்போது, அண்டை வீட்டார் ஒவ்வொருவரையும் பென்சில் ஓவியமாக வரைந்து தருவார். அவற்றைப் பார்த்து அவர்கள் மகிழ்ச்சியில் திளைப்பார்கள். தங்களது உருவ ஓவியங்களைப் பார்த்து ஆனந்தக் கூத்தாடுவார்கள். இது முதன்முதலில் எனக்கு ஓவியத்தின் மீது ஒருவித ஆசையையும், உற்சாகத்தையும் ஏற்படுத்தியது என்று நினைக்கிறேன். நானும் மாமாவிற்கு முன் மாடலாக உட்கார்ந்திருந்தேன். அவர் என்னை வரைந்து கொடுத்தார். ஆனால் அதிலொரு நிறைவின்மை தெரிந்தது.

அப்போது என்னை அம்மா காலை, மாலை இரு வேளையிலும் தவறாது முருகனை வழிபடக்கூடிய முருகபக்தனாக வளர்த்திருந்தார்கள். மாமா வரைந்த அந்த என் ஓவியத்தில் என் நெற்றியில் திருநீறு வைக்கப் பட்டிருக்கவில்லை. அதை நான் சுட்டிக்காட்டினேன். மாமா படத்தில் என் நெற்றியில் திருநீறு வரைந்து திருத்திக் கொடுத்தார். இன்னும் ஏதோ ஒரு போதாமையை உணர்ந்தேன். என் தோளில் மயில் ஒன்று நிற்கும்படி வரைந்து தரச் சொன்னேன். பிறகு மாமா, என் தோளில் ஒரு மயில் வரைந்தார். இதை என் கலை ஆர்வத்தின் தொடக்கம் என்று கொள்ளலாம்.

பள்ளிப் படிப்பில் நாட்டம் செலுத்தாமல் வீட்டுச் சுவர்களில் ஓவியங்கள் கிறுக்கிக் கொண்டிருந்தேன். பெஞ்சு மீது ஏறி நின்று யாருக்கும் எட்டாத உயரத்திலும் படங்கள் வரைந்திருக்கிறேன். அதிர்ஷ்டவசமாக அம்மா எதுவும் எதிர்ப்புக் காட்டவில்லை. அப்போதுதான் எனக்கு ரஷ்ய இலக்கியங்கள் கிடைக்கத் தொடங்கின. சோவியத் நூல்கள் என் வாழ்க்கையையே மாற்றிவிட்டன. கார்க்கி, செகாவ், அலெக்ஸி டால்ஸ்டாய் படைப்புகள் மகிழ்ச்சியளிப்பதாக இருந்தன. 'அன்னை வயல்' நாவலை எழுதிய 'சிங்கிஸ் ஐத்மாத்தவ்' ஒரு கம்யூனிஸ்ட் என்பதை அறிந்ததும் நானும் ஒரு கம்யூனிஸ்டாக ஆகவேண்டியதுதான் என்று தீர்மானித்தேன். அந்த நாவலின் பாதிப்பால், அது கொடுத்த உந்துதலால், கம்யூனிசக் கொள்கைகள் தெரியாத அந்த வயதில், வட்டாரக் கட்சி அலுவலகம் சென்று கம்யூனிஸ்ட் கட்சியில் உறுப்பினராகச் சேர்ந்துகொண்டேன்.

நான் பள்ளிக்குச் செல்வது நின்றுபோயிற்று. படிப்பைப் பற்றி நினைத்தாலே பயமும் நடுக்கமும் வந்துவிடும். இதுகுறித்து அம்மாவுக்குக் கவலையாக இருந்தது.

'மலர் மகுடம்' என்றொரு கையெழுத்துப் பிரதியை நடத்தினேன். முதல் இதழில் இயேசு அட்டைப் படம். இரண்டாவது இதழில் கமல் அட்டைப்படம். அதோடு அது முடிந்துபோனது. அடுத்து நண்பர் ஒய்.முகம்மது காசிம்,

வீடுவீடாக புத்தகங்கள், வார-மாத இதழ்கள் சர்குலேசன் செய்யும் வேலையில் என்னை இணைத்துக்கொண்டார். பணம் சரியாக வசூல் ஆகாததால் அதையும் தொடரமுடியவில்லை. பத்தாம் வகுப்பு இறுதித் தேர்வில் முற்று முழுக்கவும் தோல்வி.

அந்தச் சமயத்தில் கும்பகோணம் ஓவியக் கல்லூரி பற்றி கேள்விப்பட்டேன். அப்போது அதில் சேர, பத்தாம் வகுப்பு முடித்திருக்க வேண்டும். தனிப் பயிற்சி நிலையத்தில் பயின்று இரண்டு பருவங்களில் தேர்வு எழுதி விளிம்பில் தேர்ச்சி பெற்றேன். ஆக, பத்தாம் வகுப்பில் தேர்ச்சி பெற நான் மூன்றுமுறை தேர்வு எழுதினேன். ஓவியக் கல்லூரிக்குச் சென்ற பிறகு, நாமாகத்தான், சுயமுயற்சியால்தான் ஓவியத்தைக் கற்றுக்கொள்ள வேண்டும் என்பதை உணர்ந்தேன். உவப்பான காலச் சூழலையும், ஊக்கத்தையும், அடிப்படையான சில விஷயங்களையும் அங்கே பெற முடிந்தது. கணக்குபோன்று ஓவியத்தைக் கற்பித்துவிட முடியாது. கவிதையை இப்படித்தான் எழுதவேண்டும் என்று எப்படி சொல்லமுடியாதோ அப்படியே ஓவியமும். நாம்தான் முட்டிமோதி, அது கைவரப்பெற பாடு கொடுக்க வேண்டும். திறமையான ஆசிரியர்கள், வழிமுட்டும் இடங்களிலெல்லாம் நமக்கு புதிய கதவுகளைத் திறந்து கொடுப்பார்கள்.

பரபரப்பும் நெருக்கடியும் மிகுந்த வெளி சமூகத்திலிருந்து கதகதப்பான கலைச் சூழலில் அடைகாத்தது கும்பகோணம் ஓவியக் கல்லூரி. என்னிடம் கல்லூரி நிர்ப்பந்தித்த பணிகளை மட்டும் முடிப்பவனாக இருந்தேன். அவற்றையும் சக நண்பர்களின் உதவியோடுதான் செய்வேன். அந்தக் கட்டாயம் பெரிய இடர்ப்பாடாக இருந்தது. ஆனால் கல்லூரிக்குப் பின்னால் உள்ளகாவிரியாற்றில் குளிப்பது எல்லாவற்றையும்விட மகிழ்ச்சியாக இருந்தது. அங்கே ஓவியக் கலை குறித்து சர்ச்சை செய்யக்கூடியவர்களாக மிகச் சிலரே இருந்தனர். கல்லூரியில் எனக்கு ஆசிரியர்களாக இருந்த திரு. சங்கரன், திரு. ரெங்கராஜன் முதலிய ஒருசிலர் மட்டுமே ஓவியக் கலையை ஆழமாகப் பார்க்கக்கூடியவர்களாக இருந்தார்கள்.

அதே நேரத்தில் இன்னொரு பக்கம், தீவிர இலக்கிய ஆர்வமும் துளிர்விட்டிருந்தது. பொதியவெற்பன் அவர்களின் சிலிக்குயில், என்.சி.பி.ஹெச். போன்ற இடங்களில் நூல்கள் வாங்கிப் படிக்கத் தொடங்கியிருந்தேன். கும்பகோணம் சிலிக்குயிலில் கவிஞர் அபியைச் சந்தித்தேன். பொதியவெற்பனோடு உரையாடல் தொடர்ந்தது. முன்றில், கணையாழி இதழ்களில் கவிதைகள் எழுதிவந்தேன். ஓவியமும், இலக்கியமும் ஒருசேர என்னை ஆக்கிரமிக்க படிப்பை முடித்தேன். கணையாழி என் ஆதர்ச இதழாக வடிவெடுத்திருந்தது. அதில் வேலைக்குச் சேரலாம் என்று சென்னைக்கு வந்து கணையாழியின் ஆசிரியர் கஸ்தூரிரங்கனைச் சந்தித்தேன். "நீங்கள் வேலையில் சேர்ந்துகொள்ளலாம். ஆனால் குறைந்த அளவுதான் சம்பளம் தர இயலும்" என்றார் அவர். கணையாழியில் ஒரு வருடம் வேலை பார்த்தேன்.

இந்தக் காலத்தில் நூற்றுக்கும் அதிகமான கவிதைகள் எழுதி வைத்திருந்தேன். அவற்றைத் தொகுத்து நூலாக வெளியிட வேண்டும் என்பது என் மிகப் பெரிய ஆசையாக இருந்தது. இந்த எண்ணத்தை அறிந்த நண்பன் அறிவுச்செல்வன் (ஓவியக் கல்லூரியில் என்னுடன் படித்தவர்) தன் அக்கா செல்வியின் தங்கச் சங்கிலியை அடகு வைத்துக் கொடுத்த பணத்தில்தான் 'உனக்கும் உங்களுக்கும்' என்ற என் முதல் கவிதைத் தொகுப்பு வெளியானது. அந்த அக்கா இப்போது இல்லை. அந்தக் கடன் தீர்க்கப்படவே இல்லை. இதுபோலவே என் சொந்த அக்காவின்(வாசுகி) ஆத்மார்த்தமான உதவியால்தான் ஓவியக் கல்லூரியில் சேர்ந்தேன். இந்த இரு தமக்கைகளையும் என்றும் மறக்கவே முடியாது.

பிறகு, 'புதிய பார்வை' பத்திரிகையில் இணையாசிரியர் பாவை சந்திரன் அவர்களைச் சந்தித்து பக்க வடிவமைப்புக் கலைஞராகச் சேர்ந்துகொண்டேன். ஆனால் உண்மையில் எனக்கு அப்போது பத்திரிகை வடிவமைப்பு பற்றி ஒன்றும் தெரியாது. பத்திரிகையில் வேலை செய்ய வேண்டும் எனும் ஆசையால் பொய் சொல்லி வேலைக்குச் சேர்ந்தேன். இரண்டு மாதங்களிலேயே குட்டு வெளிப்பட்டுவிட்டது. எனக்கு தொழில் தெரியாது என்று பாவை சந்திரன் புரிந்துகொண்டார்.

அப்போது அவர், "லே அவுட் தெரியலைன்னா பரவாயில்லை. இங்க வர்ற லே அவுட் ஆர்ட்டிஸ்டுகள் கிட்ட கத்துக்கிட்டுச் செய்யுங்க" என்றார். அவரது அணுகுமுறை வியப்பளிப்பதாகவும் நம்பிக்கையாகவும் இருந்தது. அப்போது நிறைய கோட்டுச் சித்திரங்கள் வரைந்துகொண்டிருந்தேன். ஆதிமூலம், வீர சந்தானம், விஸ்வம் முதலிய ஓவியர்களின் தொடர்பு கிடைத்தது. லலித் கலா அகாதெமி பற்றி தெரிய வந்தது. அங்கே நடக்கும் ஓவியக் காட்சிகளைச் சென்று பார்த்தேன். வான்கா பற்றிய சுகுமாரனின் கட்டுரை. பாலாவின் சர்ரியலிசம் பற்றிய நூல், வெங்கட்சாமிநாதனின் 'கலை வாழ்க்கை அனுபவம் வெளிப்பாடு' எனும் நூல், கட்டுரைகள் வாசிக்கக் கிடைத்தன. உலக ஓவியர்கள் பற்றி அறிவதில் ஆர்வம் ஏற்பட்டது. வாசிப்பில் கவனம் கொண்டேன்.

ஒரு கவிதை மனதில் அரும்பாகி, அது பிரதியில் மலர்வது வரை பல மாற்றங்களைச் சந்தித்துவிடும். அதுபோல, ஓர் ஓவியம் எப்படி உருக்கொள்கிறது என்பதைச் சொல்வது ஒரு புதிர் போலத்தான்.

ஓவியமும், கவிதையும் ஒரே வாழ்க்கைதான். ஆனால் கையாளும் விதங்களில் அவை வெவ்வேறு தளங்களில் பரிமாணம் அடைகின்றன. படைப்புமனம் என்பது முற்றிலும் தன்னிச்சையான நிகழ்வாக இருக்கிறது. ஓவியம், இலக்கியம் இரண்டுமே அசாத்தியமான கலை வடிவங்களாக இருக்கின்றன. எழுத்துரீதியான அனுபவம் ஓவியத்திற்கும் பார்வைரீதியான அனுபவம் எழுத்திற்கும் தேவை.

ஓவியத்தில் இங்கே, 'அப்ஸ்ட்ராக்ட் (அருவ ஓவியம்) எனும் வகைப்பாட்டை பெரும்பாலும் உதாசீனமாகக் கையாள்கிறார்கள். வெறும் வர்ணங்களை இட்டு நிரப்புகிறார்கள். இப்படிச் செய்வதற்கு எந்த அர்ப்பணிப்பும் தேவை இல்லை. அதில் கலையின் ஆன்மாவுக்கும் இடமிருப்பதில்லை. சிறந்த ஓவியம் ஒன்றைப் பார்க்கிற ஒருவர் நுண்மையான உணர்வு நிலைக்கு இழுத்துச் செல்லப்படுவார். கலை ரீதியான பொருளாதார அனுகூலங்கள் குறித்து மட்டுமான அணுகுமுறை, வெறும் அறிவார்ந்த தளம்

ஆகிய இரண்டுக்கும் எதிரானவனாகத்தான் இருக்கிறேன். எந்திரத்தனமாக வியாபாரத்திற்காக ஓவியங்கள் செய்வதற்கும் சோப்புத் தயாரிப்பதற்கும் வித்தியாசமில்லை. ஒன்றைப் போலவே பிரதியெடுக்கும் வேலைகளில் ஈடுபடும்போது கலைஞனின் தேடல் அறுபட்டுப் போகிறது.

அர்ப்பணிப்புள்ள கலைஞன் இறுதியில் ஓர் ஓவியமாகவே மாறிவிடுகிறான். தன் நெடிய வாழ்க்கை முழுவதும் ஞானத்தைத் தேடி அலைகிறான். அமைதியிலிருந்தும் கொந்தளிப்பிலிருந்தும் கலை பிறக்கிறது. இங்கே, பிரதி செய்தலும் பணம் ஈட்டலும் சூதாட்டம் போல நிகழ்ந்து கொண்டிருக்கிறது. வர்த்தகப்படுத்தலில் கலைக்கான தேடலும், வாழ்வு குறித்தான அற்புதமும் வியப்புமான பார்வை மங்கிப் போகிறது. ஒரு நல்ல கலைஞனை இயற்கை முன்னெடுத்துப் போகும். பொய் முகங்கள் அதிகார மையங்களில் நிற்கலாம். ஆனால் காலம், வாழும்போது புறக்கணிக்கப்பட்ட வான்காவையும், தஸ்தயேவ்ஸ்கியையும்தான் உச்சத்தில் வைத்துக் கொண்டாடுகிறது. ஒருமுறை, சென்னை ஓவியக் கல்லூரி முதல்வராக இருந்த ஓவியர் திரு. அல்போன்சோ அவர்களிடம் முதுகலை ஓவியம்(MFA) படிப்பதற்கு இடம் கேட்டுச் சென்றேன். அப்போது அவர், "நீங்க கதை எழுதுகிற ஆளு. ஓவியத்துல உங்களுக்கென்ன வேலை?" என்றார். இதுவொரு தவறான அணுகுமுறையாகத் தெரிகிறது. இலக்கியமும், ஓவியமும் முற்றிலும் வேறுவேறு என்ற ஓர் அற்பத்தனமான பார்வை இங்கே நிலவுகிறது. இவற்றை வெவ்வேறாக நினைத்தால், அங்கே எல்லா கதவுகளும் அடைபட்டு விடுகின்றன. எனக்கு இரண்டுமே மனதிற்குள் வைத்து போஷிக்கக்கூடியவையாக இருக்கின்றன. இரண்டையும் வைத்து நான் சம்பாதித்தது எதுவும் இல்லை. கலையை வைத்து பணம் திரட்டுவதற்கான எந்தத் திட்டங்களும் என்னிடம் இல்லை.

- புதிய பார்வை (ஜூலை 16/30/2006)

இலக்கியத்தின் மிகச் சுருங்கிய வடிவம்தான் கவிதை

உரையாடல் : கங்கை அரசு

எழுத்தாளர் யூமா வாசுகி என்ற மாரிமுத்து, நவீன படைப்பாளிகளுள் குறிப்பிடத்தக்கவர். 'இரவுகளின் நிழற்படம்', 'அமுத பருவம் வலம்புரியாய் அணைந்ததொரு சங்கு' என்ற இரு கவிதைத் தொகுப்பு, 'ரத்த உறவு' என்ற நாவல் 'உயிர்த்திருத்தல்' என்ற சிறுகதைத் தொகுப்பு, பத்து மொழிபெயர்ப்பு நூல்கள், 'மரூனிங் திக்கட்ஸ்' ஓவியத் தொகுப்பு (ஆங்கிலம்) ஆகிய படைப்புகளைக் கொடுத்திருக்கும் இவர், 'குதிரை வீரன் பயணம்' எனும் சிற்றிதழ் நடத்தியுள்ளார். 'துளிர்' சிறார் அறிவியல் இதழின் ஆசிரியர் குழுவில் செயலாற்றி வருகிறார். 'விருதுகள் படைப்பாளியைத் தீர்மானிப்பதில்லை' எனும் கருத்துகொண்ட அவருடன் ஒரு சந்திப்பு.

ஒவ்வொரு படைப்பாளிக்கும் சமூகத்தின் மீது கோபம் இருக்கும் உங்களுடைய கோபம் எது சார்ந்தது?

சமூகத்தின் செயல்பாடு இன்னது என்று நாம் குறிப்பிட்டுச் சொல்லமுடியாது. ஏனெனில் சமூகம் என்பது ஒரு உடல். அந்த உடலில் எந்த உறுப்பு நோய்ப்பட்டிருக்கிறதோ, அழுகிக் கிடக்கிறதோ அதைச் சரி செய்ய முற்பட்டாலும், அடுத்த ஒன்றும் இயக்கத்திற்குத் தடையாக இருக்கும். அதனால், எந்தெந்தத் துறைகளில் ஒரு சீர்கேட்டின் பிரதிபலிப்பு மிக வெளிப்படையாகத் தெரிகிறதோ, எது மிகத் தீவிரமான எதிர்மறை பாதிப்புகளை ஏற்படுத்துகிறதோ அதைச் சுட்டிக்காட்டுவதும் தட்டிக்கேட்பதும் படைப்பாளியின் இயல்புகளில் ஒன்றாக இருக்கிறது. உதாரணத்திற்கு எழுத்தாளர்

அருந்ததிராய் இலக்கியத்திற்கு மேற்பட்டு அனேக பொதுப் பிரச்சினைகள் குறித்துப் போராடும் தன்மை கொண்டிருக்கிறார். அவர் சமூகத்தின் அத்தனைக் குறைபாடுகளையும் கணக்கிலெடுத்துக் கொண்டு செயல்பட்டாலும், தன்னை வெகுவாகப் பாதிப்பவை மீதுதான் கவனத்தைக் குவிக்க இயலுகிறது. எழுத்தும் கலையும், வாழ்வின் எத்தனைக் கூறுகள் இருக்கின்றனவோ அத்தனையிலும் பின்னிப் பிணைந்ததாகத்தான் இருக்கின்றன. எனவே ஒன்றைக் குறித்துப் போராடும்போது அதன் மற்ற கண்ணிகளும் மேலெழுகின்றன.

ஆசிரியர்கள், பேராசிரியர்கள், அரசு ஊழியர்கள் அதிகபட்சமாக, தங்கள் ஊதியம் குறித்தும் தங்கள் வாழ்க்கை மேம்பாட்டுக்காகவும் போராடுகிறார்கள். தனக்குக் கீழ்பட்டவர்களின் வாழ்வை, ஒருவேளை சோற்றுக்குக்கூட உத்தரவாதமற்றவர்களின் வாழ்வை நினைத்துப் பார்க்கிறார்களா? தனக்கு மட்டுமானதாக அல்லாமல் எல்லோருக்குமானதாக இருந்தால்தான் அது போராட்டம். எளிய மனிதர்களின் அடிப்படைப் பிரச்சினைகள் குறித்தே நாம் இன்னும் வெகுகாலம் சிந்திக்கவேண்டியிருக்கிறது.

நவீன இலக்கியம் குறித்து உங்களின் விமர்சனம் என்ன?

நவீனம் என்பது வேறொன்றுமில்லை. நிலவை எடுத்துக் கொள்வோம். அதைச் சங்க இலக்கியத்தில் எப்படிப் பார்த்தார்கள், தற்கால இலக்கியத்தில் எப்படிப் பார்க்கிறார்கள் என்பதுதான் வித்தியாசம். பார்வைக் கோணம் இருக்கிறதல்லவா, அந்தக் கோணம், சங்க இலக்கியம் தொட்டு இன்று வரையில், தன் அனுபவத்தில் சேகரித்துக்கொண்ட கலை நுட்பம் வாயிலாக, இன்றையத் தினத்தில் உதிக்கின்ற நிலவை எப்படிப் பார்க்கிறது என்பதுதான் நவீன இலக்கியம். பழைய நோக்கு எப்படிப் புதிது புதிதாக மாற்றமடைந்து வந்துகொண்டிருக்கிறது; அதில் எவ்வளவு சேர்க்கைகள் நடந்திருக்கின்றன; எவ்வளவு நுட்பங்கள் கூடி வந்திருக்கின்றன என்பதைச் சொல்வதுதான் நவீன இலக்கியம்.

கம்பராமாயணத்தில் கம்பன் கண்ட அகலிகையை புதுமைப்பித்தன் எவ்வாறு பார்த்தார். புராணக் கதாபாத்திரத்தை வைத்து எம்.வீ.வெங்கட்ராம், நித்ய கன்னியில் என்ன செய்தார் என்பதும் நவீனத்தின் எண்ணற்ற பரிமாணங்களில் ஒன்று. நவீனம் மரபையும் உலக இலக்கியத்தின் செறிவான கூறுகளையும் அகண்டத்தையும் கொண்டது. மரபாயினும் நவீனமாயினும் அது கலைத்துவ உயிர்ப்புடன் இருக்க வேண்டும் என்பதுவே பிரதானம். நமது நவீன இலக்கியம் நம்பிக்கை ஊட்டும் விதத்தில் உள்ளது.

அனுபவத்தின் வழியாக வரும் எழுத்தின் தன்மை எத்தகு சிறப்பு கொண்டதாக அமையும்?

தலித் எழுத்தாளர்களில் சிலர் சொல்வது என்னவெனில், 'தலித் மட்டும்தான் அவர்களின் வலியை அறிந்திருக்க முடியும். அதனால் அவர்களால் மட்டும்தான் தலித் இலக்கியம் படைக்க முடியும்' என்று சொல்கிறார்கள். எனக்கு அதில் மாறுபட்ட கருத்து உண்டு. அந்த மக்களின் வாழ்வியல் உண்மைகளுக்கு விசுவாசமாக இருந்து நான் அவர்களது வாழ்க்கையைப் படைக்க முற்பட்டேன் என்றால், அவர்களது அனுபவம் அதன் வலிமையான அர்த்தத்தில் என்னுடைய அனுபவமாகவும் மாறுகிறது என்றால், நானும் தலித் எழுத்தாளன்தான். அனுபவம் இரண்டு வகையாகச் செயல்படுகிறது. ஒன்று, நேரடியான அனுபவம். இரண்டு, நான் பார்த்தும் கேட்டும் ஆழ உணர்ந்தது. இவை இரண்டும் என்னில் ஏற்படுத்தும் பாதிப்பு என்னுடைய படைப்பிற்கு அனுகூலமாக மாறுகிறது. அப்படித்தான் அனுபவங்களைப் பார்க்கிறேன்.

தமிழ் இலக்கியம் தற்போது ஊனப்பட்டதுபோல் ஒரு சித்திரிப்பு நிலவுகிறதே?

தமிழ் இலக்கியம் என்றைக்குமே ஊனப்பட்டது கிடையாது. நம்முடைய ஆன்மாவின் வலிமை, ஆண்டுகள் இரண்டாயிரத்துக்கும் மேற்பட்ட தமிழ் இலக்கியச் சாரத்தால் அமைந்தது. மரபில் அதற்கான வலிமையும் பிரம்மாண்ட வீச்சும் இருக்கின்றன. ஆனால், அதை வைத்து நவீன

இலக்கியம் பெரிய அளவுக்கு முன்னகரவில்லை. ஏனென்றால் நம் தமிழ் இலக்கியத்தில் 50களில் 60களில் உருவான திராவிட இலக்கியங்கள் நமக்கு ஒருவித மலினமான ரசனைத் திணிப்பை ஏற்படுத்தியதும் ஒரு காரணமாகும்.

சிறந்த திறனாய்வாளரான தமிழ் இலக்கிய விமர்சகரான க.பஞ்சாங்கம், 'ரஷ்யாவைப் பார்! கேரளத்தைப் பார்! என்று ஏன் சொல்கிறீர்கள்? நம் தமிழில் அதற்கான வேர்கள் இருக்கின்றன' என்கிறார். வேர்கள் இருக்கின்றன. ஆனால், அதன்பாற்பட்ட நவீன இலக்கியத்தில் தேர்ந்த விளைச்சல் குறைவு. அப்படி இருக்கையில், நாம் கண்டிப்பாக இலக்கிய ஒப்பீடு செய்ய வேண்டியிருக்கிறது. அதைச் செய்யும்போது மட்டுமே நவீன இலக்கியம் வளர முடியும். மலையாளியின் மொழி மரபு அவ்வளவு தொன்மையானது அல்ல. ஆனால் அவர்களது அரசியல் சூழல் சிறப்பாக இருப்பதால் படைப்பிலக்கியத்தில் அவர்களால் தீவிரமாக ஈடுபட முடிகிறது. நம்முடையதை விடவும் அங்கே நிலவுவது வளமான இலக்கியச் சூழல்தான்.

மலையாளத்தின் சிறந்த எழுத்தாளர்களில் ஒருவரான பால் சக்கரியா, எந்த ஒரு நல்ல இலக்கியவாதியையும் மலையாள மண் பசி, பட்டினியால் வாடவிட்டது இல்லை என்கிறார். அவர் சொல்வது மிகையாகக்கூட இருக்கலாம். ஆனால் அப்படி தமிழ்ச் சூழலில் சொல்ல முடியுமா? அந்த அளவிற்கு மோசமான நெருக்கடி இங்கே உண்டு. அவ்வகையில் நாம் பெரும் தடைகளை எதிர்கொள்கிறோம். தமிழில் உலக இலக்கியம் தமிழில் மிக அதிகமாக மொழி பெயர்க்கப்பட வேண்டும். உலகளவில் அவர்கள் எப்படியிருக்கிறார்கள் என்று தெரிந்தால்தான் நாம் எந்த நிலையில் இருக்கிறோம் என்று உணர்ந்துகொள்ள முடியும்.

புதுமைப்பித்தன், கு.அழகிரிசாமி, தி.ஜானகிராமன், சுந்தர ராமசாமி போன்ற பெரும் ஆளுமைகளுடன் ஒப்பிடக் கூடியவர்கள் தற்காலத்தில் ஒருசிலரே. போரின் அதீத நெருக்கடியிலிருந்து பல நல்ல கலை வெளிப்பாடுகள் நிகழ்ந்திருக்கின்றன. உதாரணமாக ரஷ்யாவிலும், தற்போது இனப்பிரச்சினை அடிப்படையில் இலங்கையிலும். வில்வ

ரத்தினத்தின் பல கவிதைகள், சோபா சக்தியின் நாவல், கோவிந்தனின் நாவல்போன்று சிலவற்றைக் குறிப்பிடலாம். இவை யுத்தத்தின் கோரத்தையும், இழப்புகளையும், வலியையும் முன்வைத்து மன ஆன்மீக உயர்வைக் கோருபவை.

ஓவிய ஈடுபாடும் உங்களுக்கு உண்டல்லவா?

ஓவியத்தில் பல்வேறான போக்குகள் இருக்கின்றன, தொனிகள் உண்டு. மரபான ஓவியப் பயிற்சி எதுவும் இல்லாமல் நவீன ஓவியம் வரைந்திட முடியும். நவீன இலக்கியத்தை விடவும் நவீன ஓவியத்தில் மிகவும் பாதகமான அம்சம் இருக்கிறது. இலக்கியத்தில் மொழியைப் பயன்படுத்தி எண்ணத்தைச் சொல்லிவிடலாம். அது எத்தகைய வெளிப்பாடு என்று மொழி காட்டிக்கொடுத்துவிடும். ஆனால் நவீன ஓவியத்தில் மிகச் சுலபமாக ஏமாற்றிவிடலாம்.

ஓவியத்திற்கு மனித உடற்கூறு, விலங்குகளின் உடற்கூறு, இயற்கையின் அசைவுகள் பற்றித் தெரிந்திருக்க வேண்டும். அது மிக முக்கியம். உடற்கூறு தெரியாமல் ஓவியர் உருவத்தை வரைய முடியாது. அந்த நிலையைக் கடந்த பின்னர் பரிசோதனை முயற்சிகளுக்கான கதவுகள் அகலத் திறக்கின்றன. இந்த மரபுப் பயிற்சி நவீன இலக்கியத்திற்கும் மிக அவசியமாகிறது.

கவிதை மீண்டெழச் செய்யாது என்ற ஒரு விமர்சனம் உண்டு. அதுபற்றி என்ன கூற விழைகிறீர்கள்?

இலக்கியத்தின் மிகச் சுருங்கிய வடிவம்தான் கவிதை. ஆகப் பெரிய சக்தியும், மனிதன் இதுவரை அடைந்ததில் ஆகப்பெரிய நலனும் கவிதைதான். அதிகபட்சமாக மனிதனை மிக விசாலப்படுத்துவது அது. அதனால்தான் கலைகளில் தனிப்பெரும் சிறப்புடையதாக கவிதை இருக்கிறது. கவிதை வாசகரை ஈர்க்கவில்லை என்றால் அது கவிஞனின் தவறு அல்ல. எனது கவிதை அனுபவத்திலிருந்து சொன்னால், கவிதைதான் எனக்கு விமோசனம் தரக்கூடியதாக இருக்கிறது. என்னைப் புதுப்பித்துக்கொள்வதற்கான ஈரத்தைக் கவிதைதான் எனக்குத் தருகிறது.

என்னை நெக்குருகச் செய்த பல கவிதைகள் உண்டு. சமீபத்தில் பிரான்சிஸ் கிருபாவின் கவிதைகளை வாசிக்க நேரிட்டது. பிறகு, தம்மைப் பற்றி நீண்ட நேரம் பேசத் தூண்டின அவை. அந்தக் கவிதைகளை வாசித்ததால் ஏற்பட்ட மன உருக்கத்தால் நான் அழுதேன். கவிதையால் இந்தளவு பாதிப்பு ஏற்படுத்த முடியுமா என்று எனக்கு வியப்பாக இருந்தது.

- 'தமிழ் ஓசை' நாளிதழின் இணைப்பிதழ் 'களஞ்சியம்'
(10.09.2006)

பெண்கள் தங்கள் உடல் குறித்து அதன் பாலியல் தேவைகள் குறித்து பேச - எழுத முன்வந்திருப்பது வரவேற்கத்தக்கது!

உரையாடல் : V.S. சிவதாணு

நவீன தமிழ் இலக்கியச் சூழலில் யூமா வாசுகி நவீன ஓவியர், கவிஞர், சிறுகதை எழுத்தாளர், நாவலாசிரியர். கணையாழி, புதிய பார்வை, (பாவைசந்திரன் ஆசிரியராக இருந்த இதழ்) ஆகிய இதழ்களில் சிலகாலம் பணியாற்றியவர். பரீக்ஷா ஞாநி 'தினமணி'யில் இணைப்பிதழ்களுக்கான பொறுப்பாசிரியராக இருக்கும்போது அங்கே யூமா மூன்றாண்டு சுதந்திர ஓவியராகச் செயல்பட்டார். ஜெயமோகன் நடத்திய 'சொல் புதிது' இதழின் ஆசிரியர் குழுவில் இருந்தார். தமிழினி வசந்தகுமார் நடத்திய 'மழை' எனும் சிற்றிதழில் ஆசிரியராக பங்கேற்றார். 'குதிரைவீரன் பயணம்' எனும் சிறு பத்திரிகையின் எட்டு இதழ்கள் வெளியிட்டார். சிறார் அறிவியல் இதழான 'துளிர்' இதழின் ஆசிரியர் குழு உறுப்பினர். தற்போது, 'எய்டு – இந்தியா' தொண்டு நிறுவனத்தில் ஓவியராகப் பணியாற்றுகிறார்.

'ரத்த உறவு' நாவல், 'உனக்கும் உங்களுக்கும்', 'இரவுகளின் நிழற்படம்', 'அமுத பருவம் வலம்புரியாய் அணைந்ததொரு சங்கு' ஆகிய கவிதைத் தொகுப்புகள், 'உயிர்த்திருத்தல்' சிறுகதைத் தொகுப்பு, 'மரூனிங் திக்கட்ஸ்' எனும் கோட்டோவியத் தொகுப்பு ஆகியவை இவரது படைப்புகள். தவிர, மலையாளத்திலிருந்து இதுவரை பதினொரு நூல்களை மொழி பெயர்த்திருக்கிறார். தற்போது 'மஞ்சள் வெயில்' என்றொரு நாவல் வரவிருக்கிறது. தஞ்சை மாவட்டம் பட்டுக்கோட்டையில் பிறந்தவர். கும்பகோணம் ஓவியக் கல்லூரியில் ஓவியம் பயின்றவர். தற்போது இராயப்பேட்டையில் மனைவி, குழந்தையுடன் வசிக்கிறார். 'இனிய உதயம்' இதழுக்காக ஒரு மாலைப் பொழுதில், சென்னை மெரீனா கடற்கரை மணலில் அமர்ந்து உரையாடினோம். அதிலிருந்து...

ஓவியரான உங்களை எது எழுதத் தூண்டியது?

என்னுடைய பத்து வயதிலிருந்து படம் வரைவதிலும், வாசிப்பிலும் ஈடுபாடு இருந்தது. அப்போது என் அம்மாவின் தம்பியும், அண்ணனும் ஓவிய ஆசிரியர்கள். அவர்கள் வரைவதை அருகிலிருந்து பார்க்கும் சந்தர்ப்பம் எனக்கு நிறைய ஏற்பட்டது. அது, ஓவிய முயற்சிகளில் நானும் ஈடுபடுவதற்கு மிகவும் தூண்டுதலாக அமைந்தது. மிகவும் சிறிய வீடு எங்களுடையது. அந்த வீட்டின் அனைத்து பக்கங்களிலும் என்னுடைய ஓவியங்கள் நிறைந்திருக்கும். அப்போது எனக்கு யேசுவை வரைவதுதான் மிகவும் பிடிக்கும். ஏனென்றால், எங்கள் வீட்டின் பக்கத்திலிருந்தவர்கள் கிறிஸ்தவர்கள். கிறிஸ்துமஸ் சமயத்தில் சிறு குடில் அமைத்து ஏசு மற்றும் கால்நடைகள் பொம்மைகளை வைத்து அவர்கள் வழிபடுவது எனக்கு மிகவும் பிடிக்கும். அந்தத் தாக்கத்தில் நிறைய யேசுநாதர் படங்கள் வரைந்தேன்.

எனக்குத் தெரிந்து எங்கள் வீடு நீண்ட காலம் வெள்ளையடிக்கப் படவேயில்லை. நெடுங்காலத்துக்கு என்னுடைய கிறுக்கல்கள் வளர்ந்தபடியே இருந்தன. ஓவியம் தொடர்பான நிகழ்ச்சியைக் குறிப்பிட்டுச் சொல்ல வேண்டும் என்றால், என் சிறிய மாமா என்னைப் பார்த்துப் படம் வரைந்து கொடுத்ததுதான். இது மிகவும் முக்கியமான நிகழ்ச்சி. வெறும் பென்சில் கோடுகளால் கையகப்படுத்தப்பட்ட என்னுடைய தத்ரூபம் எனக்கு பெரிதும் வியப்பும், மந்திரச் செயலுமாக இருந்தது. ஓவியத்தின் மீதான நாட்டம் அதிகரித்ததால் என்னால் பள்ளிப் படிப்பில் சரியானபடி ஈடுபட முடியவில்லை. பத்தாம் வகுப்பை நான் மூன்றுமுறை எழுதி தேர்ச்சி பெற வேண்டியிருந்தது. அதன் பிறகு கும்பகோணம் ஓவியக் கல்லூரியில் சேர்ந்தேன். என் அம்மா அந்தக் காலத்தில் வெளிவந்த வார, மாத இதழ்களை ஒன்றுவிடாமல் படிப்பவர். அந்தப் பழக்கம் என் அண்ணன் மாதவனுக்கும் இருந்தது. தமிழ்வாணனுடைய நாவல்களால் கவரப்பட்ட என் அண்ணன், அவருடைய நாவல்களை மட்டுமே வாங்கி வைத்து 'வாணன் வாசகர் வட்டம்' எனும் பெயரில் நண்பர்களுக்கிடையே புத்தகப் பரிமாற்றம்

செய்துகொண்டிருந்தார். நான் அப்போது 'மலர் மகுடம்' எனும் பெயரில் கையெழுத்துப் பத்திரிகை தயாரித்தேன். இரண்டு இதழ்கள் கொண்டு வந்தேன். முதல் இதழில் யேசுதான் அட்டைப் படம். இரண்டாவது இதழின் அட்டைப் படம் கமலஹாசன். இரண்டும் நான் வரைந்தது. இந்தப் பத்திரிகைக்கான விளம்பரங்களை குழாயடிகளிலும் பள்ளிச் சுவர்களிலும் கரித்துண்டுகள் கொண்டு எழுதி வைப்போம். ஒரு கையகலத் துண்டுக் காகிதத்தில் விளம்பரம் எழுதி, பாதி தென்னை மரத்திற்கு மேல் ஏறி ஒட்டி வைப்போம். ஏனென்றால், விளம்பரத்தை யாரும் சேதப்படுத்திவிடக் கூடாது என்பதற்காக. கீழே நின்று பார்த்தால் அந்த விளம்பரத்தில் உள்ள வாசகங்கள் தெரியாது. அந்தக் காலத்தில் நான் பழகிய நண்பர்களிடம் காமிக்ஸ், மர்ம நாவல்கள், மாயாஜால நாவல்கள் படிக்கும் பழக்கம் வெகு தீவிரமாக இருந்தது. பெற்றோருக்குத் தெரியாமல் ஒருவருக்கொருவர் அந்தப் புத்தகங்களை மாற்றிக் கொள்வது மர்மமாக, ரகசியமாக நடக்கும். இரவு வெகு நேரம் கண்விழித்துப் படித்து அயர்ந்த பிறகு, தலைமாட்டிலுள்ள சிம்னி விளக்கின் நெருப்பு தலையணையில் பற்றி எரிந்த சம்பவமும் உண்டு. இப்படிப்பட்ட எங்களுடைய நடவடிக்கைகளைப் பெற்றோர் ஒருபோதும் ஆதரித்தது இல்லை. கையெழுத்துப் பிரதியிலேயே சிறு வெளியீடுகளாகச் சில நூல்கள் கொண்டு வந்தேன். என் அண்ணனை நாயகனாக வைத்து ஒரு துப்பறியும் நாவலும், சாணக்கியரை மையமாக வைத்து ஒரு சரித்திர நாவலும் எழுதினேன். இதில் சாணக்கியர் கதைக்கான பின்புலம், நான் ஏதோ பாட நூலில் படித்தது. எழுத்தில் முறையான தொடக்கம் என்பது, என் கவிதை 'கணையாழி'யில் பிரசுரிக்கப்பட்டதன் மூலம் ஏற்பட்டது.

மறைந்த கவிஞர் பிரமிளைப் பற்றிக் கூறுங்களேன்?

தி.நகர், ரங்கநாதன் தெருவில் இருந்த, எழுத்தாளர் மா.அரங்கநாதனின் 'முன்றில்' புத்தகக் கடையுடன் எனக்குத் தொடர்பு ஏற்பட்ட பிறகுதான் பிரமிளைப் பார்த்தேன். ஆனால் பேசவில்லை. என்னுடைய இயல்பான கூச்சமும் அச்சமும் அவரோடு பழகுவதற்குத் தடையாக இருந்தன.

அப்போது அவருடைய கவிதைகளின் வாயிலாக அவர் மீது பெருமதிப்பு கொண்டிருந்தேன். புதுமைப்பித்தனும் பிரமிளும் தற்கால இலக்கியத்தின் தந்தைமார்கள்தான். இருவருக்கும் ஒருசேர வாய்த்தது துக்கத்தின் அதிதீவிரம். பிரமிளின் கவிதைகளைப் பலரிடம் வாங்கி ஜெராக்ஸ் எடுத்துப் படித்தேன். மா.அரங்கநாதனின் மகன் வழக்குரைஞர் மகாதேவன், பிரமிளின் தீவிர வாசகர்களில் ஒருவர். அவர் எனக்கு பிரமிளின் இரண்டு கவிதைத் தொகுப்புகளைக் கொடுத்தார்.

பெரிய கலைஞர்கள் மானுடத்தின் சொத்துக்கள். பாரதிக்குப் பிறகு புதுமைப்பித்தனும் பிரமிளும் அதில் உட்பட்டவர்கள். இதை உறுதியுடனும், கம்பீரத்துடனும் சொல்லிக்கொள்ளலாம். பிரமிளுடைய இறுதிக்கால வாழ்க்கை வறுமை மிகுந்தது. ஆனால், அவை எல்லாமே இலக்கியத்தின் மகாத்மியம் மிக்கவை. பிரமிள் மரணப் படுக்கையில் இருக்கும்போது கவிஞர் ராஜமார்த்தாண்டன் என்னை அழைத்துச் சென்றார். அப்போது பிரமிளிடம், 'இவர்தான் யூமா வாசுகி; கவிஞர்' என்று என்னை அறிமுகப்படுத்தினார். அப்போது பிரமிள் பேசவோ, அசையவோ இயலாத நிலையில் இருந்தார். அவரது தீர்க்கமான பார்வை என் மீது சற்று நேரம் நிலைத்திருந்தது. அதன் பொருள் என்ன? துயரமா? வலியின் பகிர்தலா? ஆசியா? எனக்குத் தெரியவில்லை. நான் இன்றுவரையிலும் பிரமிளுடனும், மறைந்த அனைத்து நல்ல கலைஞர்களுடனும்தான் வாழ்ந்து கொண்டிருக்கிறேன். படைப்புச் செயல்பாடு என்பது தொடர்ந்து நடந்து கொண்டிருக்கக்கூடிய, சமூகத்தின் கூட்டு நடவடிக்கை என்றும் சொல்லப்படுகிறது. எனது பேனா, பிரமிளது இதயத்தையும் தொட்டுத்தான் எழுதுகிறது.

'குதிரைவீரன் பயணம்' என்றொரு சிற்றிதழ் கொண்டு வந்தீர்கள். இடையில் கொஞ்சம் காலம் அது வரவில்லை. என்ன காரணம்?

'குதிரைவீரன் பயணம்' என் விருப்பத்தின் பேரில், நண்பரும் விஞ்ஞானியுமான டாக்டர் வி.அமலன் ஸ்டேன்லியின் துணையுடன் தொடங்கப்பட்டது. சிற்றிதழ் வட்டாரத்தில் தொடக்கத்திலேயே பெரிய வரவேற்பைப்

பெற்ற இதழ். நாளடைவில் சில பிரச்சினைகளால் இதழைத் தொடர்ந்து நடத்த முடியாத நிலை ஏற்பட்டது. ஆதரவாயிருந்த சில நண்பர்களாலும் தொடர்ந்து என்னுடன் ஒத்துழைக்க இயலவில்லை. முழுச் செலவையும், அதற்கான உழைப்பையும் நான் ஒருவனே ஈடுகட்ட வேண்டிய நிலைமையிலிருந்தேன். அது கொஞ்சம் பெரிய இடைவெளியை உண்டாக்கிவிட்டது. இப்போதைய வாழ்நிலையிலிருந்து அதைத் தொடர்ந்து நடத்த முடியும் என்ற நம்பிக்கையில், தற்போது எட்டாவது இதழ் வந்திருக்கிறது. இனி 'குதிரைவீரன் பயணம்' தொடர்ந்து வரும்.

மறைந்த எழுத்தாளர் சுந்தர ராமசாமியோடு உங்களுக்கிருந்த நட்பைப் பற்றி சொல்லுங்களேன்?

சுந்தர ராமசாமி மீது எப்போதுமே நெஞ்சார்ந்த வணக்கத்துடனும், நெகிழ்ச்சியுடனும் இருப்பவன் நான். தமிழ்நாட்டை விட்டு எங்கோ தொலை தூரத்தில் ரயிலில் பயணம் செய்துகொண்டிருக்கும்போது, என் நண்பர் அறிவுச்செல்வன் என்னைப் பார்த்துக் கேட்டார்: 'நீங்கள் சுந்தர ராமசாமியைப்போல ஒரு எழுத்தாளராக ஆகிவிடுவீர்களா?'

நான் வளரவேண்டும் என்பதுதான் இந்தக் கேள்வியின் தொனி. சுந்தர ராமசாமியை சில அரிதான சந்தர்ப்பங்களில் மட்டும்தான் பார்த்திருக்கிறேன். நீண்ட நேரம் அவரிடம் பேசியதில்லை. ஆனால் அவர் உரையாடலை பக்கத்திலிருந்து வெகுநேரம் கிரகித்திருக்கிறேன். அது நான் ஓவியக் கல்லூரியில் இறுதியாண்டு படித்துக்கொண்டிருந்த சமயம். 'க்ரியா' பதிப்பக வெளியீடாக சுந்தர ராமசாமியின் ஒட்டுமொத்த சிறுகதைத் தொகுதி வெளிவந்த நேரம். என் சொந்த ஊரான பட்டுக்கோட்டையிலும் அதன் சுற்றுப் புறங்களிலும் எங்குமே அந்தப் புத்தகம் கிடைப்பதற்கு வாய்ப்பில்லை. இந்த ஒரு புத்தகத்தை வாங்குவதற்காக மட்டுமே நான் பட்டுக்கோட்டையிலிருந்து கோயம்புத்தூருக்குப் புறப்பட்டுச் சென்றேன். கோவை விஜயா பதிப்பகத்தில் எனக்கு அது கிடைத்தது. சுந்தர ராமசாமி எனது படைப்புகளைக் குறித்து ஆங்காங்கே

சில குறிப்புகள் எழுதியிருக்கிறார். எனக்கு அது உத்வேகம் ஊட்டியிருக்கிறது. அவரது ‘ஒரு புளியமரத்தின் கதை’ நாவலின் இரண்டு பகுதிகளை இணைத்து நான் ஒரு சிறுகதையாக அமைத்தேன். இதை வெளியிடலாமா என்று அனுமதி கேட்டு அவருக்கு அனுப்பி வைத்தேன். வேறு எந்த நாவலாசிரியராக இருந்தாலும் தன் நாவல் ஒரு சிறுகதையாகக் குறுக்கப்படுவதைக் கண்டித்து கடுமையாக எதிர்வினை ஆற்றியிருப்பார். ஆனால் அவர் பெருந்தன்மையுடன் அதை வெளியிட அனுமதித்தார். “சுந்தர ராமசாமியின் ‘ஒரு புளியமரத்தின் கதை’ ஒரு சிறுகதையாக” என்ற தலைப்பில் அது ‘குதிரைவீரன் பயணம்’ இதழில் வெளிவந்தது. எனக்குத் திருமணமான புதிதில் எந்த வேலையும் இல்லாமலிருந்தேன். அப்போது ஏற்பட்ட மன நெருக்கடியில் எனது நிலைமையை விவரித்து அவருக்கு ஒரு கடிதம் எழுதினேன். தனது ஆறுதல் வார்த்தைகளால் நம்பிக்கையூட்டும் வரிகளால் அவரது கரம் என் தலையை வருடாதா என்ற ஏக்கத்தில்தான் அந்தக் கடிதத்தை அவருக்கு எழுதினேன். அவர் பதில் எழுதினார்: ‘நான் உங்களுக்குப் பண உதவி செய்ய விரும்புகிறேன். நீங்கள் அதை ஏற்றுக் கொள்வீர்களா? மாட்டீர்களா? என்று எனக்குத் தெரியவில்லை’ என்று. நான் மறுபடியும் அவருக்குக் கடிதம் எழுதி, ‘நீங்கள் உதவி செய்ய முன்வருவதைக் குறித்து எனக்கு மிகவும் மகிழ்ச்சியே. ஆனால் பண உதவி எதுவும் வேண்டாம். நன்றி’ என்று தெரிவித்தேன்.

கவிஞர் விக்ரமாதித்யன் ‘குறுங்குழுக்களுக்குள்தான் நவீன தமிழ் இலக்கியம்’ இருக்கிறது என்று கூறுகிறார். குழுமனப்பான்மை இலக்கியத்திற்கு செழுமை சேர்க்குமா?

இன்றைக்கு உலகளாவிய சமூக விஞ்ஞானமாகக் கருதப்படும் மார்க்சியமே குறுங்குழு விவாதமாகத்தான் தொடங்கப்பட்டது. தஸ்தயேவ்ஸ்கியும் கூட இன்றைய வரையிலும் உலகளாவிய குறுங்குழுவினரால்தான் அறியப்பட்டுக் கொண்டிருக்கிறார். குறுங்குழுக்களுடைய நல்ல நடவடிக்கை என்பது பெரிய சாத்தியப்பாடுகளை உள்ளடக்கியது. இன்றைக்கும் நாம் சி.சு.செல்லப்பாவின் தலைமீது அமர்ந்துதான் சிறு பத்திரிகைகளைப் பற்றிப்

பேசிக்கொண்டிருக்கிறோம். ‘ழ’, ‘பிரக்ஞை’, ‘கசடதபற’, ‘படிகள்’, ‘மீட்சி’, ‘ஃ’ முதலிய முயற்சிகள் குறுங்குழு முயற்சிகள்தான். அத்தகைய குறுங்குழு முயற்சிகள் நவீன தமிழ் இலக்கியப் போக்கையே தீர்மானித்திருக்கின்றன. சி.சு. செல்லப்பா, க.நா.சு. போன்றோர் தங்களுடைய பணியில் ஒற்றையாள் பட்டாளமாகச் செயல்பட்டவர்கள். நமது நவீனத்துவத்தின் வளமையும் செழுமையும் எல்லாம் இத்தகைய முயற்சிகளால் ஏற்பட்டதுதான்.

உங்களுக்கு மலையாளம் தெரியும்; அந்த மொழியை எப்படிக் கற்றுக்கொண்டீர்கள்?

இந்த விஷயத்தில் ஜெயமோகனுக்கு நான் மிகுந்த கடமைப் பட்டிருக்கிறேன். அண்டைமொழியின் கதவுகளை எனக்குத் திறந்து கொடுத்தவர் அவர்தான். ஒருசமயம் ஜெயமோகன் என்னை ஊட்டிக்கு அழைத்துச் சென்றார். ஜெயமோகனின் குருவான நித்ய சைதன்ய யதியைச் சந்திப்பதற்காக. யதியைச் சந்திப்பதற்குச் சில நிமிடங்களுக்கு முன்பாக, அந்த நாராயணகுரு ஆசிரமத்தில் வைக்கப்பட்டிருந்த, யதி எழுதியிருந்த சில மலையாளப் புத்தகங்களை நான் புரட்டிக் கொண்டிருந்தேன். அப்போது ஜெயமோகன் என்னிடம், ‘இந்தப் புத்தகங்களை உங்களால் படிக்க முடியுமா?’ என்று கேட்டார். நான், ‘மலையாளத்தைக் கற்றுக்கொண்டு இவற்றைப் படிப்பேன்’ என்று சொன்னேன். அதற்கு ஜெயமோகன், ‘அப்படி நீங்கள் மலையாளம் கற்றுக்கொண்டு இவற்றை வாசித்தீர்களானால் நான் உங்கள் காலில் விழுந்து வணங்குவேன்’ என்றார். அப்படி அவர் கொடுத்த ஊக்கத்தின் விளைவாக நான் மலையாளம் கற்றுக் கொள்ள ஆரம்பித்தேன்.

உங்களுடைய ‘ரத்த உறவு’ நாவலில், குடியால் ஏற்படும் விளைவுகளை மிக வீரியமாக எழுதியிருந்தீர்கள். அந்தப் படைப்பு உருவான சூழலை விவரியுங்களேன்?

எனது தந்தையின் அதீத குடிப் பழக்கத்தினால் எனது பால்ய வயதில் எனக்கு ஏற்பட்ட அனுபவங்களை மையமாக வைத்து அந்த நாவலை எழுதினேன். இது குடிக்கு எதிரான

நாவல் அல்லவே அல்ல. மது என்பது இறைவனின் இதயத்திலிருந்து நேரடியாக மனிதனுக்கு வருவதுதான். ஒரு மழையைப்போன்ற பரிசுத்தத்துடன் அந்த மது தான் விழுந்த இடங்களில் எந்தெந்த விதமாக ரூபம் கொள்கிறது என்பதுதான் முக்கியம். நிலத்தில் விழுந்தவை விளைந்தன. கல்லில் விழுந்தவை உலர்ந்தன. நான் எனக்குப் பரிச்சயப்பட்ட மதுவின் சில பரிமாணங்களைச் சொல்ல முயற்சி செய்தேன். அது யதார்த்தமும் புனைவும் கலந்து இயைந்த நாவல். அது முழுக்க என்னுடைய அனுபவம் என்றோ; முழுக்கவும் பிறர் சார்ந்த அனுபவங்கள் என்றோ சொல்லிவிட முடியாது. அது, தொன்மையான தேவதைக் கதைகளின் சில கூறுகளைக் கொண்டது. இந்த நாவல் கணிசமான வாசகர்களால் வாசிக்கப்பட்டிருக்கிறது என்பது எனக்கு மகிழ்ச்சியே.

திரைப்படத்திற்குப் பாடல் எழுதும் எண்ணம் உண்டா?

கவிஞர்கள் திரைப்படத்திற்குப் பாடல்கள் எழுத முயற்சிப்பதை நான் கடுமையாக வெறுக்கிறேன். நான் பார்க்கிறவரையில் சமகாலத்தில் கவிதைத் தொகுப்பு கொண்டு வருபவர்கள் பலரின் முக்கியமான நோக்கம், அந்தத் தொகுப்பை முகவரி அட்டையாக உபயோகித்து திரைப்படத்தில் பாடல்கள் எழுதுவதற்கு வாய்ப்பு தேடுவதாகத்தான் உள்ளது. இதை நான் விரும்பவில்லை. கவிதை மட்டும்தான் கவிதையின் உச்சம். கவிதையின் பெரும் பேறு என்பது, அது நல்ல கவிதையாக அமைவதுதான். தனது படைப்பிற்கு உயிரும் உரமும் கொடுத்து, அதை இயன்றவரையில் உயர்வானதாகப் பிறப்பிக்கச் செய்வதுதான் ஒரு கவிஞனின் வேலையாக இருக்கவேண்டும். தவிர, கவிதையைத் தூண்டில் புழுவாகப் பயன்படுத்தி லௌகீக லாபங்கள் அடைய முயற்சிப்பது இலக்கியத்திற்கெதிரானதாகும்.

சிறுவர்களுக்கான மொழிபெயர்ப்புக் கதைகள் நிறைய எழுதுகிறீர்கள்; சிறுவர் இலக்கியத்தைப் பற்றிச் சொல்லுங்கள்.

சிறுவர் இலக்கியத்துறை என்பது நாம் மிக ஆழ்ந்து கவனம் செலுத்த வேண்டிய விஷயமாகும். உலகில் மிகப் பெரிய படைப்பாளிகள் பலரும் தங்களுடைய ஆளுமை

உருவாக்கத்தில் தங்கள் சிறுவயது வாசிப்பு பங்கு பெற்றிருக்கிறது என்று சொல்கிறார்கள். கப்ரியேல் கார்சியா மார்க்கேஸ்கூட தன் சிறு வயதில் தன் பாட்டி சொன்ன கதைகள் தன்னை மிகவும் பாதித்ததாக குறிப்பிட்டுள்ளார். ஒரு சமூகத்தின் இலக்கிய மேம்பாடு செழுமையுடன் இருக்கவேண்டும் என்றால், முதற் கட்டமாக சிறுவர் இலக்கியத்தில் கவனம் செலுத்த வேண்டியது இன்றியமையாததாகும். சிறுவர் இலக்கியத்தைப் பற்றி நம்மிடையே சரியான பாதையும், செயல்பாடுகளும் இல்லை. இது இங்கு வறண்ட துறையாக உள்ளது. இந்தத் துறையில் நம்மைவிட மலையாளிகள் அதிகமாக யோசிக்கிறார்கள். மிகப் பொறுப்புடனும், அக்கறையுடனும் அவர்கள் சிறார் இலக்கியத்தில் நல்ல நூல் பலவற்றை வெளியிட்டு வருகிறார்கள். அவற்றிலிருந்து சில நல்ல முன்னோடி முயற்சிகளை நான் தமிழுக்கு அறிமுகப்படுத்த விரும்பினேன்.

பிரெஞ்சு சிந்தனையாளர் ரோலன்பார்த், 'கவிதை மொழியின் சுமையால் தடுமாறுகிறது' என்கிறார். இதற்கு என்ன பொருள்?

இதை அவர் எந்த அர்த்தத்தில் சொல்லியிருந்தாலும் பிரச்சினையில்லை. என்னுடைய அனுபவத்தில் சில முக்கியமான படைப்பு சந்தர்ப்பங்களில், படைப்புவயப்பட்ட மிக அதீத மன நெருக்கடியில் மொழி சற்று விலகி நிற்பதை நான் உணர்ந்திருக்கிறேன். எனது சகலவிதமான தேடுதல் பிரயத்தனங்கள் அத்தனையும் நிகழ்ந்தும்கூட சில கவிதைகளில் மொழி என்னுடன் பரிபூரணமாகக் கலக்கவில்லை. மொழி ஒரு வெளியீட்டு சாதனம் எனில் உணர்கின்ற எல்லாவற்றையும் அதன் நுட்பத்துடன் வெளிப்படுத்திவிட முடியுமா என்று எனக்குத் தெரியவில்லை.

பெண் கவிஞர்கள் எழுதும் பாலியல் கவிதைகளைப் பற்றி உங்கள் கருத்தென்ன?

இருகரம் விரித்து நான் அமோகமாக வரவேற்கிறேன். இன்னமும், இவ்வளவு முதிர்ச்சியடைந்த சமூகச் சூழலிலும், பாலியல் பற்றி பெண்கள் பேசுவதே அநாகரீகமாகவும் நடத்தைக் கேடாகவும் பொதுவாகச் சித்திரிக்கப்படுகிறது.

பாலியலைப் பற்றி படைப்பு வழியாகப் பேசிப் பேசிதான் அதைப் புரிந்துகொள்ள முடியும். பாலியலின் பரிமாணங்கள் எண்ணற்றவை. தனது சொந்த உடல் குறித்து - அதன் தேவைகள் குறித்து பெண்கள் பேசப் புகுந்திருப்பது மிகவும் ஆரோக்கியமான அறிகுறியாகத் தெரிகிறது. நளினி ஜமீலா என்றொரு பாலியல் தொழிலாளியின் புத்தகம் மலையாளத்தில் வெளிவந்திருக்கிறது. அதில், பாலியல் சார்ந்த அனுபவங்களைத் தீவிரமாகப் பேசியிருக்கிறார். என்னை மிகவும் பாதித்த புத்தகம் அது. நளினி ஜமீலா, வெவ்வேறான கோணங்களில் பாலியலின் வகைப்பாடுகளை அலசியிருக்கிறார். வெளிவந்த சில மாதங்களிலேயே இந்தப் புத்தகத்தின் பிரதிகள் ஆயிரக்கணக்கில் விற்றுத் தீர்ந்தன. இதை நான் தமிழில் மொழி பெயர்த்து மிகச் சிறிய அளவிலேனும் பாலியல் குறித்த, பாலியல் தொழில் குறித்த ஒரு விவாதத்தைத் துவக்க நினைத்தேன். அந்தப் புத்தகத்தை மொழி பெயர்க்க வெளியீட்டாளரிடம் அனுமதி கேட்டேன். வேறு ஒரு தமிழ் பதிப்பாளர் அந்தப் புத்தகத்தின் வெளியீட்டு உரிமையை வாங்கிவிட்டார் என்று சொன்னார்கள். எனது கோரிக்கை என்னவென்றால் அந்தப் புத்தகத்தைச் சாமானியன் வாங்கக் கூடிய விலையில் தயாரிக்க வேண்டும். சனாதன முகமூடிகளைக் கிழிக்கின்ற புத்தகம் அது. எனவே அது பரவலாக வாசிக்கப்பட வேண்டும்.

புலம் பெயர்ந்த கவிஞர்களில் யாருடைய கவிதையில் கவித்துவம் உள்ளது?

இலங்கையைச் சேர்ந்த வில்வரத்தினம், சோலைக்கிளி, செல்வி சிவரமணி, மஹாகவி, இளைய அப்துல்லாஹ் இவர்களுடைய கவிதைகள் என்னைப் பாதித்திருக்கின்றன. முக்கியமாக வில்வரத்தினம் கவிதைகளைச் சொல்லலாம்.

இரண்டாயிரத்திற்குப் பிறகு தீவிர இலக்கியப் போக்கு எவ்வாறு உள்ளது?

இலக்கியம் காலந்தோறும் வளர்ந்துகொண்டேதான் இருக்கிறது. 2000-இல் இலக்கிய வளர்ச்சி ஏற்பட்டிருக்கிறதா? அல்லது 90-களில் ஏற்பட்டிருக்கிறதா என்றெல்லாம் தீர்மானிக்க முடியாது. உண்மையில் இன்றைக்கு இருப்பதை

விட 90-களில் வளர்ச்சிக் கட்டத்தில் இருந்திருக்கலாம். 2000-ல் அதன் கதி மந்தமடைந்திருக்கலாம். இதற்கு நேர் எதிராகவும் இருக்கலாம். காலங்கள் பல கடந்தும் தஸ்தயேவ்ஸ்கியும், காப்காவும், புதுமைப்பித்தனும் இன்றளவும் எழுத்தாளனின் மனநிலையையே தீர்மானிக்கும் சக்தியாக விளங்குகிறார்களே! காலம் ஒரு பொருட்டல்ல; உண்மையில் இலக்கியம் எல்லா காலங்களையும் கடந்ததுதான்.

கார்டூன் மொழி தமிழ் மனதுக்குச் சரளமாகப் புரியும் சாத்தியம் உண்டா?

கார்டூனில் பல்வேறு விதமான போக்குகள் உள்ளன. நாம் கார்டூனில் நமக்கு வசதிப்பட்ட மிக எளிமையான தளங்களில் மட்டுமே பயன்படுத்தி வருகிறோம். உதாரணமாக அரசியல், நகைச்சுவை, சிறுவர்கதை ஆகியவற்றைச் சார்ந்தது. ஆயினும் ஒரு துறை அதனைச் சுற்றி பல்வேறான வாயில்களைக் கொண்டிருக்கிறது என்பது கார்டூனுக்கும் பொருந்தும் மேலை நாடுகளில் நாவல்களை-கவிதைகளை கார்டூன் வழியேவும் சொல்கிறார்கள். அதற்கு கிராபிக்ஸ் நாவல் என்று பெயர். அதாவது காமிக்ஸ், கார்டூன் வடிவத்தில் கருத்தாழ்ந்த கதைகளைச் சொல்வது. இந்த முயற்சி மேலை நாடுகளில் வெகுவாக முன்னேறி இருக்கிறது. அற்புதமான படங்கள் மூலமாக கதை சொல்கிறார்கள். இத்தகைய புத்தகங்களில் ஒன்றான ‘ஈரான்’ என்ற புத்தகம் தற்போது தமிழில் மொழி பெயர்த்து விடியல் பதிப்பகம் வெளியிட்டுள்ளது.

உலக நவீன ஓவியங்களோடு ஒப்பிடும்போது, தமிழின் நவீன ஓவியங்கள் எந்த நிலையில் இருக்கின்றன?

தமிழ் நவீன இலக்கியங்களுடன் ஒப்பிடும்போது தமிழ் நவீன ஓவியங்கள் குழந்தைப் பருவ தளர் நடையில்தான் உள்ளன. காட்சி அரங்குகளில் பார்க்கக் கிடைக்கின்ற, நவீன ஓவியம் என்று சொல்லப்படுபவை மீண்டும் மீண்டும் ஏமாற்றத்தையே அளிக்கின்றன. வண்ணங்களாலும் கோடுகளாலும் அசிரத்தையாகச் சமைக்கப்பட்டு பார்வையாளனுடன் ஆன்மிக ரீதியான பயணம் மேற்கொள்ள இயலாதவையாக இருக்கின்றன. நவீன ஓவியத்தை அணுகுவதற்கான சரியான விழித் திறப்பே இங்கு நடக்கவில்லை. ஒரு படைப்பை

விளக்குகின்ற வியாக்கியானங்கள் அந்தப் படைப்பைத் தூக்கி நிறுத்துவதில்லை. இங்கே நவீன ஓவியங்கள் குறித்த வியாக்கியானங்கள் மிக மலிவாகக் கிடைக்கின்றன. ஆனால் பார்வையாளனுடன் உறவுகொள்ளும் தகுதியுடைய நல்ல வெளிப்பாடுகள் மிக அரிது. நான் உணர்ந்த வகையில் இதைத் திடமாகச் சொல்ல முடியும். சந்தானராஜ், சந்துரு, ஆதிமூலம் போன்றோரின் ஓவிய வெளிப்பாடுகள் முக்கியமானவை.

படைப்பு வேறு, படைப்பாளி வேறு என்கிறார்களே, அப்படியானால் படைப்பாளி சமூகம் கட்டமைத்திருக்கும் ஒழுக்கத்தை மீறலாமா?

கலைஞனுக்கும் மற்றவர்களைப்போல தார்மீக நியதிகள் உண்டு. எனினும் பொதுவான ஒழுக்கம் என்பது ஒரு மெல்லிய படலம்தான். அது படைப்பாளிக்குக் கிடையாது. அவன் எதிலும் புகுந்து வரக்கூடியவன்; கூடுபாய்பவன். எதையும் தன் அனுபவமாக வடித்துக் கொள்பவன். தன் சக்தி முழுவதையும், படைப்பூக்கத்தின் இறுதித் துளிவரை ஆத்மார்த்தமாகத் தன் படைப்பு வெளிப்பாட்டின் உயர்வுக்குச் செலவிடுவது மட்டுமே படைப்பாளியின் ஒழுக்கம்.

உங்களுடைய படைப்பு ஆளுமை அதிக வீரியத்துடன் செயல்படுவது கவிதையிலா? ஓவியத்திலா? நாவலிலா?

நான் படைப்பில் இயங்கிக்கொண்டிருக்கிறேன். எல்லா நேரங்களிலும் படைப்பு என்னோடு கலக்கும் தருணத்தை மிக ஆவலுடனும், எல்லையற்ற பேராசையுடனும் எதிர்பார்த்துக் காத்திருக்கிறேன். அது கவிதையானாலும் சிறுகதையானாலும் நாவலானாலும் அதன் உறவில் என்னுள் விளையும் பேருணர்வே என் வாழ்க்கை.

இன்றைய சிறு பத்திரிகைச் சூழல் எப்படி உள்ளது?

இன்றைய சிறு பத்திரிகைச் சூழல் கலாச்சார மாற்றத்திற்கான - வாசிப்பு மேம்பாட்டிற்கான - இலக்கிய விழிப்புணர்வுக்கான ஒரு இயக்கமாக அமையவில்லை. சி.சு. செல்லப்பா, க.நா.சு. முதலியோரின் மாபெரும் அர்ப்பணிப்பால் தியாகத்தால் வளர்த்ததை இன்றைய சிறு பத்திரிகை முகமூடி அணிந்த சில பத்திரிகைகள் அறுவடை செய்துகொண்டிருக்கின்றன.

ஆயினும் சி.சு. செல்லப்பா, க.நாசு. போன்றோர் விட்டுச் சென்ற பணியை நாம் தொடர வேண்டும். ஏனெனில் நாம் கடக்க வேண்டிய தூரம் அதிகம். நிகழ்த்தப்பட வேண்டிய சாதனைகள் நம் கடும் உழைப்பையும், அர்ப்பணிப்பையும் எதிர்நோக்கியிருக்கின்றன. நிறுவன முயற்சிகளின் மீது எனக்கு நம்பிக்கையில்லை. 'இப்போது தமிழ்ச் சூழல் இழிவு படுத்தப்பட்டிருக்கிறது. மாடு வாலைத் தூக்கிக் கொண்டு சாணம் கழிப்பதைப்போல தரமற்றவை பெருகுகின்றன. அவை மாய காம உறுப்புகளை மாட்டிக்கொண்டு வாசகர்களை மயக்குகின்றன' என்றெல்லாம் சுந்தர ராமசாமி இன்றைய சூழல்மீது கடுமையான விமரிசனத் தாக்குதல்களை முன்வைத்திருக்கிறார். மக்களின் மடமை, அறியாமை ஆகியவற்றையே மூலதனமாகக் கொண்டு வெகுஜன பத்திரிகைகள் இயங்குகின்றன. மந்திரத் தகடு, கங்கை தீர்த்தம், மந்திரத் தாயத்து, தகடு, திருநீறு, குங்குமம், பலவிதமான சாமி படங்கள் முதலியவையெல்லாம் இலவசம் என்று சொல்லி தனது வாசகர்களைப் பெருக்கிக்கொள்கின்றன. நூறு சதவிகித லாபம் மட்டுமே இவர்களின் ஒட்டுமொத்த குறிக்கோள். இலக்கியப் பிரக்ஞையோ, நல்ல இலக்கியத்தின் மீதான மரியாதையோ இவர்களுக்கு எட்டாத வெகுதொலைவில் உள்ளன. இலக்கியச் சூழல் இழிவுபட்டிருக்கிறது என்று தீவிரமாகச் சாடினால், அந்த இழிவை நிகழ்த்திக் காட்டியதில் முற்றும் முழுதுமான பங்கு வெகுஜன பத்திரிகைகளையே சாரும்.

சமீபத்தில் தாங்கள் படித்தது?

மலையாளத்தில் நளினி ஜமீலா எழுதிய 'ஒரு பாலியல் தொழிலாளியின் சுயசரிதை' என்ற புத்தகம். பழைய புத்தகங்களைத் தேடி வாசித்துக் கொண்டிருக்கிறேன்.

- இனிய உதயம் (நவம்பர் - 2006)

மனிதசமூக வளர்ச்சியின் உச்சம்தான் கலை

உரையாடல் : முத்தையா வெள்ளையன்

'உனக்கும் உங்களுக்கும்', 'தோழமை இருள்', 'இரவுகளின் நிழற்படம்', 'அமுதபருவம் வலம்புரியாய் அணைந்ததொரு சங்கு' ஆகிய கவிதைத் தொகுதிகள், 'உயிர்த்திருத்தல்' எனும் சிறுகதைத் தொகுப்பு, 'ரத்த உறவு' நாவல், 'மரூனிங் திக்கட்ஸ்' எனும் கோட்டோவியத் தொகுப்பு ஆகியவற்றின் படைப்பாளி. மலையாளத்திலிருந்து 11 சிறுவர் நூல்களை மொழி பெயர்த்தவர். இரண்டு இதழ்களே வெளிவந்த 'மழை' இதழின் ஆசிரியர். விட்டு விட்டு வந்தாலும் விடாமல் எட்டு இதழ்களாக வரும் 'குதிரைவீரன் பயணம்' சிறுபத்திரிகையின் ஆசிரியர். 'சொல் புதிது', தமிழ்நாடு அறிவியல் இயக்கத்தின் இதழான 'துளிர்' ஆகிய இதழ்களின் ஆசிரியர் குழு உறுப்பினர்.

'கணையாழி', 'புதிய பார்வை' ஆகிய இதழ்களில் பணியாற்றியவர். இவர் எழுதிய 'ரத்த உறவு' நாவலும், 'இரவுகளின் நிழற்படம்' கவிதை நூலும் தமிழ்நாடு அரசின் பரிசு பெற்றவை. 'மரகத நாட்டு மந்திரவாதி' என்ற சிறுவர் இலக்கிய நூலுக்காக தமிழ்நாடு கலை இலக்கியப் பெருமன்றம் மற்றும் என்.சி.பி.ஹெச். வழங்கிய, மொழிபெயர்ப்புக்கான 'தொ.மு.சி. ரகுநாதன் விருதை' இந்த ஆண்டு பெற்றவர். 'ஸ்ரீராமன் கதைகள்' என்ற மலையாள சிறுகதைத் தொகுப்பை சாகித்ய அகாதெமிக்காகவும், சிங்கிஸ் ஐத்மாத்தவின் 'ஒட்டகக் கண்' குறுநாவலை என்.சி.பி.ஹெச். வெளியீடுக்காகவும் மொழிபெயர்த்துக் கொண்டிருந்தபோது உங்கள் நூலகம் நேர்காணலுக்காகச் சந்தித்தோம்.

உங்கள் முதல் கவிதைத் தொகுப்பு பற்றி...

'உனக்கும் உங்களுக்கும்' எனும் கவிதைத் தொகுப்புதான் முதலில் வந்தது. கும்பகோணம் அரசு ஓவியக் கல்லூரியில் படித்துக்கொண்டிருந்த சமயம். தீவிரமாக கவிதைகள்

எழுதிக்கொண்டிருந்தேன். அவை, கவிதை குறித்து எதுவும் தெரியாமல் பொதுவான ஆர்வத்தால் உந்தப்பட்டு எழுதப்பட்டவை. படிப்பு நிறைவுற்ற பிறகு, சேர்ந்திருந்த 60, 70 கவிதைகளிலிருந்து தேர்வு செய்து ஒரு தொகுப்பு கொண்டுவர நானும், என் நண்பன் அறிவுச்செல்வனும் விரும்பினோம். கையில் பணம் இல்லை. அறிவுச்செல்வனுடைய அக்காவின் தங்கச் சங்கிலியை வாங்கி அடகு வைத்தோம். அந்த அக்காவின் பெயர் செல்வி. 'உனக்கும் உங்களுக்கும்' எனும் அந்தத் தொகுப்பைக் கொண்டுவர இரண்டாயிரம் ரூபாய் செலவானது. இப்போது அந்த அக்கா இல்லை. என் ஒவ்வொரு கவிதையும் என் வணக்கத்துக்குரிய அந்த செல்வி அக்காவுக்கு கடமைப்பட்டவை.

'உனக்கும் உங்களுக்கும்' தொகுப்பில் ஒரு முன்னுரை எழுதி இருந்தேன். ஆசிரியரைக் குறித்தும், அந்தப் புத்தகத்தின் உள்ளடக்கத்தைக் குறித்தும் வெகுவாகச் சிலாகித்து எழுதப்பட்ட நூற்றுக்கணக்கான முன்னுரைகளைப் படித்ததால் ஏற்பட்ட ஒரு எதிர்ப்பு உணர்வில் எழுதப்பட்ட முன்னுரைதான் அது.

இதில் என்னை நானே அதி கேவலமான மனிதனாகச் சித்திரித்திருப்பேன். அதாவது நான் மொடாக் குடிகாரன்போல, குடித்துவிட்டுத் தெருவில் வீழ்ந்து கிடப்பதுபோல, பல்வேறு விலை மகளிருடன் உறவு வைத்திருப்பதுபோல.... இப்படியெல்லாம் அந்த முன்னுரையில் வரும். அந்தப் புத்தகம் வந்தபோது ஒரு பத்திரிகை அலுவலகத்தில் வேலை செய்து கொண்டிருந்தேன். அதன் ஆசிரியரிடம் எப்படியோ அந்தப் புத்தகம் அகப்பட்டுவிட்டது. அவர் உடனடியாக என்னை அழைத்துச் சொன்னார். 'நீங்கள் இதுபோன்ற நபராக இருப்பது பற்றி எங்களுக்குப் பிரச்சினை இல்லை. அது உங்களுடைய தனிப்பட்ட விஷயம். ஆனால் இப்படிப்பட்ட ஆட்களை நாங்கள் வேலைக்கு வைத்துக்கொள்ள மாட்டோம்' என்று என்னை வெளியேற்றினார்.

குமுதம் பத்திரிகையில் சுஜாதா ஆசிரியராக இருந்தபோது அந்த முன்னுரையைக் குமுதத்தில் பிரசுரித்தார். அது குறித்து என் முகவரிக்கு நிறையக் கடிதங்கள் வந்தன. பலர் என்னைக்

காந்தியைப்போன்று அப்பட்டமான நேர்மையாளனாகச் சித்திரித்திருந்தார்கள். பலர் என்னை மகா இழிந்தவனாகக் குற்றம்சாட்டியும் எழுதியிருந்தார்கள். விருதுநகரிலிருந்து ஒரு பெண் கடிதம் எழுதியிருந்தார். 'நான் ஏழைதான்; ஆனால் அழகாக இருப்பேன். நான் சொல்வதை நீங்கள் புரிந்துகொள்வீர்கள் என நினைக்கிறேன்' என்று அக்கடிதத்தில் குறிப்பிடப்பட்டிருந்தது. அந்தக் கடிதத்தை வெகு நாட்கள் ஒளித்து வைத்துப் படித்து கிளுகிளுப்பு அடைந்தேன். எஸ்.ராமகிருஷ்ணன், கோணங்கி முதலியோர் 'உனக்கும் உங்களுக்கும்' தொகுப்பில் உள்ள நல்ல அம்சங்களைத் தொட்டுக் காட்டினர். சி.மோகன்தான் என்னைக் கவிஞனாக உருவாக்கினார்.

கவிதை எழுதுவதற்கான மனநிலை...

அது, வரையறுத்தலுக்கு அப்பாற்பட்டது. மிக நெருக்கடியான ஒரு சூழலில், நிற்பதற்குக்கூட இடமற்ற ஒரு பேருந்துக் கூட்டத்தில் பிதுங்கிப் பயணம் செய்யும்போது என் கவிதை வெளியில் மிக சுதந்திரமாக நான் பிரவேசித்து இருக்கிறேன். அந்த நெருக்கடியிலும் என் கவிதையை இயல்பாகப் பின்னியபடியே பயணித்திருக்கிறேன். அதே சமயம் என் நீண்ட, மிக ஏதுவான, எந்தத் தொந்தரவும் இல்லாத ஓய்வுகளில் என்னால் எதுவும் எழுத முடிந்ததில்லை.

லௌகீக சிந்தனைகளுடன் தஸ்தயேவ்ஸ்கி சாலையில் சென்றுகொண்டிருக்கிறபோது, அந்தக் கவித்துவத்தின், படைப்பு மனநிலையின் மந்திரக்கோல் பிரக்ஞையில் பட்ட மாத்திரத்திலேயே உயர்வான படைப்பு எழுச்சி நிலைக்கு ஆட்படுகிறார். இப்படி ஒரு குறிப்பு வெண்ணிற இரவுகளில் வருகிறது.

கவித்துவத்தின் பறவை இடையறாது மாந்திரீகத்தில் சுற்றிக்கொண்டே இருக்கிறது. அது நம் தோளணையும் தருணத்தை நாம் நிதானிக்க இயலாது. படைப்பு மன நிலை என்பது முற்றிலும் அரூபம் சார்ந்தது. ஒருவித மாயத் தன்மையுடனும், எல்லையற்ற சுதந்திரத்தோடும்தான் படைப்பின் மனநிலை இயங்குகிறது. இந்த மன நிலையைத்

தக்க வைத்துக்கொள்வதில்தான் ஆகப் பெரிய நெருக்கடியைச் சந்திக்க வேண்டியிருக்கிறது. போக்குவரத்து நெருக்கடி மிகுந்த சாலையின் ஓரத்தின் கல்லில் அமர்ந்து அழுதபடியே என் சில கவிதைகளை நான் எழுதியிருக்கிறேன். மனநிலை வாய்ப்பது என்பது மிக முக்கியமானதாகும். பாரதியார்கூட சில வருடங்கள் எட்டயபுரம் மகாராஜாவின் விருந்தினராக இருந்தபோது எழுதாமல் இருந்திருக்கிறார். சுந்தர ராமசாமி போன்றவர்களும் பல வருடம் எழுதாமல் இருந்திருக்கிறார்கள்.

ஆகச் சாதாரண அற்ப விஷயம்கூட படைப்பு மனநிலையைப் புரட்டிப் போட்டுவிட முடியும். பழக்கப்பட்ட டீ குவளை காணாமல் போனால்கூட படைப்பாளிக்கு மிகுந்த சஞ்சலத்தை ஏற்படுத்துகிறது. உயிர் கொல்லும் மனவாதையில் இருக்கும் போது படைப்பிலே அற்புதங்கள் துலங்கலாம். அதற்கு முரணாகவும் இருக்கலாம்.

கவிதையில் பாடுபொருள் எது என்பதை எப்படித் தீர்மானிக்க முடியும்?

அண்டசராசரத்தில் உள்ள அத்தனையுமே பாடுபொருள்தான். இதில் எனக்குச் சந்தேகமே இல்லை. இதில் அடிப்படையானது நம்முடைய நோக்குதான். ஒரு விஷயத்தை நாம் எப்படி அணுகுகிறோம், நம்முடைய அனுபவ சாராம்சத்திலிருந்து, ரசனை நுட்பத்திலிருந்து, அதற்கு என்ன அர்த்தம் கொடுக்கிறோம் என்பதுதான் முக்கியம். இந்த இடம்தான் ஒரு படைப்பாக மாறும் இடம்.

இல்லை... 'பாடுபொருள்' என்கிற விஷயத்தை ஒவ்வொருவரும் ஒவ்வொரு மாதிரி தீர்மானிக்கிறார்கள். நீங்கள் எதைப் பாடுபொருளாக வைத்துக்கொள்ள முடியும் என்று தீர்மானிக்கிறீர்கள்...

கவிதை என்னிடம் அதன் முதல் தீண்டல்களை உணர்த்துகின்ற சந்தர்ப்பம், பிறகு அது வளர்ந்து வருகிற சூழல். இவை இரண்டுமே பாடுபொருளைத் தீர்மானிக்கின்றன. அதாவது கவிதையின் முதல் பொறிக்கும் அது உருப்பெற்று வெளியேறுவதற்குமான இடைவெளியில்தான் பாடுபொருள் தீர்மானமாகிறது. முன்முடிவுடன், இதைப் பற்றித்தான் எழுதியாக வேண்டும் என்று கவிதையிடம் செல்ல முடியாது என்றுதான் தோன்றுகிறது. இது சகல கணக்கீடுகளுக்கும் அப்புறத்தில் நிற்கிறது.

சங்கக் கவிதைகள், பிறகு புதுக் கவிதைகள் என்று... புது வடிவங்களும் பரந்துபட்ட வாசிப்புகளும் தோன்றின. நவீனக் கவிதைகளில் வடிவமாற்றம் பெரியதாக இல்லை என்றே தோன்றுகிறது. வாசகனுக்கு வாசிப்பதில் சிக்கல் இருக்கிறது. இந்தச் சிக்கல் மொழியால் அல்லது வடிவத்தால் ஏற்படுகிறதா?

இலக்கியக் கோட்பாடுகள் என்பதை இறுக்கமாக அணிந்து கொள்வதில் எனக்கு இசைவு இல்லை. ஓலைச் சுவடிகளில் எழுதிய காலத்தில் எழுதுபொருட்கள் குறைவு. சுருங்கச் சொல்லி விளங்க வைக்க வேண்டிய கட்டாயம் இருந்தது. இன்னமும் அதே பாணியை ஏன் விடாப்பிடியாகப் பின்பற்றுகிறோம் என்று தெரியவில்லை. கவிதை என்பதுதான் பிரபஞ்சத்தின் சுதந்திரம். கவிதையுடனான உரையாடல் அதே சுதந்திரத்துடன் நிகழவேண்டும். முதலில் பென்சிலால் எழுதுவது, பிறகு பேனாவால் எழுதுவது, அப்புறம் நான்கு, ஐந்துமுறை திருத்தித் திருத்தி பிரதி எடுப்பதுபோன்ற நடவடிக்கைகளின் அளவு கடந்த ஜாக்கிரதைத்தனம் ஒரு வகையில் கவிதார்த்தத்தின் எதிர் நிலையில் இருக்கிறது.

இறுக்கமான வடிவமாக மட்டும்தான் கவிதை இருக்க வேண்டுமா? நம் அகத்தின் வாழ்வுதானே கவிதை. அதில் பிசிறு இல்லாமல் இருந்துவிட முடியுமா? அளவு கடந்து செதுக்கிச் சீர்படுத்துவதன் மூலம் கவிதையை அதற்கு முரணாக மாற்றுகிறோம். கவிதை எப்போதும் கவிதைதான். சங்க இலக்கியமாக இருந்தாலும், நவீன கவிதையாக இருந்தாலும்.

சங்க இலக்கியக் கவிதைகளையும் நவீனக் கவிதைகளையும் படித்துத் தொகுத்த நண்பர்கள், சங்க இலக்கியத்தின் கவிதைத் தரத்தை நவீன கவிதை எட்டவில்லை என்று கூறுகிறார்கள். சங்க இலக்கியத்தில் உள்ள அதி நுட்பமான கவிதைகளை உதாரணம் காட்டிப் பேசும்போது நமக்கு மிகவும் வியப்பாக இருக்கிறது. சங்கத்தையும், நவீனத்தையும் ஒப்பிட்டு ஆராய வேண்டிய பணி மிகவும் முக்கியமானது. சமீபகால கவிஞர்கள் தங்கள் இயக்கத்திற்காக அபாரமான கவிதை வெளிகளை உருவாக்கிக் கொள்கின்றனர். நவீனத்தின் பல கவிதைகள், மனநிலையின் மேல் அடுக்குகளில் உள்ள கசடுகளை ஊடுருவி

உள்ளார்த்தமான ஸ்படிக நீரோடையைத் தொடும் கவிதைகள். மிகச் சமீபத்தில் பிரான்சிஸ் கிருபாவின் கவிதைகளை வாசித்தது அரிய அனுபவம்.

திரும்பவும் வாசிக்கிற தன்மைக்குதான் வர வேண்டியிருக்கிறது. கவிஞனும், வாசகனும் ஒரே கோட்டில் பயணிக்க வேண்டிய கட்டாயமில்லை என்பதுதான் இன்றைக்கு நவீன கவிதையின் நிலைமையாக இருக்கிறது...

வாசகர் படைப்பாளியின் பார்வையை அடியொற்றி வரவேண்டும் என்று எந்த அவசியமும் இல்லை. அணுகுமுறை இரண்டு விதங்களில் சம்பவிப்பதாக இருக்கலாம். படைப்பாளி தன் படைப்பில் மிக உயர்ந்த விஷயத்தை ஸ்தாபித்த நிலையில், வாசகர் மிக எளிமையாகவும் மிகத் திரிபாகவும் புரிந்துகொள்ள நேரலாம்.

மற்றொன்று, படைப்பாளி கருதியிருந்த விஷயத்தைவிடவும், படைப்பு தன்னுள் பொதிந்துகொண்டிருக்கிற வீரியத்தை விடவும் மேலதிகமான உயரத்திற்கு அதை வாசகர் தன் நோக்கால் எழும்பச் செய்யலாம். படைப்பிலக்கியம் அனைத்திற்கும் இது பொருந்தும். படைப்பு பல்வேறு பரிமாணங்கள் கொண்டது என்பதே நவீன கலையின் போக்குவழி. இந்நிலையில், ஒரு கோட்டில் இருவரும் பயணிப்பது என்பது அரிது.

ஒரு ஓவியத்தைச் சமீபிக்கும்போது ஓவியத்தின் நுட்பங்களுடன் சிறிதாவது பழகிய அனுபவம் வேண்டும். எழுத்தில் வாசிப்பு அனுபவமே பிரதானம். இது இல்லாமல் ஒரு படைப்பு எடுத்த எடுப்பிலேயே தன்னை அப்பட்டமாக இனங்காட்டிக் கொள்ளும் என்று எதிர்பார்க்க முடியாது. படைப்பும், படைப்பாளியும் உறவுகொண்டு ஒருபோலச் செழுமை பெற வாசகத் தளத்திலிருந்து முயற்சி கோரப்படுகிறது.

ஓவியம் என்பதே அந்நியத் தன்மையில்தான் இருக்கிறது. நாவல், சிறுகதைபோன்ற வடிவங்களை அணுகுவது சுலபம். ஓவியத்தின் தன்மையிலே கவிதையும் வந்துவிட்டதோ என்று எண்ணத் தோன்றுகிறது...

நவீன ஓவியம், நவீன இலக்கியம் இரண்டுமே மேற்கத்திய தாக்கத்தினால் விளைந்தவைதான். ஓவியமாக இருந்தாலும், சிறுகதையாக இருந்தாலும், நாவலாக இருந்தாலும் இன்ன பிற கலை வடிவங்கள் எதுவாக இருந்தாலும் அதன் கவிதார்த்த உட்கிடையால்தான் அதன் தரம் தீர்மானிக்கப்படுகிறது. இறைமையின் வடிவங்களைப் பல்வேறாகச் சொல்வதுபோல கவித்துவத்தின் சாரங்கள் எனக் கலை வடிவங்களைக் காணலாம்.

கவிதை, சிறுகதை, நாவல் என்று ஒரு படைப்பாளி பயணம் செய்வதை வளர்ச்சி என்று எடுத்துக்கொள்ளலாமா?

இது வளர்ச்சி அல்ல. இயல்பு. ஓவியர் வான்கா மிகப் பெரிய இலக்கிய தாகம் கொண்டவர். அவர் தன் சகோதரர் தியோவிற்கு எழுதிய கடிதங்கள் எல்லாம் இலக்கியப் பதிவுகள் தான். இது கலைஞர்களின் ஆளுமைப் பண்பு. மனித சமூக வளர்ச்சியின் உச்சம்தான் கலை. அதற்கு மேல் எப்படி வளர முடியும்? கலைஞனுக்குக் கலை என்பது தகுதி கிடையாது. அவனுக்கான வாழ்க்கைமுறை அது. அவன் ரசவாதி. கூடுவிட்டு கூடுபாய்பவன். கடவுளைப்போல அனைத்திலும் நிறைந்து இருப்பவன்.

கவிதைக்கான தளம், அதற்கான படைப்பு, அதற்கான வாசிப்பு தளர்வாக இருப்பதாக உணர்கிறீர்களா?

படைப்புத் தருணங்களில் ஒரு கவிதையைப் பின்தொடர்ந்து போய் அதன் நெருக்கடியான வழிகளில் எல்லாம் பயணம் செய்து, இறுதியில் கொண்டு வந்து எதிரே நிறுத்தும்போது ஏற்படுகின்ற ஆன்ம சௌந்தர்யம் மட்டுமே படைப்பாளியை மேற்கொண்டு இயங்க வைப்பதற்கான உயிர். அந்தப் படைப்பு, அவன் மூலமாக வெளிப்படும் தருணம் அரிய மலர்ச்சிக்கு ஒப்பானதாகும். படைப்பில் மூழ்க மூழ்க இந்தப் பரவச உச்சங்களே லௌகீகக் திறமைகளை மழுங்கடிக்கின்றன. இதனாலேயே பல சந்தர்ப்பங்களில் படைப்பாளிகள் சமூகத்திற்கு மிக அந்நியமாகிறார்கள். தாஸ்தயேவ்ஸ்கி, காப்கா, புதுமைப்பித்தன், பிரமிள், நகுலன் போன்றவர்களை இவ்வகையில் குறிப்பிடலாம். மார்க்கேஸ் போன்ற சில விதிவிலக்குகள் உண்டு.

எந்த ஒரு நல்ல படைப்பாளியையும் நாம் பெரிய அளவுக்குக் கொண்டாடுவது இல்லை. திறந்த மனதுடன் படைப்பாளிகளை அங்கீகரிப்பதில்லை. சூழ்ந்த நெருக்கடிகள் அநேகம் இருப்பினும் படைப்பவன் எங்கிருந்தாலும் உள்ளார்ந்த ஈடுபாட்டுடன், தீவிரமாக இயங்கிக்கொண்டுதான் இருக்கிறான். உக்கிரமான நதியை எதனுள் நாம் அடக்கிவிட முடியும்? படைப்பது மட்டுமே படைப்புச் செயல்பாடு அல்ல. கலையின் அருள் திகைந்த படைப்பாளியின் சமூக இருப்பே பெருங் கலை இயக்கம்தான்.

மலையாளக் கவிதைகளையும், தமிழ்க் கவிதைகளையும் ஒப்பிட முடியுமா?

நான் படித்த வரையில் தமிழ்க் கவிதைகளை விட மலையாளக் கவிதைகள் பெரிய பாய்ச்சலை ஒன்றும் எட்டிவிடவில்லை. ஆயினும் நவீன இலக்கியம் குறித்து அக்கறையும் விழிப்புணர்வும் அவர்களிடம் தீவிரமாக இருக்கின்றன. சிறார் இலக்கியம் பற்றி விரிவான செயல்பாடு அங்கே இருக்கிறது. இலக்கியவாதிகளுக்கான மதிப்பும் மரியாதையும் கணிசமான அங்கீகாரமும் இருக்கிறது. நாம் நமது மிகப்பெரிய இலக்கியச் சாதனையாளர்களை மிக அலட்சியமாக நலிவிற்குள் தள்ளியிருக்கிறோம். அங்கே புத்தகங்களின் விற்பனை அபரிமிதமாக இருக்கிறது. மக்கள் திருவிழாவிற்கு வருவதுபோலப் புத்தகக் கடைகளுக்கு வந்து புத்தகங்கள் வாங்கிச் செல்கிறார்கள். பலமுறை இதை நான் சந்தோஷமாக வேடிக்கை பார்த்து நின்றிருக்கிறேன்.

மொழிபெயர்ப்பில் தனி மனித செயல்பாடு கா.ந.சு.வில் இருந்துதான் ஆரம்பிக்கிறது...

கா.ந.சு.வின் 'பொய்தேவு' நாவல் நவீன நாவலின் தொடக்கமாகக் குறிக்கப்படுகிறது. கா.ந.சு. மிக முக்கியமான படைப்பாளியும், தமிழ் இதுவரை அறிந்ததிலேயே மிகப் பெரிய படிப்பாளியும் ஆவார். கா.ந.சு. தான் இறப்பதற்குச் சில தினங்கள் முன்பு கூட ஆழ்ந்த முனைப்புடன் செயல்பட்டார். கா.ந.சு. அளவுக்கு விரிவான வாசிப்பும் மொழி பெயர்ப்பில் அபார ஞானமும் பெற்றவர் வேறு

யாரும் இல்லை என்று சொல்லலாம். கா.ந.சு. என்ற நல்ல உள்ளத்தின் இடையறாத தூண்டுதலால்தான் நான் 'அறுவடை' நாவலை எழுதினேன் என்று சொல்வார் சண்முகசுந்தரம்.

உங்களுடைய கவிதைகளில் அதிகமாகப் பசியைப் பற்றிதான் இருப்பதாகச் சொல்கிறார்களே...

இல்லை. அது பசி மட்டும் அல்ல. அதனுடன் சில விஷயங்கள் இணைந்து வெளிப்பட்டு இருக்கின்றன. பசி மட்டுமாகவே இருந்தாலும்கூட அது அற்புதமான பாடுபொருள். இந்தப் பொருளில் என்ன உன்னதம் குறைபட்டுவிட்டது? 'பசி'களைப் பற்றி எழுதும்போது அதை எப்படி எழுதியிருக்கிறோம் என்பது தானே முக்கியம். என்னுடைய பசியை, ஒளிரும் உணர்வுப் பட்டைகள் வழியாக அடுத்தவருக்கு ஏன் தரிசனம் ஆக்கக் கூடாது. இவர் பசியைப் பற்றி எழுதியிருக்கிறார் என்று போகிற போக்கில் குறிப்பிடுவதை ஏற்றுக்கொள்ள இயலாது.

ஒரு பிரதி எழுதி முடிக்கப்பட்டவுடன், அந்தப் பிரதிக்கும் ஆசிரியருக்கும் தொடர்பில்லை என்றும் ஆசிரியர் இறந்துவிட்டார் என்றும் சொல்கிறார்கள்...

இதில் முற்றிலும் உடன்பாடு உண்டு. ஒரு படைப்பு உருவாகி முழுமை பெற்று வருகிற வரையிலான ஆன்மீக வாழ்க்கைதான் படைப்பாளிக்குச் சொந்தம். படைப்பு வெளியான பிறகு அது வாசகனுக்கான சொந்த விஷயம். அதில் படைப்பாளி தலையிட முடியாது.

படைப்பு என்பது ub normal என்று சொல்கிறார்களே...

Normal என்று எதுவும் கிடையாது. ஒன்றை ub normal என்றால் normal எது என்று காட்டவேண்டும். உலகத்தில் எந்த மனிதனையும் இயல்பானவன் என்று சொல்ல முடியாது. சில உடல் பாவனைகளை, சில பேச்சு வழக்குகளை, சில பழகு தொனிகளை நம் வசதி கருதி நாம் பொதுவாக சமைத்துக்கொண்டு இருக்கிறோம். மனதின் அகழ்ந்த பயணத்தின் போதுதான் அத்தனை மலினங்களும், அதற்கு நேர் எதிரான தன்மைகளும் வெளிப்படும். இதுதான் யதார்த்தம்; இது யதார்த்தமில்லை என்று துல்லியமாகச்

சொல்ல முடியாது. இரண்டுக்குமான வித்தியாசம் ஒரு புகை நூல் போலத்தான். படைப்பு இயக்கம் என்பது முற்றிலும் ub normal தொடர்புடையதுதான்.

காப்காவின் மனநிலை, தஸ்தயேவ்ஸ்கியின் மனநிலை, வான்காவின் மனநிலை பற்றியெல்லாம் நிறைய ஆய்வுகள் நடைபெற்றிருக்கின்றன.

படைப்பு இயக்கமே மந்திரத் தன்மையும், பூடகமும் அரூப வெளிகளும் நிறைந்த உலகம்தான். இதன் ஊடேயான ஒருமுகப் போக்கில் பிரக்ஞையற்ற, மனதின் ஆழத்தில் சித்தம் பதற்றமுறும் சில நிலைகளைக் கடந்து வராமல் இருக்க முடியாது. இந்த பிரக்ஞை திரிந்த தன்மையை நான் பெரிதும் நம்புகிறேன். பொங்கி மிதப்பதும் மூழ்கி மரிப்பதுவுமான தத்தளிப்பில் புதிய சுவாலைகள் சுடர்கின்றன.

ஒரு படைப்பாளி தன்னுடைய பிரதிக்கு நேர்மையாக இருக்க வேண்டுமா?

நேர்மையாக இருக்க வேண்டிய அவசியமில்லை. அப்படி இருக்கவும் முடியாது. உதாரணமாக வேறு களத்தில் வேறு துறையில் செயல்பட்டு, அதன் சகல கூறுகளையும் உள்வாங்கி உயிர்ப்போடு கொடுத்தால் அது என்னுடைய சொந்த வாழ்க்கையாகிவிடுமா? அது படைப்புரீதியான இன்னொரு வாழ்க்கை. இன்னொரு பரிமாணம். இது என்னுடைய வாழ்க்கை என்று எப்படிச் சொல்ல முடியும்?

ஒரு படைப்பில் ஈடுபடும்போது அந்தப் படைப்பு நிர்ப்பந்திக்கக் கூடிய விஷயங்களில் அந்த படைப்பாளி நேர்மையாக இருக்கவேண்டும். அதாவது அந்தப் படைப்பு அவனுள் நடைபெற்றுக் கொண்டிருக்கையில் அவன் அதற்குப் பரிபூரண விசுவாசமாக இருக்கவேண்டும். அப்படி இருந்தால்தான் அது காத்திரமான படைப்பாக வெளிப்படும். படைப்பு வேறு. படைப்பாளி வேறுதான். அதிகபட்சம் தன் படைப்பின் உருவாக்கத்தில் உண்மையாக இருக்க வேண்டும். அவன் பறவையாக கூடு பாய்ந்து இருந்தால் அப்பட்டமாக ஒரு பறவை அந்தப் படைப்பின் பக்கங்களில் வாழவேண்டும். இன்னொன்று, படைப்பின் அடிப்படையாக படைப்பாளியின் ஆளுமைப் பண்பே விரிந்து கிடக்கிறது.

நாவல் கட்டமைப்பில் பெரிதாக மாற்றம் வரவில்லை என்று சொல்கிறார்கள்....

வடிவம் சார்ந்து நாவல், சிறுகதை இவற்றில் அதிகமான அளவில் பரிசோதனை முயற்சிகள் வரவில்லை. ஆனால் கவிதை சார்ந்து நிறைய சோதனைகள் நடந்திருக்கின்றன. எத்தகைய பரிசோதனை முயற்சிகளும் தன்னுள் வலுவான கலைச் சரடைக் கொண்டிருக்கவில்லை எனில், காலத்தில் மிதப்பதற்கு முகாந்திரமும் இல்லை. இந்த நூற்றாண்டிலும் மகா கலைஞராக மீண்டும் மீண்டும் தஸ்தயேவ்ஸ்கி பேசப்படுகிறார். இவரது படைப்புகள் எந்தப் பரிசோதனை முயற்சிகளிலும் சிரமப்பட வில்லை. அவற்றில் உள்ள உளவியல் அம்சங்கள்தான் அவரது படைப்புகளை பேரிலக்கியங்களாக மாற்றி இருக்கின்றன. ஆனால், வறட்டுத்தனமான பரிசோதனை முயற்சிகளால் நமக்கு எந்தப் பயனும் ஏற்படப்போவதில்லை.

ஒரு நாவலில் யதார்த்தமும் புனைவும் எந்த அளவுக்கு இருக்க வேண்டும்? வாசகரை நம்ப வைப்பதில் பிரச்சினை இருக்கிறதே...

யதார்த்தம் என்ற ஒன்று இருப்பதாக வைத்துக்கொள்வோம். யதார்த்தத்தின் தடங்களில் பயணித்துப் புனைவுக்குள் நுழையும்போது, அந்தப் புனைவு படைப்பாளியின் இதயத்தோடு நீக்கமற உணரப்பட்டால் அது யதார்த்தத்தோடு சேர்ந்துவிடுகிறது. அப்போது எது யதார்த்தம், எது புனைவு என்று பிரிக்க இயலாது. புனைவும் யதார்த்தமும் ஒன்றிணைந்து மயங்கிப் படைப்பாக மாறுகிறது. இது வெளிப்பாடு தொடர்புடையது. ஒரு யதார்த்த சூழலில் சில புனைவுகளை வலிந்து இணைக்கும்போது அது எளிதில் தன்னை அடையாளம் காட்டிக்கொண்டுவிடும். ஆக, யதார்த்தம்போலப் புனைவும் உணரப்படுமானால் அந்தப் புனைவும் யதார்த்தமாக மாறிவிடுகிறது.

வட்டார இலக்கியத்தைப் பொறுத்தவரை அதற்கான பிராந்திய அடையாளங்களே போதுமானவையா?

ஒரு வட்டாரத்திற்கான அம்சங்கள் அடையாளங்களைத் தெரிந்துகொள்ள வேண்டுமெனில், அந்த வட்டாரத்திற்குச்

சென்றோ, அல்லது அது பற்றிய ஆய்வுகளைப் படித்தோ தெரிந்துகொள்ளலாம். இதுதான் நோக்கம் என்றால் இதை இலக்கியம் செய்யவேண்டும் என்று எதிர்பார்க்க முடியாது. உலகின் எந்த மூலையைக் களனாகத் தெரிவு செய்துகொண்டாலும் மனித உணர்ச்சிப் போராட்டங்களே, உளவியலே, ஆன்மீகக் கூறுகளே இலக்கியமாக மேலெழுகின்றன. அதன் நம்பகக் கூறுகளாக வட்டார விஷயங்கள் துணைபுரியும்.

படைப்பு மையம், கலை சார்ந்து உயர்வு பெறும்போது அதன் பிராந்திய விவரங்களும் முக்கியத்துவம் பெறுகின்றன. இது தவிர களம் சார்ந்த அடையாளங்களுக்கு வேறு முக்கியத்துவம் கிடையாது.

இலக்கியம் கண்ணாடி...

பல சூழ்நிலைகளில் அப்படித்தான். சில சந்தர்ப்பங்களில் அப்படி அல்ல. எல்லா நிலைகளிலுமே காலத்தின் கண்ணாடியாக இலக்கியம் இருக்கமுடியாது. காலத்தின் முன் பின்னாகச் சென்று தன் களனைத் தெரிவு செய்துக் கொள்ளக் கூடிய அதீதப் புனைவுகள் தோன்றியிருக்கின்றன. மார்க்கேஸின் பல கதைகளை காலம் காட்டும் கண்ணாடி என்று சொல்ல முடியாது. இலக்கியம் காலத்தின் கண்ணாடியாக இருந்து சமூக நடப்புகளைப் பிரதிபலிக்கிறது என்ற கருத்து அதற்கான பிரத்தியேக நிலைகளில் மட்டும் பொருந்தும்.

இதில் மொழியின் பயன்பாடு என்னவாக இருக்கும்?

படைப்பின் உருவாக்கத்தில் பெரும் அலைபாய்தல் நிகழ்கிறது. நுட்பங்களை, நெருக்கடிகளை, போராட்டங்களை, ஆனந்தங்களை செம்மையாகச் சொல்வதற்கான மிகப் பெரிய மனக் குமைச்சல் நடந்துகொண்டிருக்கிறது. மனதின் ஆயிரம் கைகள் மொழியைத் துழாவுகின்றன. அந்நிலைகளில் அந்த எழுச்சியோடு இணை சேர்ந்து போக முடியாத சந்தர்ப்பங்களும் மொழிக்கு ஏற்படுகின்றன. அப்போது புதிய பதச் சேர்க்கைகளின், புதிய சொல் முறைகளின் அற்புதம் நடப்பதற்கும் வாய்ப்புகள் கணிசமாகின்றன.

தன்னுடைய இயக்கத்தினால் மொழி புதுப்பிக்கப்படுகிறது என்ற எண்ணம் படைப்பாளிக்கு ஒருபோதும் இருப்பதில்லை. மொழியும் கலைஞனும் ஒன்றிணைந்து ஒருவரை ஒருவர் உயர்வு செய்து போகும் காட்சியையும் நாம் படைப்புகளில் சந்திக்கிறோம்.

'கலை கலைக்காகவே', 'கலை மக்களுக்காகவே' எனும் நிலைப்பாடுகள் தாமாக உதிர்ந்ததுபோன்று இருக்கிறது. கோட்பாட்டு ரீதியாக, தத்துவம் சார்ந்த படைப்புகள் குறைவாக உள்ளனவே?

முதலும் முற்றிலுமாக, கலை கலைக்காகவே செயல்பட்டால்தான் அது நல்ல மக்கள் கலையாக மாற்றமடையும். இதில் இரண்டாவது கருத்துக்கு இடம் கிடையாது. என்னுடைய நம்பிக்கை என்னவெனில் படைப்பு தனது விதியைத் தானே தீர்மானித்துக்கொள்கிறது. கலை கலைக்காக என்பதும், கலை மக்களுக்காகவே என்பதும் அந்தக் காலத்தில் கம்யூனிஸ பிரச்சார வசதி கருதி ஏற்பட்டது. அந்த முகமூடியை நாம் எல்லாக் காலங்களிலும் அணிந்துகொண்டு இருக்க முடியாது. தஸ்தயேவ்ஸ்கி, டால்ஸ்டாய், குப்ரின், சேகவ், துர்க்கனேவ், ஷோலகவ், அலெக்ஸி டால்ஸ்டாய் முதலிய எல்லோருமே மக்களுக்காகத்தான் எழுதினார்கள். எது நல்ல இலக்கியமோ அதுதான் மக்கள் இலக்கியமாக நீண்டு நிலைபெற்று வாழ்ந்து வருகிறது.

ஒரு படைப்பிலக்கியத்தின் பங்கு சமூகத்தில் என்னவாக இருக்கும்?

உணர்வுகளின் வாயிலாக இலக்கியம் மனித குலத்திற்குக் கொண்டு சேர்க்கும் வளமை அளப்பரியதுதான். அது மனிதனுடைய மனதில் நுண் உணர்வுகளையும் மிக மேன்மையான தன்மைகளையும் மேலெழுந்து வரச்செய்கிறது. மனதின், அறிவின் விசாலத்திற்கு கலை இலக்கியம் தவிர வேறு புகல் இல்லை. கலை இலக்கியம்தான் மனித குலத்தின் பொக்கிஷம். இவை மூலம்தான் மனிதன் மீட்சியடைய முடியும். நேசிப்பதற்கு, அடுத்தவற்றின் மீது கவனம் கொள்வதற்கு, இந்த உலகத்தின் அத்தனை விஷயங்களின் மீதும் பார்வை செலுத்துவதற்கு கலை இலக்கியங்கள்

மட்டும்தான் கற்றுக் கொடுக்க முடியும். மனிதனின் மிக ஆதாரமான ஆன்மீக சம்பத்து இது. ஒரு சமூகத்தில் கலை இலக்கியங்கள் மேம்பட்டு இருக்கின்றன என்றால் அதன் செறிவு மக்கள் மனதிலும் இடம் பெற்று இருக்கும். வாழ்வில் கலந்து இருக்கும். கலை தன் பாதிப்புகளை எல்லையற்று நிகழ்த்திக்கொண்டேயிருக்கிறது. உதாரணமாக செக்கோவின் 'ஆறாவது வார்டு'. என் உடலையும், மனதையும் பெரிய அளவுக்கு பாதித்த கதை. அது எங்கோ எப்போதோ எழுதிய கதை. இன்றைக்கும் தன் இருப்பை மிகத் தீவிரமாக உணர்த்துகிறது. அது ஏற்படுத்திய விளைவு எவ்வளவு ஆழமானது!

'வெண்ணிற இரவுகள்' படிக்கும்போது ஒவ்வொரு மனிதனும் கடவுளாக மாறிப்போவான். தூய மனநிலையின் சிகரங்களில் சில நிமிடங்களேனும் உலவுவதற்குச் சித்திக்குமே. இதுபோன்ற படைப்புகளைத் தொடர்ந்து படைக்கும்போது, படிக்கும்போது மனிதன் ஏன் விடுதலை அடைய மாட்டான்? அவனுடைய மலினத்தின் கட்டுகள் ஏன் அறுந்துபோகாது? படைப்பின் வழியாகத்தான் தன்னுடைய ஆன்மீகத்தை நோக்கிச் சமூகம் உயர வேண்டியிருக்கிறது. எதனாலும் இட்டு நிரப்ப முடியாத பங்கு கலைக்கு இருக்கிறது. படைப்பின் சாளரம் வழியாக பிரபஞ்சத்தை தரிசிக்கும் ஆற்றலை நாம் ஒவ்வொரு மனிதனிடமும் உருவாக்கவேண்டும். ஒவ்வொரு மனிதனும் முற்றிலுமாக வாழ்ந்து தீர்ப்பதற்கு தீவிர வாசகராக மாறவேண்டும்.

நவீன ஓவியத்தில் யதார்த்த வடிவங்கள் மறுக்கப்படுவது.... இதைத்தான் சரி என்று சொல்வது...

நம்மிடம் அநேக வகைமாதிரிகள் உள்ளன. ஓவியங்களுடன், ஓவியத்தின் பாணிகளுடன் பழகி பரிச்சயம் கொள்வது தவிர்க்க முடியாததாகிறது. அந்தத் தொடர்பின் அடிப்படையில்தான் பார்வையாளருக்கும் நவீன ஓவியத்துக்கும் உரையாடல் ஏற்படக்கூடிய வாய்ப்பு இருக்கிறது. ஒரு மொழியில் இயங்குகிற இலக்கியவாதிக்கு மரபு ரீதியான பயிற்சி எந்த அளவுக்கு அவசியமோ அதுபோலவே ஓவியத்திலும் மரபு ரீதியான பயிற்சியும் அவசியம்.

உருவங்களைச் சிதைக்கும் முயற்சிகள், இதற்கு அப்பாற்பட்டு நடக்க வேண்டிய பரிசோதனைகள்.

ஒரு நாவல் வாசகர்களால் நிராகரிக்கப்படும்போது படைப்பாளி சரியாக செயல்படவில்லை என்று கூறலாமா?

வாசகர்களால் நிராகரிக்கப்படுவதோ, வரவேற்கப்படுவதோ முக்கியமான விஷயம் இல்லை. வாசகர்களின் பாராட்டு மொழியையோ அல்லது தூஷணையையோ மனதில் கருதிக் கொண்டு நாம் எப்படிச் செயல்பட முடியும்? எந்த முன்தீர்மானமும் படைப்புக்கு எதிரானதுதானே. முன்தீர்மானத்தோடு, வாசகர் ஆதரவுக்கான ஏக்கத்தோடு செய்யும் படைப்பு முயற்சிகள் வர்த்தகமே அன்றி வேறு இல்லை. தன் இயல்பூக்கத்தைத்தான் படைப்பாளி முற்றிலும் நம்பியிருக்க வேண்டும். தவிர, படைப்பின் வெற்றி தோல்விகள் அவ்வப்போது, உடனுக்குடன் தீர்மானிக்கப்படுவது அல்ல.

ஒரு பயனாளி இல்லாமல் படைப்பு சாத்தியமா?

படைப்பு என்பது வாசகர்களிடம் செல்வது அடுத்த கட்டம். ஆனால் எழுதும்போது வாசகர்களைக் கருத்தில் கொள்வது மிகப் பெரிய இடையூறாக அமையும். படைப்புக்கும் படைப்பாளிக்குமான போராட்டமே மிக முக்கியமானது. அந்தப் போராட்டம் படைப்பாளியிடம் ஏற்படுத்தக்கூடிய உணர்வுகளுக்கு நிகராக இந்த உலகத்தில் எதுவும் இல்லை. படைப்புக்கும் வாசகருக்குமான பிரச்சினை தனிப்பட்டது. இதில் படைப்பாளிக்கு எந்தத் தொடர்பும் இல்லை.

நவீனத்தில், மரபை உள்வாங்கி செழுமைப்படுவது. இன்னொன்று, மரபை முற்றிலுமாக நிராகரித்துவிட்டு நவீனத்தைத் தூக்கிப்பிடிப்பது. இவற்றில் எது சரி?

இலக்கியம், பெண்ணியம், தலித்தியம், அறிவியல், மருத்துவம், கல்வி, உளவியல் ஆகிய எல்லாமும் நவீனத்துவ சிந்தனைகளால் தாக்கம் பெற்றுத்தான் வருகின்றன. படைப்பிலக்கியத்தைப் பொறுத்தவரை மரபின் காத்திரமான

அடித்தளத்தின் மீதுதான் நவீன இலக்கியம் எழுந்து வர வேண்டும். இதுதான் ஆரோக்கியமானதாக இருக்க முடியும்.

மரபின் உள்ளார்த்தமான, வலுவான, மிக மேன்மையான சாரங்களை உட்கொள்ளாமல் நவீனம் உருப்பெறாது. நவீனம் தன்னுடைய ஜீவனை மரபிலிருந்துதான் எடுத்துக்கொள்கிறது. மரபின் மீது கால் வைத்துதான், அதை மீறி வேறு ஒரு தளத்தை நவீனம் அடைய முடியும். இலக்கியம் தவிர்த்த வாழ்வின் வேறு கூறுகளில் மரபை வேறு கோணத்தில் பார்க்க வேண்டி இருக்கிறது.

மரபின் வளமான கூறுகளைத் தன்வயப்படுத்திக்கொண்ட நவீனமே பெரும் சாதனைகளைத் தன் இலக்காக வரித்துக் கொள்ளும்.

ஒரு படைப்புக்கு படைப்பாளி என்பவரைத் தவிர, எடிட்டர் என்பவர் தேவையா?

இது ஒரு மேற்கத்திய நடைமுறை. இலக்கியப் படைப்பின் சாதகங்களும், பாதகங்களும் முற்றிலும் படைப்பாளியைச் சார்ந்தவைதான். என்னை விடவும், ஒரு ஆசிரியர் குழுவினர் மீது எப்படி நம்பிக்கை வைக்க முடியும்? பாரதிக்கு யாராவது எடிட்டர் இருந்திருப்பார்களா? ப.சிங்காரத்திற்கும், ஜி. நாகராஜனுக்கும், பிரமிளுக்கும் யார் எடிட்டர்? மிகப் புரிந்துணர்வுகொண்ட நண்பர்களிடமிருந்து வருகின்ற ஆலோசனைகளுக்குப் படைப்பின் உருவாக்கத்தில் பங்கு இருக்கிறது. உட்திடமற்ற படைப்பை ஒரு எடிட்டர் தூக்கி நிறுத்திவிட முடியாது.

கவிதைக்கான விமர்சனப் போக்கு...

எந்த ஒரு படைப்பையும் எல்லா வகையிலும் ஆராய்ந்து ஒரு படைப்பின் தரத்தை நிதானிக்க விமர்சகரால் ஆகாது. தன் வாசிப்புக்கு தோன்றுகிற சில அம்சங்களை மையமாக வைத்துத்தான் அபிப்பிராயங்கள் பதிவு செய்யப்படுகின்றன. ஒரே படைப்பு ஒரே வாசகரால் பல்வேறுபட்ட சூழ்நிலைகளில் வாசிக்கப்படும்போது, அந்தப் படைப்பு ஏற்படுத்தும் உணர்வு சூழ்நிலைக்குத் தக்கவாறும் மாற்றமடைகிறது. கவிதையைப்

பற்றி வருகிற தற்கால விமர்சனங்கள் நிறைவு தரவில்லை. ஒரு கவிதை விமர்சனம் என்னுள் ஏற்படுத்துகிற உணர்வுக்கும், விமர்சனம் செய்யப்பட்ட கவிதையைப் படிக்கும்போது ஏற்படுகிற உணர்வுக்கும் மிகப் பாரதூரமான இடைவெளியை உணர்கிறேன். கவிதை விமர்சனத்தின் தளத்தில் காழ்ப்பு, வெறுப்புகள் தனிப்பட்டுத் தெரிகின்றன.

கவிதையை அணுகுவதற்கான திறந்த மனநிலையைக் கொள்வது விமர்சகர்களுக்கு சிரமமான விஷயமாக இருக்கிறது. மனத்தடைகள், ஒவ்வாமை, முன்தீர்மானம், நட்பு சார்பு போன்ற அம்சங்கள் விமர்சனத்தைத் தீர்மானிக்கின்றன.

கவிதை விமர்சனம் மிக மிகக் கவனமாகக் கையாள வேண்டிய ஒன்று. ஒவ்வொரு கவிதையின் பின்னாலும் படைப்பாளியின் மனம் இருக்கிறது.

இலக்கியம் என்பது பெரும் வருவாய் ஈட்டித்தரும் தொழில் களம் அல்ல படைப்பாளிக்கு. அவனுடைய அர்ப்பணிப்பு சிலபோது வாழ்க்கையையே பணயம் கேட்கிறது. விமர்சிப்பவர்களும் தங்கள் மனசாட்சியை முன்நிறுத்தி விமர்சிக்க வேண்டும். விமர்சனமும் படைப்புக்கலைதானே...

- உங்கள் நூலகம் (நவம்பர் - டிசம்பர் / 2006)

தமிழில் குழந்தை இலக்கியத்துக்கான முயற்சிகள் அவசியம்

உரையாடல் : ததாகத்

தமிழில் குழந்தை இலக்கியத்துக்கான முயற்சிகள் அவசியம் என்கிறார் யூமா வாசுகி.

கவிஞர், சிறுகதையாசிரியர், நாவலாசிரியர், மொழிபெயர்ப்பாளர், ஓவியர் எனப் பன்முகப் பரிமாணம் கொண்டவர் யூமா வாசுகி. 'ரத்த உறவு', 'மஞ்சள் வெயில்' ஆகியவை இவர் எழுதிய நாவல்கள். 'உயிர்த்திருத்தல்' சிறுகதைத் தொகுதி. 'உனக்கும் உங்களுக்கும்', 'தோழமை இருள்', 'இரவுகளின் நிழற்படம்', 'அமுத பருவம் வலம்புரியாய் அணைந்ததொரு சங்கு' ஆகியவை கவிதை நூல்கள். திருச்சி வந்திருந்த யூமா வாசுகியுடனான உரையாடலிலிருந்து இது தொகுக்கப் பட்டிருக்கிறது.

ஓவியரான நீங்கள்....

தொடக்கத்தில் ஓவியங்கள்தான் வரைந்துகொண்டிருந்தேன். கும்பகோணம் ஓவியக் கல்லூரியில் படிப்பு முடிந்த பிறகு சென்னைக்குச் சென்றேன். அப்போது, எழுதுவது இரண்டாம் பட்சமாகத்தான் இருந்தது. அண்ணாச்சி வசந்தகுமார் (தமிழினி பதிப்பகம்) அவர்களின் தூண்டுதலால் எழுத்தின் மீதான ஆர்வம் அதிகரித்தது.

பெண்ணிய எழுத்து என்பதுபோன்ற வரையறை தேவைப்படுகிறதா?

அவசியம் இருக்கிறது. கருப்பு இலக்கியத்துக்கான, தலித் இலக்கியத்துகான தேவையும் இருக்கத்தான் செய்கிறது. இவை இன்னும் தீவிரமாக அகண்டு போக வேண்டும்.

இலக்கிய உலகில் அதிர்வை ஏற்படுத்திய 'ரத்த உறவு' நாவலை எழுத எத்தனை ஆண்டுகள் எடுத்துக் கொண்டீர்கள்?

ஏறத்தாழ 60 நாட்கள் மட்டுமே. சில சம்பவங்களை தனித்தனி சிறுகதைகளாக எழுத யோசித்திருந்தேன். அண்ணாச்சி வசந்தகுமார் இந்த விஷயங்களை நாவலாக எழுதிப் பார்க்கும்படி யோசனை கூறினார். தொடர்ந்து இதை வலியுறுத்தினார். அவருடைய வற்புறுத்தலால்தான், அந்த ஒரே காரணத்தால்தான் பட்டுக்கோட்டை வந்து தங்கி நாவலை எழுதி முடித்தேன்.

நான் மொத்தம் 23 அத்தியாயங்கள் எழுதியிருந்தேன். இவற்றை அண்ணாச்சி 66 அத்தியாயங்களாகப் பிரித்தார்.

'மஞ்சள் வெயில்' நாவல் பற்றி...

திருமணத்துக்கு முன்பான உணர்வுகளின் வெளிப்பாடு. கவிதைகள், குறிப்புகள் வைத்திருந்தேன். 'அமுத பருவம் வலம்புரியாய் அணைந்ததொரு சங்கு' என்பது காதல் கவிதைகளின் தொகுப்பு. இதே உணர்வுகளை நாவல் வடிவத்தில் கொண்டதுதான், 'மஞ்சள் வெயில்.' இந்த நாவல் சமீபத்தில் வெளியானது.

ரத்த உறவுக்கும் மஞ்சள் வெயிலுக்கும் இடையே?

இளம் பிராயத்து குடும்பச் சூழல், 'ரத்த உறவு'. ஓர் இளைஞனின் மன உணர்வு, 'மஞ்சள் வெயில்'. இதில் கதையே கிடையாது. ஆகப் பெரிய கொண்டாட்டம், துக்கத்தின் பரிவு.

பிற மொழி நூல்களை மலையாளம் வழி மொழிபெயர்க்கிறீர்கள்...

தமிழில் வராத நல்ல ரஷ்ய நாவல்கள் மலையாளத்தில், தெலுங்கில் இருக்கின்றன. அத்தகையதொரு நாவல்தான் சிங்கிஸ் ஐத்மாத்தவின் 'சிவப்புத் தலைக்குட்டையணிந்த பாப்ளார் மரக்கன்று.' எளிமையான உருக்கமான காதல் கதை. இதை நான் மலையாளத்திலிருந்து மொழிபெயர்த்தேன். ஐத்மாத்தவின் மற்றொரு நாவலான 'ஒட்டகக் கண்' விரைவில் தமிழில் வரவுள்ளது. மலையாளத்தில் உலக இலக்கிய மொழிபெயர்ப்புகளை வாசிக்கும்போது, அவற்றில் எனக்கு

உவப்பானதை தமிழில் மொழிபெயர்த்து ஆங்கிலப் பிரதியுடன் ஒப்பிட்டு பூர்த்தி செய்கிறேன்.

இப்போது என்ன மொழிபெயர்த்துக் கொண்டிருக்கிறீர்கள்?

சாகித்ய அகாதமிக்காக மலையாள எழுத்தாளர் சி.வி.ஸ்ரீராமனின் ஒட்டுமொத்த சிறுகதைகளையும் மொழிபெயர்த்துக் கொண்டிருக்கிறேன். மூன்றிலொரு பங்கு முடிந்துவிட்டது.

மலையாளத்திலிருந்து சிறாருக்காக நிறைய மொழிபெயர்க்கிறீர்கள். கேரளத்தில் சிறார் இலக்கியம் எப்படி இருக்கிறது?

தமிழைவிட நன்றாக இருக்கிறது. அங்கே சிறார் இலக்கியத்தில் தீவிர கவனம் செலுத்தப்படுகிறது. கேரளத்தில் சிறார் இலக்கியத்திற்காக, 'பாலசாகித்ய இன்ஸ்டிட்யூட்' எனும் பெயரில் அரசு அமைப்பு இருக்கிறது. சிறார் நூல்களை விரும்பி வெளியிடும் பெரிய பதிப்பகங்கள் இருக்கின்றன.

இங்கே இந்தத் துறையில் பெரிய வெற்றிடம் இருக்கிறது. எனவே அங்கிருந்து முன்மாதிரியான விஷயங்களை இங்கே எடுத்துக் காட்டுவதற்காக மலையாள சிறார் இலக்கிய நூல்களை மொழிபெயர்க்க ஆரம்பித்தேன். அந்த வகையில் இதுவரை 15 நூல்கள் மொழிபெயர்த்திருக்கிறேன்.

சிறார் இலக்கியத்துக்கான வலுவானதொரு அரசு அமைப்பு தேவை. உள்ளடக்கம், வடிவமைப்பு, ஓவியங்கள், தயாரிப்பு ஆகியவற்றிலெல்லாம் மிகு நேர்த்தி கொண்ட வண்ணப் புத்தகங்களை எளிய விலையில் சிறாருக்குக் கிடைக்கச்செய்ய வேண்டும். இது சமூக மாற்றத்துக்கான அடிப்படைச் செயல்பாடு. அரசுதான் முன்னெடுக்க வேண்டும்.

இன்றைய எழுத்துச் சூழல்...

நம்பிக்கை அளிப்பதாக இருக்கிறது. புதிய எழுத்தாளர்கள் அடையாளம் காணப்படுகிறார்கள். வாசிப்பு மேம்பட்டிருக்கிறது. சிறுபத்திரிகைகள் வருகின்றன. உருவத்திலும் உள்ளடக்கத்திலும் புத்தகங்கள் தரமாகத் தயாரிக்கப்படுகின்றன. எழுத்தாளருக்கு 'ராயல்டி' கொடுத்து புத்தகம் வெளியிடும் சூழல் தென்படுகிறது.

வேறு நாவல் ஏதேனும் எழுதிக் கொண்டிருக்கிறீர்களா?

'சுதந்திர ஓவியனின் தனியறைக் குறிப்புகள்' எழுதிக் கொண்டிருக்கிறேன். இந்த ஆண்டுக்குள் நிறைவடைந்து விடும்.

அடிப்படையில் நீங்கள் ஓவியர். ஆனால் ஓவியத்துறையில் நீங்கள் பெரிய அளவில் வெற்றிகரமாக ஏதும் செய்யவில்லையே?

ஆறு ஆண்டுகள் ஓவியம் படித்தேன். வாழ்க்கை நிர்ப்பந்தத்தால் பத்திரிகைகளுக்கு ஓவியம் வரைந்தேன். எனக்கான ஓவியம் கருகிவிட்டது. பிழைப்புக்கான வழியாக ஓவியம் வரைந்தபோது சொந்த விருப்பங்கள் நிறைவேறவில்லை. என் கோட்டோவியங்கள் தொகுக்கப்பட்ட ஓவியப் புத்தகம் ஒன்று ஆங்கிலத்தில் வெளியாகியிருக்கிறது. என் விருப்பம் சார்ந்து ஓவியத்தில் செயல்பட வேண்டும் என்பது ஒரு கனவாக இருக்கிறது. லலித்கலா அகாதமியின் ரீஜினல் ஓவியக் காட்சிகள் இரண்டில் என் ஓவியங்கள் விற்றபோது முழுநேர ஓவியனாகிவிடலாமா என்றுகூட நினைத்திருக்கிறேன். இப்போது இலக்கிய ஈடுபாடு மிகைத்துக் கொண்டுவிட்டது. இங்கே இலக்கியத்தில் சோதனை முயற்சிகள், தேடல்கள் நடந்த அளவுக்கு ஓவியத்தில் நடைபெறவில்லை.

- தினமணி - நாளிதழ் (05.04.2007)

படைப்பு வெளியீட்டிற்கான ஆழ்ந்த நேர்மை

உரையாடல் : அ.கார்வண்ணன்

பல்வேறு கோட்பாடுகள் பேசப்படும் தமிழ்ச் சூழலில் உங்களுடைய படைப்பினை நீங்கள் எப்படி இக்கோட்பாடுகள் சார்ந்து மதிப்பிடுகிறீர்கள்?

கோட்பாடுகள் என்பது என்றைக்கும் நிலைத்திருக்கக்கூடிய ஒன்றாக எனக்குத் தோன்றவில்லை. இலக்கியம் சார்ந்த கோட்பாடுகள் அவ்வப்போது தற்காலிகமான விவாதப் பொருளாக வந்து மறைந்து போகக்கூடியவையாகவே இருக்கின்றன. ஒரு படைப்பின் மேன்மையைத் தீர்மானிப்பதில் கோட்பாட்டிற்கு எந்தவிதமான முக்கியப் பங்குமில்லை என்பதை நான் மிக உறுதியாக நம்புகிறேன். ஏனென்றால், உலகளாவிய எழுத்தாளர்களின் பல படைப்புகள், இந்திய, தமிழ்ச் சூழலின் எழுத்தாளர்களின் பல முக்கியப் படைப்புகள் கோட்பாட்டை மையமிட்டவையாக இல்லை. இருப்பினும், இவர்களின் படைப்புகள் காலத்தைக் கடந்து நிற்கின்றன. இதற்குக் காரணம் படைப்பிற்கான உள்ளெழுச்சி. அந்த உள்ளெழுச்சியும் படைப்பு வெளியீட்டிற்கான ஆழ்ந்த நேர்மையும்தான் ஒரு படைப்பை வெற்றிபெறச் செய்கின்றன. உதாரணமாக ஜி.நாகராஜன், தி.ஜானகிராமன், சுந்தர ராமசாமி, தஸ்தயேவ்ஸ்கி, டால்ஸ்டாய், ஜெனே, காஃப்கா முதலானவர்களுடைய எழுத்துகளை எந்தக் கோட்பாட்டுச் சட்டகத்தினுள் அடக்க முடியும்?

எழுத்து என்பது ஒரு தனிமனித ஆளுமை. தங்கு தடையற்று பெருக்கெடுத்த அந்த ஆளுமையின் சாரம்தான் படைப்பாக உருப்பெறுகிறது. அவ்வாறு உருப்பெற்ற அப்படைப்பை அணுகும் வாசகர்தான் இப்படைப்பு

இக்கோட்பாட்டினைச் சார்ந்தது; இந்தக் கோட்பாட்டின்படி இன்னதைச் சொல்கிறது என்ற முடிவுக்கு வரவேண்டும். அது தவிர்த்து எந்தப் படைப்பாளிக்கும் கோட்பாட்டுச் சட்டகத்திற்குள் நின்று எழுத வேண்டும் என்ற எண்ணம் முன்கூட்டியே தோன்றுவதில்லை. அவர்களின் மனதாழத்தில் தைத்து வெளியிடத் தூண்டும் அந்தப் படைப்பின் பொறி எந்தக் கோட்பாட்டின்படியும் அமையலாம். அவ்வாறு ஒரு கோட்பாட்டுச் சட்டகத்திற்குள் நின்று மட்டுமே எந்த ஒரு படைப்பும் படைக்கப்படுமானால், அந்தப் படைப்பிலிருந்து அதன் ஆன்மா தொலைவில் இருக்கும். எது ஒன்றின் பொருட்டான இயல்பான தன்னெழுச்சிதான் ஒரு படைப்பை உருவாக்குமே தவிர கோட்பாடு அல்ல. ஒரு படைப்பு, கோட்பாட்டு அடிப்படையிலிருந்து எழுவதேயானாலும் அது புத்தாக்கத்தின் மலர்ச்சிக் கூறுகளுடனும் இயல்பின் நம்பகத்துடனும் - உச்ச செயல்பாடாக உணர்வாழத்தில் செருகிக் கிளர்த்துவதாகவும் இருக்கும் பட்சத்தில் அது முதற்கட்டமாக நல்ல கலைப் படைப்பாகத் தான் ஏற்கப்படுமே அன்றி, கோட்பாடு என்பது அதன் பின்னணியில் கலந்து துருத்தித் தெரியாத வகையிலேயே அமைந்திருக்கும்.

நீங்கள் ஓவியராகச் செயல்படுவது புனைகதை படைப்பதற்கு எவ்வகையில் வலுசேர்க்கிறது?

நான் கும்பகோணம் ஓவியக் கல்லூரியில் ஐந்து ஆண்டுகள் படித்தேன் (மாணவர் வேலை நிறுத்தத்தில் கல்லூரி மூடப்பட்டிருந்த ஒரு வருடத்தைச் சேர்த்து ஆறு ஆண்டுகள்). ஆயினும், ஓவியமென்பது எனக்கு மிகச் சிறிய வயதிலேயே அறிமுகமான ஒன்று. காரணம், என்னுடைய தாய்மாமன்கள் இருவரும் ஓவியர்கள். அவர்களுடைய தாக்கத்தால் ஆரம்ப காலத்திலிருந்தே எனக்கு ஓவியத்தின்பால் ஈடுபாடு இருந்தது. அதுவே நாளடைவில் என்னை இலக்கியத்திற்கும் இட்டுச் சென்றது. பிறகு, எழுதுவதற்கான ஊக்கத்தினையும் வளர்த்தெடுத்தது. ஆக, ஓவியமும் எழுத்தும் என்னைப்பொறுத்த வரையில் இரண்டறக் கலந்த ஒன்றாகத்தான் கருத முடிகிறது. இவற்றில் உணர்வு வெளிப்பாட்டு முறைதான் வேறாகி இருக்கிறதே தவிர அவற்றுக்கான மையம் என்பது ஒன்றுதான்.

எனவே, இவையிரண்டும் எதை நோக்கிப் பயணிக்கின்றன என்றால் எல்லையற்ற கவித்துவத்தை நோக்கி எனலாம். இவற்றிற்கான ஆகப்பெரிய இலக்கு அதுதான்.

இலக்கியம், ஓவியம் இவையிரண்டிற்குமான வெளியீட்டு முறைமையில் ஓவியம் என்பது கோடு, வண்ணங்களால் ஆனதாகவும் இலக்கியம் என்பது எழுத்துகளால் ஆனதாகவும் இருக்கின்றது என்பதே இவற்றிற்கான வித்தியாசமே தவிர, இவற்றின் அதிகபட்ச இலக்கு மேற்கூறிய அந்தக் கவித்துவம் என்ற ஒன்றையே மையமிட்டிருக்கின்றது. இதில் கதை, கவிதை எழுதுவதற்கு ஓவியம் எந்தளவிற்குப் பயன்படுகின்றது என்றால் 'காட்சி'யை அவற்றை மிகத் துல்லியமாக மனதில் உணர்வதற்கு உதவுகிறது. நுட்பத்துடனும் விவரண நம்பகத்துடனும் தெளிவாகச் சொல்வதற்கும் பயன்படுகிறது. குறிப்பாக, ஓர் இலையை வரையும் நோக்கோடு பார்க்கும் ஓர் ஓவியனின் பார்வை வெறும் மேம்போக்காக இருப்பதில்லை. மாறாக, இலை, அது சாய்ந்திருக்கும் கோணம், இலை நரம்புகளின் அமைவு, அதன் நிறம், அதன் மேல் மினுக்குகிற ஈரம் என்று அவன் பார்வை மிக நுணுக்கமாக இருக்கிறது. அதுவே ஓவியனின் இயல்பும்கூட. அப்படிப்பட்ட அந்தத் துல்லியமான பார்வைப் பரிமாணம்தான் விவரணையில் என் செயலுக்கு ஆதரவாக இருக்கிறது.

சிறுபத்திரிகையில் எழுதுவதைப் பற்றியும் வெகுசனப் பத்திரிகையில் எழுதுவது குறித்தும் உங்களுடைய கருத்து என்ன?

தமிழ்ச் சூழலில்தான் சிறுபத்திரிகை, வெகுசனப் பத்திரிகை என்ற கருத்து விரிசல் காணப்படுகிறது. இன்றைக்கும் இணக்கமான சூழல் ஏற்படவில்லை. சீரிய இசை, ஓவியம் இலக்கியத்தை மக்களிடமிருந்து அந்நியப்படுத்தி விலக்கி வைக்கும் மிகக் கொடுமையான, பாதகச் செயலை இன்றளவில் ஒட்டுமொத்த வெகுசன ஊடகங்களும் செய்து கொண்டிருக்கின்றன. சி.சு.செல்லப்பா, கா.ந.சு. தொடங்கிப் பல சிறுபத்திரிகையாளர்கள் நல்ல கலைவடிவங்களை அதன் தீவிரத்துடன் பரவலாக்க முயற்சித்தும்கூடச் சிறுபத்திரிகைக்கும் வெகுசனப் பத்திரிகைக்குமான மிகப்பெரிய இடைவெளி

அகலவில்லை. இன்றைக்கும் இடைவெளி இருந்து கொண்டேயிருக்கிறது என்றாலும், ஆரம்ப காலகட்டத்தில் வெளிவந்த ‘எழுத்து’, ‘கசடதபற’, ‘ழ’, ‘பிரக்ஞை’ தொடங்கிய, தீரமும் அர்ப்பணிப்பும் கொண்ட சிறுபத்திரிகைச் செயல்பாடுகளால் இன்றைக்கு அக்கறையுடன் செயல்படக் கூடிய இலக்கியவாதிகளுக்கும், கலைஞர்களுக்கும் சிறிய அளவிலான ஓர் அங்கீகாரம் கிடைத்திருக்கிறது. இருப்பினும் இத்தனை ஆண்டுகால சிறுபத்திரிகை இயக்கம் வளர்த்தெடுத்த அம்சங்கள் இன்றும் அந்நியப்படுத்தப்பட்டே வருகின்றன. இதற்கு முக்கியக் காரணம், வெகுசன ஊடகங்களின் மாபெரும் சக்தி. நூறு சதவிகித லாப நோக்கோடு செயல்படும் இவ்வூடகங்கள் இம்மாதிரியான நல்ல வெளிப்பாடுகளை மக்களிடம் சென்றடையாதபடி செய்கின்றன. இது ஒரு சதிவேலை. வெகுசன ஊடகத்தினர் தங்களுக்குத் தெரிந்த, தாங்கள் நன்கு பழகி வந்த, தங்களுக்கு எளிதான வெகுலாபம் ஈட்டக் கூடிய மலினமான விஷயங்களையே மக்களுக்கான தேவையாகவும் மக்கள் இவற்றையே கணப்பொழுதும் ஆர்வத்துடன் எதிர்நோக்கி இருப்பதாகவும் பொய்யாகவோ, உண்மையாகவோ நம்புகின்றனர்.

வெகுசன மக்கள் சீரிய கருத்தாக்கங்கள் கொண்ட கதை, கவிதை, கட்டுரை, ஓவியங்களைப் பார்க்க, படிக்க மாட்டோமென்று யாரும் பிடிவாதம் பிடிப்பதில்லை. எங்கோ ஒரு மூலையில் மேசையின் முன்னால் அமர்ந்திருக்கும் ஊடகவியலாளன் ஒட்டுமொத்த மக்களும் அற்பமானவற்றையே பெரிதும் விரும்புகிறார்கள் என்று முடிவெடுத்துச் செயல்படுவதுதான் அபாயகரம். மோசடித்தனம். நன்மைக்கு எதிராக முகத்தைத் திருப்பிக்கொள்ளும் அச்சம். மக்களின் பின்தங்கிய ரசனை நிலையைத் தக்கவைத்து லாபம் பார்க்கும் வேலையை வெகுசன ஊடகத்தினரே சிரமேற்கொண்டு செய்கின்றனர். தவிர, சமூக அசைவியக்கத்தினை அவதானித்து அதன் பல்முனை மேம்பாட்டிற்கான அம்சங்களை முன்னெடுக்கும் பக்குவமோ, தார்மீகமோ இவர்களுக்குக் கிடையாது. இதுதான் தற்போதைய வெகுசன ஊடக நிலைப்பாடு. இதற்கிடையிலும் தீவிர ஈடுபாடுடைய

சிறுபத்திரிகைகள் பல இயங்கி வருகின்றன என்பது நம்பிக்கைக்குரியது. மேலும் இவ்வியக்கப்பாடுகள் எக்காலத்தும் தொடரும் என்பது என்னுடைய அசைக்க முடியாத எதிர்பார்ப்பு.

'ரத்த உறவு' நாவலில் குறிப்பிடும் குடும்ப வன்முறை குறித்துச் சொல்லுங்களேன்?

குடும்பம் என்பது ஒரு சமூகக் குறியீடு; அதிகாரப் படிநிலையின் குறியீடு என்பதுபோல், அநேக விஷயங்களின் குறியீடாகவே ரத்த உறவு நாவலின் வரும் குடும்பமும் குறிக்கப்படுகிறது. அவ்வாறு குறிக்கப்படுவது குடும்பம் மட்டுமா? அல்ல. அது குடும்பம் மட்டுமாகத் தொடங்கிக் குடும்பம் மட்டுமாக முடிந்துவிடுகிற ஒன்றல்ல. இது ஒரு சமூக மதிப்பீட்டினைப் பரிசோதிக்கும் முயற்சி. ஆக, அன்பு, மூர்க்கம், குழந்தைமைபோன்ற முக்கோணப் பட்டகத்தின் வாயிலாக மனித மனோதர்மங்களை வேறுபடுத்தி அறியும் ஒரு யத்தனம். தவிர, வன்முறை மட்டுமே முன்னிறுத்தப்பட்டிருக்கிறது என்று சொல்லிவிட முடியாது. மற்ற விஷயங்களைக் காட்டிலும் அவை கொஞ்சம் துருத்திக்கொண்டு தெரிவது வாசகரின் மனச்சூழலைப் பொருத்தது.

'மஞ்சள் வெயில்' நாவலில் குறிப்பிடப்பட்டிருக்கும் 'நிராகரிப்பினை' எவ்விதம் புரிந்து கொள்ளலாம்?

நடைமுறை வாழ்க்கையில் நமக்குப் பலவிதமான அக நிர்பந்தங்கள் இருக்கின்றன. நிர்பந்தங்கள் என்பதை ஆன்மீகத்தின் உச்சமான பொருளிலேயே இங்கு அர்த்தங்கொள்ள வேண்டும். அது மனித மனங்களின் பல நூறு, பல ஆயிரம் அடுக்குகளின் கீழே கனன்று கனன்று மேலே கசிந்து உறவாகக் கூர்சேரும் நேயம் தொடர்பானது. இது வெற்றுத் தட்டையான வாழ்முறையை யாரும் வாழமுடியாது எனும்போது எதன்பொருட்டேனும் வாழ்வது என்ற நிலை இங்கு இயல்பாகவே வந்துவிடுகிறது. நான் 'மஞ்சள் வெயில்' நாவலில் பெண்மையை முன்வைத்து வாழ்ந்திருக்கிறேன்.

எனவே, ஒட்டுமொத்தத்தில் அங்கிங்கெனாதபடி எங்கும் பெண்மையைக் கண்டு வாழ்ந்த, சரணடைந்து மனம் கரைந்த, வழிபட்ட, வலியேற்ற ஒரு மனப்பதிவுதான் 'மஞ்சள் வெயில்'. இதில் சிலர் மிகை காணலாம். ஆயினும் இது எனக்கும் போதாது போதாது என்றே இன்றும் தோன்றுகிறது. கண்முன்னால் ஒரு இயற்கையாக, இயல்பாக, நடைமுறையாக வழக்கம் பழக்கமாக இருக்கிறது என்ற ஒரே காரணத்தினாலேயே ஒரு மாபெரும் தரிசனத்தின் அருமையைக் குறைத்து மதிப்பிட ஒருபோதும் இயலாது.

- மாற்றுவெளி - ஆய்விதழ் (டிசம்பர் – 2010)

ஒரு நவீனக் கவிஞன் படைப்பியல் ரீதியாக இன்று எதிர்கொள்ளும் முக்கியமான சவால்கள் என்ன?

'நவீன' என்பதற்கான வரையறை மிகவும் தளர்வானது. உயிர்ச்செறிவான நவீனக் கலை வெளிப்பாடுகளிலும், மரபான கலைப் பதிவுகளிலும் நிலைகொண்டிருக்கும் சாராம்சம், மனதை ஊடுருவும் விழிப்பென நம்முள் ஒன்றுபோலவே செயல்படுகிறது. இரண்டும் ஒன்றையே ஆன்மாவாகக் கொண்டிருக்கின்றன. கால இடச்சூழலைப் பொறுத்து வெளித்தோற்றம் வேறுபடுகிறது.

நவீனம் தன் அடிப்படைகளில் ஒன்றாகப் பன்முக அர்த்த தளங்களைக் கொண்டிருக்கிறதெனில், அனேக ஊடுவழிகளைக் கொண்டிருக்கிறதெனில், மரபு மிகக் குறுகிய எல்லைகளைக் காத்துக் கொண்டிருப்பதாக கருத்துரைக்கப்படுவதுண்டு. ஆயினும் அந்த எளிய பரிமாணமும் ஈரமுடையதாயிருந்து, அது ஒரே ஒரு ஒற்றையடிப் பாதையை மட்டுமே நமக்குத் திறப்பதாயினும் அந்தப் பயணத்தின் முடிவிலும் நாம் அகண்டு விரிந்த பேருணர்வை எட்டுகிறோம். ஒன்றாகப் பிறந்த இரண்டு சிறுமிகளின் உடைகள் வேறுபட்டிருக்கின்றன.

முதலாவதாக, கவிஞன் தன் படைப்புருவாக்கத்தில் சந்திக்கும் முட்டுச் சந்துகளை, படைப்பைக் கருக்கொள்வதிலிருந்து அதை உருவாக்குவது வரை நேரக்கூடும் பெருந்தடைகளை யெல்லாம் தன் கவிதார்த்த தாபத்தின் பேரான்மிகத்தால், பல கோடிக் கண்களாலும் கரங்களாலும், கொந்தளிப்பும் குமுறலுமாகத் தேடும் படைப்பு மூர்க்கத்தால் உடைத்துப் போட்டுப் பெருவெளிக்குப் போகிறான். அவனுடைய அந்த அபூர்வ இயல்பினால் சொற்களும்

பொருட்களும் புத்தாக்கங்களாகக் கூடுகின்றன. அறியப்படாத பிரதேசங்கள் கண்டடையப்படுகின்றன. இது அவனது அக வாழ்க்கை. இதில் அவனை அவனே தின்றுமுடித்து மீளவும் தன்னைப் பிறப்பித்துக்கொள்கிறான். இப்படி, கவிதை அவன் மீது சுமத்தும் பேரழுத்தத்தின் காரணமாகத்தான் அவன் உலகின் ஒளியாக மாறுகிறான்.

இரண்டாவது, அவனது சிறு பசுந்துளிர்கள் மீது பெருந்தீப்பிழம்புகளைக் கக்குகிற, நச்சு நீரகழியாக வழிமறித்துக் கிடக்கிற லௌகீகம். அன்றும் இன்றும் லௌகீகம் பெரிய பீப்பாயைச் சுமந்து அவனைப் பின்தொடர்கிறது. “எனக்கு மிகவும் தாகமாக இருக்கிறது. இது நிறைய உன் ரத்தத்தைக் கொடு! இது நிறைய உன் ரத்தத்தைக் கொடு!” என்று அவனைச் சுரண்டிக் கேட்கிறது அது. கவிதையின் பொருட்டு தன் இருத்தலை உணரும் அவன், தன் இருத்தலுக்கு விலையாக உதிரம் கொடுக்கிறான்.

பேரிழிவால் செய்த வாட்களைச் சுழற்றி எட்டுத்திக்கும் மதர்த்தாடும் சாதியம்... கணப்பொழுதும் செத்து விழும் மனசாட்சிகளின் பிணங்கள்... ஊடகங்களின் பிடிவாதமான மலட்டுத்தனம்... விளம்பர மாய லோகப் பசப்புகள்... வர்த்தக மிகைப்பின் அப்பட்டமான அறப்பிறழ்வுகள்... மலம் துடைத்தெறியப்படும் விழுமியங்கள்... அதிகாரத்தில் சிக்கி நசுங்கும் தார்மீகம்... என்றெல்லாமான, அங்கீகரிக்கப்பட்ட மாபெரும் லௌகீகம் அவன் எங்கு சென்றாலும் அவனைப் பின்தொடர்கிறது. காலங்காலமாக ரத்தம் கேட்கிறது.

கொடுத்துக் கொடுத்து உடல் வெளிறிய அவன் நிராதரவாய்க் கேட்கிறான்:

“ஏன் என்னைத் துன்புறுத்துகிறாய்?”

புவி முழுதும் பரவி என்றும் நிலைத்திருக்கிறது அந்தக் குரல்.

- உயிர்மை (டிசம்பர் - 2011)

மட்டரகமான சினிமா கலைஞனுக்குக் கிடைக்கிற மரியாதைக்கூட எங்களுக்குக் கிடைக்கிறதில்லை!

உரையாடல் : மு.வி. நந்தினி

நான் யாருங்கிறது ரொம்பவும் தத்துவார்த்தமான கேள்வி. அதில பல கேள்விகள் உள்ளடங்கி இருக்கு. நான் கவிஞனா, ஓவியனா, நாவலாசிரியனா, சிறுகதை எழுத்தாளனான்னு எந்த ஸ்தானத்தையும் என்னால கோர முடியாது.

எல்லாமே ஒரு மாபெரும் பேரியக்கம்தான். உதாரணத்துக்கு கவிதைங்கிறது ஒரு மாபெரும் பேரியக்கம். அதுல மிக மிக சிறிய அளவில், எனது சூழ்நிலையில் என்னைப் பாதிக்கிற விஷயங்கள கவிதைகளா வெளிப்படுத்த முயற்சிக்கிறேன். மாபெரும் கவிதைப் பேரியக்கத்துக்கு முன்னால நான் கவிஞன்னு சொல்லிக்கிறது எனக்கு அயற்சியக் கொடுக்குது.

நான் பிறந்தது பட்டுக்கோட்டையில. அப்பா, நான் சின்ன வயசா இருக்கும்போதே இறந்துட்டார். தந்தையற்ற பிள்ளையைத் தன் பிள்ளைன்னு நினைச்சு, என்னோட படிப்பு, வாழ்க்கை, எதிர்காலம் எல்லாத்தையும் தன்னோட சிந்தனையா எடுத்துக்கிட்டு மிகப் பெரிய அர்ப்பணிப்பைச் செய்தவங்க என் அக்காவும் அவருடைய கணவரும்தான். அம்மாவோட அண்ணனும் தம்பியும் ஓவியர்கள். அதனால ஓவியத்தின் மீதான ஆர்வம் இயல்பா வந்தது. கும்பகோணம் அரசு ஓவியக் கல்லூரில ஓவியம் படிச்சேன். நான் பண்ண விரும்பின வேலையை, எனக்கு தெரிஞ்ச வேலையைச் செய்ய எங்க ஊருல எடம் இல்ல.

சென்னைக்குப் பிழைப்புக்காக வந்தேன். ஆரம்பகாலத்துல சென்னையில வாழறதுக்கு நான் சந்திச்ச லௌகீகப் பிரச்சினைகள் நிறைய. பத்து வருஷத்துல நாலு தடவ திரும்பவும் சென்னைக்கு வரக் கூடாதுங்கிற முடிவுல, சென்னைக்கும் ஊருக்குமா போய்ட்டு போய்ட்டு வந்திருக்கேன். ஆரம்ப கால சென்னை வாழ்க்கையில கொடூரமான சம்பவங்கள்னு சொல்லக்கூடிய நிகழ்வுகள், மனநிலையைப் பாதிக்கிற நிகழ்வுகள் நிறையப் பார்த்தேன்.

நகரத்துக்கு ஒதுக்குப் புறமா ஒரு சின்ன அறையில நான் குடியிருந்தேன். வீட்டு ஓனருக்கு அந்த அறையை இடிச்சிட்டு பெரிய அளவுல அதை மாத்தி அமைக்கணும்னு எண்ணம். அறையைக் காலி பண்ண எனக்கு ஒரு நாள் அவகாசம் கொடுத்தாங்க. நான் மூனு நாளா தேடியும் வேற வீடு கிடைக்கல. மூனாவது நாள் மாலை வீடு திரும்பி களைப்புல தூங்கிப்போனேன். அப்போ பத்து பேர் என் அறைக்குள் வர்றாங்க. கையில கொண்டு வந்திருந்த கடப்பாரையால நாலா புறமும் இடிக்க ஆரம்பிக்கிறாங்க. இப்படி சென்னையோட கொடூர முகங்கள பலப்பல நேரங்களில பாக்க முடிஞ்சது. இந்த அனுபவங்கள 'சுதந்திர ஓவியனின் தனியறைக் குறிப்புகள்' ங்கிற நாவலா எழுதிக்கிட்டு இருக்கேன். அதில் சென்னை நகரத்தோட ஆழத்தை நீங்க தொட்டுப் பாக்கலாம்.

அகால இரவுகள்ல சென்னை நகர வீதிகளில் சுற்றித் திரிஞ்ச அனுபவங்கள் அதிகம். சிக்கல்லேர்ந்து மீளுவேனான்னு நம்பவே முடியாத தருணங்கள், அடுத்த ஒரு மணி நேரம் நமக்கு இருக்குமான்னு தவிச்சதும் அதிகம். முழுசா ஆறு நாள் சாப்பிடாம இருந்திருக்கேன். பசியும் பெண்கள் மீதான பேராவலும் என்னைப் பெரிய அளவுல பாதிச்சிருக்கு.

'அமுத பருவம் வலம்புரியாய் அணைந்ததொரு சங்கு' கவிதை தொகுப்பில் உள்ள வரிகள் அந்தக் காலகட்டத்துல யோசிச்சதுதான். பெண்களைப் பற்றிய நினைப்பில ஆன்மப் பூர்வமான வழிபடுதலும் இறைஞ்சுதலும் இருந்தது. மனிதனோட ஆன்மிக விடுதலையைப் பெண்களாலதான் கொடுக்க முடியும்னு தீர்மானமா நம்பினேன். இன்னமும்

அந்தக் கருத்தில் உடன்பாடு உண்டு. ஆனா கடவுளுக்கு மறுபக்கம் இருப்பதைப் போல, பெண்களின் இன்னொரு பக்கத்தையும் சமீபகால அனுபவங்கள்ல தெரிஞ்சுக்கிட்டேன். இப்ப பெண்கள் குறித்து சமன்பட்ட மனநிலையில் இருக்கேன்.

என்னோட எழுத்து தற்செயலா நடந்ததுதான். அண்ணாச்சி வசந்தகுமார் அக்கறையா என்னோட சிறுகதைகளை 'உயிர்த்திருத்தல்' தொகுப்பா கொண்டுவந்த பிறகுதான் எழுத்தாளரா அறியப்பட்டேன். அண்ணாச்சி வசந்தகுமார் என்னை ஊருக்கு அனுப்பி, அந்த நேரத்துக்கு தேவையான உதவிகளையும் செய்ததால, 'ரத்த உறவு' நாவலை எழுத முடிஞ்சது. இதுல என்னோட பங்கு எதுவும் இல்ல.

என் சொல்முறை வலிந்து மேற்கொள்ளப்படறதில்லை. நானும் என் எழுத்தும் ஒண்ணு. லட்சியம், பெரிய இலக்கு எதுவும் என்கிட்ட இல்ல. இலக்கியம் என்பது என் பார்வை. வெளிப்படுத்தறதைச் சிறந்த வகையில வெளிப்படுத்தணும், அவ்வளவுதான்.

'மஞ்சள் வெயில்' நாவல், 'இரவுகளின் நிழற்படம்' கவிதை தொகுப்பு வெளிவந்திருக்கு. சிறுவர்களுக்கான மொழிபெயர்ப்புகளயும் செய்துட்டு வர்றேன். ஒரு கலைஞன், முதலாளிக்கு முன்னாடி கூனிக்குறுகி நிக்கிறது பெரிய சாபக்கேடு. மட்டரகமான சினிமா கலைஞனுக்குக் கிடைக்கிற மரியாதைக்கூட நல்ல எழுத்துக் கலைஞனுக்குக் கிடைக்கிறதில்லை. பணத் தேவையின் விஸ்வரூபத்தைச் சந்திக்கும் தருணங்கள்ல, படைப்பு மனநிலை கெடாம பாத்துக்கறது பெரிய பிரயத்தனமா இருக்கு... அடுத்தநாள் சூரிய உதயத்தைத் தரிசிக்க எனக்கு நிறைய ஆசை. சில மாபெரும் துரோகங்கள் முன் நிற்கும்போது வாழ்க்கையில நுழையறது ரொம்ப சிரமமா இருக்கு. ஆனாலும் என்னுடைய பாடுகள் எல்லாவற்றையும் என் விருப்பத்திற்கு உரியதாதான் பார்க்கிறேன்.

அண்ணாச்சி தமிழினி வசந்தகுமார், பஷீர் அகமது போன்ற சில நண்பர்கள் இல்லேன்னா என் வாழ்க்கை வேறுமாதிரியா

அமைஞ்சிருக்கும். கணிசமான அளவுக்கு நான் கடமைப்பட்டிருக்கேன். இவ்வளவு பேரோட உதவி தேவைப்படற நிலையிலா நாம இருந்தோம்னு எனக்கு பெரிய குற்ற உணர்வும் இருக்கு.

கடந்து வந்த வாழ்க்கையில நிறைய தப்பிதங்கள் செய்திருக்கேன். சிலதை நான் உணர்ந்திருக்கேன். உணராமல் போனவைகளை மன்னிச்சுடுங்கன்னு சொல்ல ஆசைப்படறேன்.

என்னுடைய வாழ்க்கை நடைமுறைக்குத் திருமணம் பொருந்தி வராதுன்னு யோசிச்சேன். வரையறுக்க முடியாத வாழ்க்கையில விட்டேத்தியா இருந்தேன். திருமணம் உறுதியான சட்டகங்களால அறையப்பட்ட நிறுவனம். அதுல என்னுடைய ரோல் சரியா வராதுன்னு நினைச்சேன். விபத்துபோல திருமணம் நடந்தது. திருமணத்திற்குப் பிறகு, இதத்தவிர வேற சரியான வழி இருக்க முடியாதுன்னு தோணுது. என்னுடைய பலவீனங்களைத் தன்னால் இயன்றவரைக்கும் சகித்துக்கொண்டிருக்கிற என் மனைவிக்கு நான் மிகவும் கடமைப்பட்டிருக்கேன்.

இந்த வாழ்க்கையில நான் கண்ட மிகப்பெரிய ஆதர்சம், கொண்டாட்டம், நெகிழ்ச்சியா இருக்கிறது என்னுடைய பையன்தான்.

இப்ப இந்த உலகத்துல உயிர்வாழ்றதுக்கான மிகப் பெரிய காரணமா, வாழ்க்கைக்கான எல்லா அர்த்தமும் ஒரு புள்ளியில குவிந்ததுபோல என் பையன் இருக்கான். கை மாறிமாறி வர்ற பந்துபோல நான் ஒருத்தர் கையிலிருந்து இன்னொருத்தர் கைக்கு மாறிக்கிட்டு இருக்கேன். சரியான வார்த்தையில சொல்லணும்னா... 'நான் இருந்துக்கிட்டிருக்கேன்' அதற்கு அப்பால் ஒண்ணுமில்ல.

- குங்குமம் (அக்டோபர் - 2012)

சகலமும் கவித்துவமாகவே இருக்கின்றன

உரையாடல் : ஷங்கர்ராமசுப்ரமணியன்

லட்சியவாதத்துக்கும், மேன்மையான குணங்களுக்கும் இனி இடமில்லை என்று கருதப்படும் காலத்தில், மேன்மையான வாழ்க்கைக்கான அழைப்பையும் எத்தனங்களையும் கொண்டவை யூமா வாசுகியின் கவிதைகள். இவர் கும்பகோணம் ஓவியக் கல்லூரியில் பயின்றவர். இவர் எழுதிய 'ரத்த உறவு' நாவல் தமிழக அரசின் பரிசு பெற்றது. மலையாளம் வாயிலாக குழந்தைகள் இலக்கிய நூல்களை மொழிபெயர்த்துவருகிறார். தற்போது சுதந்திர ஓவியனின் தனியறைக் குறிப்புகள் என்ற நாவலை எழுதிவருகிறார். முகப்பேரில் அவரது வீட்டில் சந்தித்து உரையாடியபோது...

நீங்கள் ஓவியராகவும், எழுத்தாளராகவும் ஆனதற்கான பின்னணி பற்றி கூறுங்கள்?

என்னுடைய அம்மாவின் அண்ணன் நாடகக் கலைஞர். அவர் சாஸ்திரிய சங்கீத வித்வானும்கூட. பள்ளியில் ஓவிய ஆசிரியராக இருந்தார். அவர் பள்ளிக் குழந்தைகளுக்காகவும் நாடகங்கள் போடுவார். அதில் ஒரு நாடகத்தின் பெயர் பாலைவனத்து ஒளிவிளக்கு. அந்தக் காலகட்டத்துக்கு ஏற்ற புரட்சிகரத் தன்மையுடன் அந்த நாடகங்கள் இருக்கும். ஓவியம், நாடகம், இசை மூன்றும் சேர்ந்த ஆளுமையாக அவர் இருந்தார். அந்த தாக்கம் எனக்கு இருந்திருக்க வேண்டும். சிறுவயதிலேயே கையெழுத்துப் பத்திரிக்கைகள் நடத்த ஆரம்பித்துவிட்டோம். வீட்டில் வாசிப்புச் சூழல் இருந்தது. அம்மாவுக்கு பத்திரிகைகள் படிக்கும் பழக்கம் இருந்தது. அண்ணன் மாதவன் தமிழ்வாணனின் துப்பறியும் நாவல்களைப் படிப்பார். நானும் தேடிப்பிடித்து படிக்கத் தொடங்கினேன். தமிழ்வாணன், சுஜாதா, சாண்டில்யன் வரிசையில் சிறிது சிறிதாகப் பயணப்பட்டுத்தான்,

ஜெயகாந்தனின் கதை அறிமுகமானது. துணைப்பாட நூலில் இருந்த, 'நந்தவனத்தில் ஒரு ஆண்டி' கதை ஒரு பெரிய வழித் திறப்பாக இருந்தது.

உங்களுடைய கவிதைகளில் தேர்ந்த, கூர்மையான, அன்றாட மொழிக்கு அப்பாற்பட்ட சமத்கார மொழியைப் பயன்படுத்துகிறீர்கள். அதைப் பற்றிச் சொல்லுங்கள்.

அடிப்படையில் உள்ள தமிழார்வம்தான் காரணம் என்று நினைக்கிறேன். ஒரு விஷயத்தை யோசிக்கும்போது, அதை வெளிப்படுத்த பிரயாசைப்படும்போது சிறந்த வகையில் வெளியிடுவதற்கு தகிப்பு உண்டாகிறது. ஒரு பெரும் சூறாவளியில் சிக்கித் தவிக்கிற, அல்லாடும் மரம்போலத் தேடுதல் நடக்கிறது. இப்படித்தான் எனது மொழியைக் கண்டுபிடிக்கிறேன். அல்லாட்டமும் பித்தமும் கிறக்கமுமான நிலையில் சில வரிகள் ஓடி வரும். சொல்ல வேண்டிய பரிதவிப்பில் இருந்து அப்படி உருவாகிறது.

உதாரணமாக, குழந்தை தொடர்பாக நான் எழுதிய ஒரு கவிதையில், 'இதயத்திலிருந்து ரத்தத்தை மசியாக விட்டுக்கொடுக்கிறது பேனா முனை' என்று ஒரு வரி வரும். இதுபோன்ற பல வரிகளுக்கான திறப்பு உன்மத்தமும், பதற்றமும், ஆவேசமும், குழப்பமும் இயலாமையும், சோர்வும் கொண்ட மனநிலையிலிருந்துதான் வருகிறது.

அது கவித்துவம் கொண்ட வரிகளாக இருக்கலாம், அன்றாடப் புழகத்தின் மொழியில் இருக்கலாம். இரண்டுமே விரவித்தான் வரும். அதை அந்தக் கணத்தில் முறைப்படுத்தவும் முடியாது. யூகிக்கவும் முடியாது. அது கவிதையின் ஆன்மிகம் தொடர்பானது.

உங்களின் கவிதை மொழிக்கான ஆதாரத்தைக் கேட்கிறேன்.

எனக்குப் புரிகிறது. அதை அடையாளம் காண முடியவில்லை. அனுபவமா, மொழியறிவா, உணர்ச்சியா என்று அதைத் துல்லியமாக வரையறுக்க முடியவில்லை.

ஒரு மனிதக்குரங்கின் சித்திரம் கவிதையை எடுத்துக் கொள்ளுங்கள். ஒரு குழந்தைக்கு மனிதக்குரங்குப் படத்தை நான் வரைந்து காட்ட வேண்டிய சூழலின் பின்னணியில்தான்

அக்கவிதை எழுதப்பட்டது. சரியாக வரைந்து குழந்தையிடம் பாராட்டு வாங்க வேண்டும் என்பதே மனதை ஆக்கிரமித்திருந்தது. அந்தக் குழந்தை நான் வரைந்ததைக் குரங்கு இல்லை எனச் சொல்லிவிடக் கூடாது. குழந்தை என்னை நிராகரித்துவிடக் கூடாது என்ற பதற்றம் இருந்தது. நான் வரைந்த மனிதக்குரங்கு அந்தக் குழந்தைக்குப் பிடித்துவிட்டது. சில நாட்கள் கழித்து, என்னை அறியாமலேயே அந்த மனிதக்குரங்கின் படம் மனதில் மேலெழுந்து வருகிறது. அதன் விழிகள் என்னைப் பார்க்கின்றன. அதன் அங்க பாவனைகள் மனதில் உருவாகின்றன. அதைத் தொடர்ந்து வரிகள் உருவாகின்றன.

இதில் எங்கேயிருந்து கவிதை உருவானது என்று என்னால் சொல்ல முடியவில்லை. அந்தக் கவிதைக்கு குழந்தைதான் ஆதாரமா? என்னுடைய ஓவியம் ஒரு ஆதார மண்டலமா? என்னுடைய உணர்ச்சியா? தெரியவில்லை.

மொழியின் உச்ச வடிவமாகக் கவிதை கொண்டாடப்படுகிறது. ஆனால் இன்னமும் எல்லாச் சமூகங்களிலும் கவிதையைச் சிறுபான்மையினரே வாசிக்கும் சூழல் உள்ளது. கவிதை என்ற வடிவத்தை தற்காலப் பின்னணியில் என்னவாக வரையறுக்கிறீர்கள்?

கவிதை என்பது கவித்துவம். அது எழுதப்படுவது மட்டுமே அல்ல. வரிவடிவங்கள், வார்த்தைகளால வரையப்படுவது மட்டுமே அல்ல. இறைத்துவத்தை நாம் கவிதைப்பூர்வமாகவே பார்க்கிறோம். கவிதையின் கூறுகள் பலவிதமாக இப்படித்தான் இந்த உலகில் சிதறிக் கிடக்கின்றன. இயற்கை கவிதைமயம். உறவுகள் கவிதைமயம். இந்தக் கவிதைமயத்தை ஸ்வீகரிப்பவர்கள் களிப்பூட்டக்கூடிய கவிதை அனுபவத்தை அடைகிறார்கள். எல்லா அனுபவங்களும் கவித்துவத்தில்தான் சங்கமிக்கின்றன. இயற்கை, காதல், நேசம், நட்பு எல்லாவற்றிலும் கவிதை இருக்கிறது.

கவித்துவம் என்று நீங்கள் சொல்வது ஒரு அழகையா அல்லது ஒரு ஒழுங்கையா?

அழகு என்று அதைக் குறுக்க முடியாது. ஒழுங்கு என்றும் திட்டவட்டமாகச் சொல்லிவிட முடியாது. அது பெரும் தரிசனம். மனிதனிடம் இருக்கும் ஆற்றலெல்லாம் சென்றடைந்து, ஓய்வுற்று ஆனந்திக்கிற எல்லையாகக் கவிதை

நிலை உள்ளது. அது அங்கிங்கெனாதபடி எல்லா இடத்திலும் நிறைந்திருக்கிறது. அதை இனம்கண்டு உணர்வதில்தான் நமக்குப் பிரச்சினை உள்ளது. அதை ஒருவர் அடையாளம் கண்டுகொள்ளும் கணத்தில், இந்த உலகில் உள்ள அனைத்தும் அவருடையதாக மாறிவிடுகிறது. கவித்துவம்தான் ஒரு நல்ல ஓவியத்தைத் தீர்மானிக்கிறது. ஒரு நல்ல சிறுகதையையும், நாவலையும் அதன் கவித்துவம்தான் தீர்மானிக்கிறது. ஒரு நல்ல மனிதனின் நடத்தையை அவனது கவித்துவம்தான் தீர்மானிக்கிறது. அந்த வகையில் சகலமும் கவித்துவமாகவே இருக்கிறது.

உங்களது 'ரத்த உறவு' நாவல் யதார்த்த வகை இலக்கிய எழுத்தின் சிறந்த வடிவாகக் கொண்டாடப்பட்ட அதேநேரத்தில், மிகையான சென்டிமெண்டுகள் கொண்ட படைப்பாகவும் விமர்சிக்கப்பட்டது...

இதில் என்னுடைய நிலைப்பாடு என்பது இல்லை. ரத்த உறவு நாவலை எழுதுபவனின் சுய அனுபவமாகப் பார்த்தவர்களும் உண்டு. எது புனைவு, எது சுய அனுபவம் என்பதைத் திட்டவட்டமாகச் சொல்லிவிட முடியாது.

இந்தியா முழுவதுமே நாவல் என்கிற வடிவம் ஒரு தனிநபர், குடும்பம் அல்லது சமூகத்தின் வலியை ஆற்றிக்கொள்வதாகவும், வெளியேற்றுவதாகவுமே உள்ளது... ரத்த உறவை அப்படிச் சொல்ல முடியுமா?

வெளியேற்றுவதால் வலி தீர்ந்துவிடுமா? அப்படி எழுதவில்லை. ரத்த உறவு தற்செயலான விஷயம். ரத்த உறவில் உள்ளதைச் சில சிறுகதைகளாக எழுதிவிடலாம் என்பதே என் நம்பிக்கையாக இருந்தது. பதிப்பாளர் அண்ணாச்சி வசந்தகுமார்தான் என்னை சென்னையிலிருந்து சொந்த ஊருக்கு கடத்தி, இதை நாவலாக எழுதவைத்தார்.

ஆனால் ரத்த உறவு நாவலை எழுதும்போது, எனது அனுபவத்தின் அடித்தளத்துக்குச் செல்லும்போது தேடுதலும், பரவசமும், துயரமும் ஏற்படுகின்றன. எதிர்பாராத விளைவுகளாக சில நிகழ்ச்சிகள் இழுத்துப் போகின்றன.

எது ஒரு மனிதனது மனத்தை ஆழமாகத் தைக்கிறதோ, எது நிலையாக அவனை வருத்துகிறதோ அதன் பாதையில்தான் நாவல் உருவாகிறது.

கதை எழுத்தில் அனுபவத்தை விஸ்தாரமாக சொல்ல முடிகிறது. கவிதை என்ற வடிவம் அத்தனை இடம் அளிக்கிறதா?

சந்தேகமே இல்லை. என்னுடைய அனுபவத்தில் உரைநடையை விடவும் மிகவும் உறுதிப்பாடாக அனுபவத்தைக் கடத்தும் வடிவம் கவிதையே என்று நம்புகிறேன். 'அவனை யாரோ ஒருவன் என்று எப்படிச் சொல்வேன்' என்ற தேவதேவனின் கவிதையை உதாரணமாகச் சொல்கிறேன். அந்த வரி என் மனதில் வரும்போதே எனக்கு கண்ணீர் கசிந்துவிடும். சாலையில் அலைந்து கொண்டிருப்பவனை, பூட்டிய கடையின் முன்பு நள்ளிரவில் படுத்து உறங்குபவனை, குழந்தையைத் தோளில் சுமந்துகொண்டு அழுதபடி ஓடும் பெண்ணை யாரோ ஒருவன் என்று எப்படிச் சொல்வேன் என்று போகும் கவிதை அது. இந்த நான்கு வரியில் எவ்வளவு துயரம் நம்மேல் கவிந்துவிடுகிறது. இந்த நான்கு வரி கொடுக்கும் அனுபவத்தை ஆயிரம் பக்க நாவலும் கொடுக்கும். ஆனால், கவிதை வலிமையாகவும் கூர்மையாகவும் கடத்தும் அனுபவம் தனியானது.

நீங்கள் மார்க்சிய இயக்கத்துடன் இணைந்து பணியாற்றுபவர். ஒரு அமைப்பு சார்ந்து இயங்குவதை எப்படி கருதுகிறீர்கள்..

நான் இலக்கியத்தின் வழியாகவே கம்யூனிசத்துக்கு ஆற்றுப்படுத்தப்பட்டேன். சித்தாந்தங்கள் பின்னால் அறிமுகமாயின. மார்க்சிய சித்தாந்தத்துக்கு இணையான எந்த சித்தாந்தமும் வரவில்லை என்பது எனது அபிப்ராயம். அதை நடைமுறைப்படுத்துவதில் கோளாறுகள் இருக்கலாம். மிக எளிமையாகச் சொல்லப்போனால், சக மனிதர்களுக்கு அடிப்படையான வசதிகளும் ஜீவாதாரமும் கிடைப்பதற்கு நான் என்னை இழப்பதற்குத் தயாராக இருக்கிறேன். எல்லா மனிதர்களுக்கும் அடிப்படையான எல்லா வசதிகளும் கிடைக்க வேண்டும் என்பது என் நம்பிக்கை.

உங்கள் படைப்பின் நம்பிக்கையும் அதுதானா?

இருக்கலாம்.

- தி இந்து தமிழ் - நாளிதழ் (செப்டம்பர் – 2013)

சிறுவர் இலக்கியம் இங்கே புறக்கணிக்கப்படுகிறது!

உரையாடல் : பேராச்சி கண்ணன்

"நாம் பள்ளிப் பருவத்தில் படித்த துப்பறியும் நாவல்களும், காமிக்ஸ்களும் இன்று பார்க்கவே முடியாத பொருட்களாகிவிட்டன. குழந்தைகள் வாசிப்புத் திறனற்று கம்ப்யூட்டர் விளையாட்டுகளில் முடங்குகிறார்கள். இது ஒரு சமூக ஊனம். சிறார் இலக்கியங்கள் மூலம்தான் நல்ல ஆக்கபூர்வமான மனிதர்களை உருவாக்க முடியும். இல்லையென்றால், சகமனிதனை மதிக்காத, வெறும் பொருளாதாரத்தை மட்டும் நம்பும் இயந்திரங்களால்தான் வருங்காலம் கட்டமைக்கப்படும்!" என்று வார்த்தைகளால் எச்சரிக்கிறார் எழுத்தாளர் யூமா வாசுகி. 'ரத்த உறவு' நாவல் மூலம் இலக்கிய உலகில் தனிக் கவனம் பெற்றவர். ஓவியர், கவிஞர், பத்திரிகையாளர், மொழிபெயர்ப்பாளர் என பன்முகம் கொண்ட இவர், ஐம்பதுக்கும் மேற்பட்ட சிறுவர் இலக்கிய நூல்களை மலையாளத்திலிருந்து தமிழுக்கு மொழிபெயர்த்திருக்கிறார்.

"குழந்தைகளுக்கான உலகத்தைப் பற்றிப் பேச இங்கு யாருமில்லை. அவர்களுக்கான சிறந்த சிறுகதைகளோ, நாவல்களோ, ஏன்... சாதாரண கதைப் புத்தகங்களோகூட இங்கே பரவலாக இல்லை. எனது பள்ளிப் பருவத்தில் 'மணிபாப்பா', 'ரத்னபாலா', 'பொம்மை வீடு' உள்ளிட்ட சிறார் மாதப் பத்திரிகைகள் சின்னச்சின்ன கதைகளோடு வரும். 30 காசுகளில் குழந்தைகளுக்கான ஏராளமான கதைப் புத்தகங்களும் கடைகளில் கிடைக்கும். ஆனால், இன்று சகல தரப்பிலும் சிறார் இலக்கியத்தின் மீது கவனமே இல்லாமல் போய்விட்டது. தமிழ்ப் பத்திரிகைகள்கூட சிறுவர்களுக்கான வெளியீடுகளை சிரத்தையின்றித் தயாரிக்கின்றன. இன்றைய உலகை நீங்கள் எப்படி மாற்ற நினைத்தாலும் அதை சிறாரிடம்

இருந்துதான் துவங்க வேண்டும். ஆனால், இன்றைய நிலையில் சிறுவர்கள் தவறாக வழி நடத்தப்படுகிறார்கள். ஆளுமையும் தலைமைப் பண்பும் இல்லாமல் வெறும் பிரதிகளாக மாற்றப்படுகிறார்கள். இது ஆபத்தான போக்கு" என்கிற யூமா வாசுகி, கேரளாவில் இந்த நிலை அப்படியே தலைகீழ் என்கிறார்...

"மலையாளத்தில் சிறார் இலக்கியத்தை அதற்கென உள்ளவர்கள் மட்டும்தான் எழுத வேண்டும் என்றில்லை. பால் சக்காரியா, உரூப், பொற்றேகாடு, எம்.டி.வாசுதேவன் நாயர், ரேணுகுமார், டாக்டர் ஸ்ரீகுமார் என முன்னணி எழுத்தாளர்கள் பலரும் சிறார் இலக்கியத்திற்கான பங்களிப்பை மனப்பூர்வமாக செய்துள்ளனர். பேராசிரியர் சிவதாஸ் எழுதிய 'உமாகுட்டியின் அம்மாயி' என்ற நாவல், மரணத்தைப் பற்றி குழந்தைகளுக்குக் கவித்துவமாகச் சொல்கிறது. அங்கே அரசே 'பால சாகித்திய இன்ஸ்டிடியூட்' என்ற சிறார் இலக்கிய நிறுவனத்தை ஏற்படுத்தி இருக்கிறது. 1981ல் ஆரம்பிக்கப்பட்ட இந்நிறுவனம் மூலம், பலதரப்பட்ட சிறார் இலக்கிய நூல்கள் தயாரிக்கப்படுகின்றன. சிறார்களுக்கான 'தளிரு' என்ற பத்திரிகையையும் இந்த நிறுவனம் கொண்டு வருகிறது. அடுத்து, 'கேரள சாஸ்திர சாகித்ய பரிஷத்' என்கிற மார்க்சிஸ்ட் கட்சியின் அறிவியல் இயக்கத்தில் இருந்தும் சிறார் இலக்கியத்திற்கான அபூர்வமான நல்ல நூல்கள் நிறைய வருகின்றன. 'யுரேகா' என்ற இதழையும் அங்கு நடத்துகிறார்கள்.

"இவற்றில் சில இதழ்களை சிறார்களே ஆசிரியர் பொறுப்பில் இருந்து தயாரிக்கும்படிச் செய்கின்றனர். இதுபோல் தமிழகத்தில் ஒரு நிறுவனமும் இல்லை. பெரியவர்கள் தங்கள் இலக்கியங்களுக்காக பல்வேறு அமைப்புகளை நாடிச் செல்ல முடியும். ஆனால், சிறுவர்களால் அது முடியாது. நாம்தான் அதை உருவாக்கித் தர வேண்டும்" என்கிறவர், "இதனை அரசே செய்தால் நன்றாக இருக்கும்" என எதிர்பார்ப்போடு குறிப்பிடுகிறார்.

"இங்கே சிறுவர் இலக்கியம் என்பது சின்னப் பிள்ளைகள் விஷயம்தானே என்கிற ஏளனப் பார்வைதான் மற்றவர்களிடம்

இருக்கிறது. கொ.மா. கோதண்டம், முல்லை தங்கராசன் போன்றவர்கள் முன்பு செயல்பட்டனர். இப்போது விஷ்ணுபுரம் சரவணன், விழியன் போன்றவர்கள் சிறார் இலக்கியத்திற்கான பங்களிப்பைச் செய்கின்றனர். நியூ செஞ்சுரி புக் ஹவுஸ், பாரதி புத்தகாலயம் உள்ளிட்ட பதிப்பகங்கள் சிறார் இலக்கியங்களை நல்ல முறையில் பதிப்பித்து வருகின்றன. இதில் சிலர் விடுபட்டிருக்கலாம். ஆனால், குறைவு என்பது அனைவரும் ஏற்கக் கூடியதுதான்.

"இன்றைய பெற்றோரும் ஆசிரியர்களும் சிறார்களிடம் பணம் சம்பாதிக்கும் மனநிலையை மட்டுமே உருவாக்குகிறார்கள். நன்கு படித்து 'வொயிட் காலர்' வேலைக்குச் செல்ல வேண்டும் என்கிற ஒரே கனவு மட்டுமே அவர்களிடம் உள்ளது. குழந்தைகளைக் கூட சுயநல விரும்பிகளாக மாற்றிவிடும் இந்தப் போக்கு, ஆபத்து நிறைந்தது. உலகின் முக்கிய ஆளுமைகளாக வலம் வந்த பலரும் அவர்களின் பாட்டி, தாய் சொல்லிய கதைகளைக் கேட்டு வளர்ந்தவர்களே. அதுதான் அவர்களுக்கு புதியதோர் பாதையை வகுத்துக் கொடுத்தது. இன்று நம்மவர்களிடம் கதை சொல்லல் என்ற மரபே போய்விட்டது. பெற்றோரும் ஆசிரியர்களும் அதைச் செய்ய வேண்டும். அதோடு, சிறார்களிடம் வாசிப்புப் பழக்கத்தையும் ஏற்படுத்த வேண்டும். அப்போதுதான் ஆரோக்கியமான சிறார்களை வளர்த்தெடுக்க முடியும்!"

- குங்குமம் (18.11.2013)

மனிதர்களை வாசிக்கின்றன புத்தகங்கள்...
உரையாடல் : வேட்டைப்பெருமாள்

2014 சென்னை புத்தகக் காட்சி சிறப்பாக நடந்து முடிந்திருக்கிறது. இறுதி நாள் அன்று நாமும் புத்தகக் காட்சி வளாகத்தை உற்சாகமாக வலம் வந்தோம். வருடந்தோறும் புத்தகங்களின் எண்ணிக்கையும், ஸ்டால்களின் எண்ணிக்கையும் கூடிக்கொண்டே போவதை உணர முடிந்தது. வங்கத்தைப்போல, கேரளாவைப்போல தமிழகத்தில் வாசிப்பவர்களின் தரமும் எண்ணிக்கையும் உயரும் என்ற நம்பிக்கை எழுந்தது. புத்தகக் காட்சியில் தமிழில் குறிப்பிடத் தகுந்த எழுத்தாளர்கள் சிலரை நம் காவியம் இதழுக்காக சந்தித்தோம். நாம் முதலில் கண்டது யூமா வாசுகி. சிறுகதை மற்றும் நாவல் ஆசிரியர், கவிஞர், ஓவியர் மற்றும் மொழிபெயர்ப்பாளர் என பன்முகத் திறமை கொண்ட அவரிடம் இந்த வருடப் புத்தகக் காட்சியில் உங்களின் பங்களிப்பு என்ன என்று கேட்டோம்.

மலையாளத்தில் 250 வருடங்களுக்கு முன்பு இருந்த பாதிரியார், 'பாரேம்மாக்கல் கோவர்ணதோர்'. அவர், 'ரோமாபுரி யாத்திரை' என்றொரு பயண இலக்கியத்தை எழுதியிருந்தார். கேரளாவில் ஒரு குறிப்பிட்ட இடத்திற்கு ஐரோப்பிய பாதிரிமார்கள் கிறிஸ்தவ மதத்தை பரப்ப வருகிறார்கள். வந்த இடத்தில் பல்வேறு அநீதிகளை, கொலைகளை, அக்கிரமங்களை நிகழ்த்துகிறார்கள். இந்த அட்டூழியங்களை சகிக்க இயலாத உள்ளூர் பாதிரிமார்களும் மக்களும் ஒரு முடிவெடுக்கிறார்கள். ஐரோப்பிய பாதிரிமார்களைப் பற்றி ரோமாபுரியில் உள்ள போப்பாண்டவரிடம் முறையிடுவது என்பதே அந்த முடிவு. ஊர் மக்கள் ஒன்றுகூடி இரண்டு பாதிரிமார்களை ரோமாபுரிக்கு அனுப்பி வைக்கிறார்கள். இந்தப் பயண அனுபவமே ரோமாபுரி யாத்திரை என்ற இலக்கியமாக மாறியிருக்கிறது.

இந்த முக்கியமான பயண இலக்கியத்தை தமிழிலே மொழிபெயர்த்திருக்கிறேன். இந்தியாவின் முதல் பயண இலக்கியம் இது. அடுத்தது, 'கலிவரின் பயணங்கள்'. இதுவும் பயணம் சார்ந்த புனைவுதான். நான்கு வெவ்வெறு புனைவு உலகத்திற்கு ஒரு கடலோடி பயணிக்கிறான். ஆறு அங்குலம் உயரமே உள்ள மனிதர்கள் வசிக்கும் லில்லிபுட் நாட்டிற்குச் செல்கிறான். பின்னர் பத்தடிக்கும் மேல் உயரமுள்ள ராட்சஷ மனிதர்கள் வசிக்கும் நாட்டிற்கும் செல்கிறான். அந்தரத்தில் பறக்கும் தீவிற்கு செல்கிறான். பின்னர் குதிரைகள் எஜமானர்களாகவும், மனிதர்கள் அடிமைகளாகவும் வாழும் நாட்டுக்குச் செல்கிறான். இப்படி புனைவின் உச்சத்தை தொடும் இந்த கலிவரின் பயணங்கள் நூலை மொழிபெயர்த்திருக்கிறேன்.

அடுத்து, 'வனத்திற்கும் நதிக்கும் செல்லும்போது...' எனும் தலைப்பிலான, 'ரித்விக் கட்டக்' எனும் திரைக் கலைஞரைப் பற்றிய ஆய்வு நூலை மொழிபெயர்த்திருக்கிறேன். ஐ.ஷண்முகதாஸ் மலையாளத்தில் எழுதிய இந்த நூல், ரித்விக் கட்டக்கின் திரைப்பட அணுகுமுறை, அவர் கருவிகளைப் பயன்படுத்திய விதம், ஒலியைக் கையாண்ட தன்மை, அவரது மனோபாவம், அவரது சொந்த வாழ்க்கை முதலியவற்றைப் பிரதிபலிப்பது. என் மிக விருப்பத்திற்குரிய நூல் இது. அப்புறம், 'வைக்கம் முகமது பஷீர்' அவர்களின் வாழ்க்கை வரலாற்றை மொழிபெயர்த்திருக்கிறேன். மலையாளத்தில் எம்.கே. ஸானு எழுதியது. தமிழ் தலைப்பு, 'பஷீர்: தனிவழியிலோர் ஞானி.' 'ஜான்ஸி ஜேக்கப்' எனும் மலையாள சூழலியல் அறிஞரின், 'என் வாழ்க்கை தரிசனம்' என்ற நூலை மொழிபெயர்த்திருக்கிறேன். 'தகழி சிவசங்கரன் பிள்ளை' அவர்களின் 'நித்ய கன்னி' எனும், பதினொரு சிறுகதைகள் அடங்கிய நூலை தமிழ்ப்படுத்தியிருக்கிறேன். மேலும், 'கூடங்குளம் அணுமின் திட்டத்தைப் புறக்கணிப்போம்' எனும் மலையாள வெளியீட்டை மொழிபெயர்த்திருக்கிறேன். பூவுலகின் நண்பர்கள் இதை பிரசுரித்திருக்கிறார்கள்.

சார்லி சாப்ளின் வாழ்க்கை வரலாற்றை, 'என் கதை' எனும் நூலாக மொழிபெயர்த்தேன். இன்னும், 'சிரிக்கும்

ஆப்பிள், பேசும் திராட்சை' எனும் தலைப்பில் உலக நாடோடிக் கதைகள் ஐம்பதை தமிழாக்கம் செய்திருக்கிறேன்.

'மாத்யமம்' எனும் மலையாளப் பத்திரிகையில் பணியாற்றும் அனுஶ்ரீ, பேரறிவாளன் தாயார் அற்புதத்தம்மாளை சந்தித்து, ராஜீவ் கொலை வழக்கில் பேரறிவாளன் அவர்களது நிலையைக் கேட்டறிந்து நூலாக எழுதியிருக்கிறார். அற்புதத்தம்மாளின் குரலின் வாயிலாக பேரறிவாளனின் வாழ்க்கைப் போராட்டத்தை பேசும் அந்த நூலை, 'அடைபட்ட கதவுகளுக்கு முன்னால்' எனும் தலைப்பில் தமிழில் மொழிபெயர்த்திருக்கிறேன்.

- பல்சுவை காவியம் (பிப்ரவரி-2014)

எழுத்தே எனது இயக்கம்

உரையாடல் : கோதை சிவகண்ணன், சிவ.அய்யப்பன்

ஓவியர், கவிஞர், சிறுகதையாளர், நாவலாசிரியர், மொழிபெயர்ப்பாளர், சிறுபத்திரிகைச் செயல்பாட்டாளர், சிறார் பத்திரிகை ஆசிரியர்... உங்கள் போக்கு இப்படி இருக்கிறது. இப்போது எந்தத் தடத்தில் பயணித்துக் கொண்டிருக்கிறீர்கள்?

இலக்கியத்தின் வழித்தடத்தில்...

'யூமா வாசுகி' எனும் பெயர் சற்று வித்தியாசமாக இருக்கிறதே?

என் பால்ய நண்பரின் பெயர் யூசுஃப்; என் பெயர் மாரிமுத்து; என் தமக்கையின் பெயர் வாசுகி. என்னையும் என் அண்ணனையும் வளர்த்து ஆளாக்குவதற்கு எல்லையற்று பாடுபட்ட என் அக்காவுக்கு தீரா நன்றியில் கனிந்த என் ஆன்மாவைச் சமர்ப்பித்து வாழ்ந்து கொண்டிருக்கிறேன்.

உங்கள் பத்திரிகைத்துறை அனுபவம் பற்றி?

சின்னஞ்சிறு வயதில் கையெழுத்துப் பத்திரிகை நடத்தினேன். கையால் எழுதி, சித்திரம் வரைந்து தயாரிக்கப்பட்ட ஒற்றைப் பிரதி. அதன் பெயர் 'மலர் மகுடம்'. இரண்டு இதழ்கள் வெளிவந்தன. அதுதான் தொடக்கம். பிறகு கவிதைகள் எழுதினேன். எழுதியதை வெகுஜனப் பத்திரிகைகளுக்கு அனுப்புவது அன்றாட செயல்பாடாக இருந்தது. ஆதியில் என் புனை பெயர் 'வஸந்தகுமார்'. இந்தப் பெயரில் நான் எழுதிய கவிதைகள் ஒன்றுகூடப் பிரசுரமாகவில்லை.

வெகுகாலம் கழித்துக் 'கணையாழி' பத்திரிகையில் வேலைக்குச் சேர்ந்தேன். தினமணியின் முன்னாள் ஆசிரியர்

திரு. கஸ்தூரிரங்கன் அவர்கள் நடத்திய பத்திரிகை கணையாழி. 1990க்குப் பிறகான அந்தக் காலத்தில் கணையாழியில் எனக்கு மாதச் சம்பளம் மிகவும் குறைவு. அது எனக்கு பெருந்தொகையாக இருத்தது. ஏனென்றால் அது, நான் பத்திரிகையில் வேலை பார்த்துச் சம்பாதிக்கும் பணம் அல்லவா! திரு. கஸ்தூரிரங்கன் அவர்களிடமிருந்து நான் வாங்கும் ரூபாயை வைத்துக்கொண்டு, பட்டினிப்பாடாக இருந்தாலும், மனமகிழ்ச்சியுடன் வாழ்ந்தேன். ஆழ்வார்பேட்டையில் இருக்கும் கணையாழி அலுவலகத்துக்கு சுஜாதா, இந்திரா பார்த்தசாரதி ஆகியோர் வருவார்கள். இவர்களின் படைப்புகளை நான் படித்திருந்தேன்.

சுஜாதாவைப் பற்றி?

சுஜாதா மாபெரும் தமிழ்ச் சாதனையாளர் என்பதில் எனக்குச் சந்தேகம் இல்லை. தனக்கென்று புத்தம் புதிய, மிக வசீகரமான, நவீன உரைநடை மொழியை உருவாக்கிக் கொண்டவர் அவர். (இதற்கு நேர்மாறாக, தன் 'கன்னி' நாவலில், ஆகப் பெரும் கவித்துவ உரைநடையை உருவாக்கிச் சாதனை புரிந்திருப்பவர் பிரான்சிஸ் கிருபா. ஆனால் இவரது எளிமையின் காரணத்தால், இவர் தகுதிக்கு உரிய மரியாதை இவருக்குக் கிடைக்கவில்லை) சுஜாதா, எளிய தமிழில் அறிவியலை வெகுமக்கள் தளத்தில் கடத்தினார். ஆனால் தன் கண்டுபிடிப்பான, அரியதொரு இலக்கியக் கருவியான தன் உரைநடை மூலம் அவர் உருவாக்கித் தந்திருக்கும் படைப்புகள் மீது எனக்கு விமர்சனம் உண்டு.

கணையாழியில் பணிபுரிந்த காலத்தில் 'காவடியாட்டம்' என்ற என் கதையை திரு. கஸ்தூரிரங்கனிடம் கொடுத்தேன். அவர் கணையாழியில் பிரசுரிப்பதற்கு ஏற்றுக்கொண்டார். பிறகு அவர் அதை சுஜாதாவிடம் கொடுத்துக் கருத்துக் கேட்டார். சுஜாதா அந்தக் கதையின் முடிவைத் திருத்தித் தருகிறேன் என்று என்னிடம் சொன்னார். நான் மறுத்தேன். கதையின் முடிவு அப்படியே இருக்கட்டும் என்றேன். மாற்றம் எதுவும் இல்லாமல்தான் அது பிரசுரமானது.

சுஜாதாவின் வீட்டுக்குச் சிலமுறை சென்றிருக்கிறேன். அவர் பெங்களூரிலிருந்து ஆழ்வார்பேட்டைக்கு வந்து

கொஞ்சம் நாள் ஆகியிருந்த சமயம். வீட்டுச் சுவர்கள் எல்லாம் வெறுமையாக இருந்தன. சில ஓவியங்கள் மாட்டலாமே என்று ஆலோசனை சொன்னேன். இருந்தால் கொண்டு வாருங்களேன் என்றார் அவர். நான் மகிழ்ச்சியுடன் லலித்கலா அகாடமிக்குச் சென்று, இந்தியாவின் முக்கியமான ஓவியர்கள் வரைந்த ஓவியங்களின் அச்சுப் பிரதிகளை நிறைய வாங்கி வந்தேன். அவை பெரிய அளவிலானவை. அற்புதமான நவீன ஓவியங்களின் தேர்ந்தெடுத்த தொகுப்பு அது. ஒவ்வொன்றாக விரித்து விரித்து எல்லாவற்றையும் அவரிடம் காட்டினேன். அவர் பொறுமையுடன் பார்த்தார். கடைசியில் “இதைப்போல்தான் நீங்களே வரைந்துவிட முடியுமே” என்றார். அந்த ஓவியங்கள் அவருக்குப் பிடிக்கவில்லை. பிறகு அந்த ஓவியங்களைப் பட்டுக்கோட்டையில் வைத்திருந்தேன். அங்கே ஜெயமோகனைச் சந்தித்தபோது அவரிடமும் காட்டினேன். அவர் பெருவிருப்பத்துடன் வாங்கிச் சென்று ‘பைண்ட்’ செய்து வைத்துக் கொண்டார்.

நண்பர், கவிஞர் அமலன் ஸ்டேன்லியின் ஒத்துழைப்போடு நான் நடத்திய சிறுபத்திரிகை ‘குதிரை வீரன் பயணம்’. அதில், எழுத்தாளர் பெருமாள்முருகன், சுஜாதா தனக்குப் பிடித்த கவிதைகளைத் தேர்ந்தெடுத்து வெகுஜனப் பத்திரிகையில் பரிந்துரைப்பதை விமர்சித்து ‘பிரம்மரிஷியின் கவிதை ரசனை’ என்ற தலைப்பில் கட்டுரை எழுதினார். முருகனின் கருத்தில் உடன்பட்டு நான் பிரசுரித்தேன். இது சுஜாதாவுக்குக் கோபத்தை ஏற்படுத்தியது.

பத்திரிகை அனுபவங்களைப் பற்றிப் பேசிக்கொண்டிருந்தோம்?

கணையாழிக்கு அவ்வப்போது வரும் இந்திரா பார்த்தசாரதி, என் வறுமையைத் தெரிந்துகொண்டு, எனக்கு ஏதாவது உதவி செய்யும்படி, தினமணியில் பணிபுரியும் திருப்பூர் கிருஷ்ணனுக்கு ஒரு பரிந்துரைக் கடிதம் கொடுத்தார். நான் அதை எடுத்துச் சென்று திருப்பூர் கிருஷ்ணனிடம் கொடுத்தேன். அவர், பக்கத்திலிருந்த ஓவியர் தாமரையிடம் என்னைக் காட்டி, “இவர் ஓவியர், படம் வரைய இவருக்கு ஏதாவது மேட்டர் கொடுங்கள்” என்றார். ஒரு சிறார் பாடலைக் கொடுத்து படம் வரைந்துவரும்படி சொன்னார் ஓவியர்

தாமரை. அதன் பிறகுதான் என்றென்றும் என் வணக்கத்திற்குரிய அண்ணாச்சி ராஜமார்த்தாண்டன் (அமரர்) அவர்களையும் அண்ணாச்சி எஸ்.சிவக்குமார் அவர்களையும் கண்டு கொண்டேன். தினமணி கதிரில் வரும் கவிதைகளுக்குப் படம் வரைய எனக்குத் தொடர்ந்து வாய்ப்புக் கிடைத்தது. அப்படி மூன்று வருடமோ, நான்கு வருடமோ நான் படம் வரைந்தேன். இதிலிருந்து கிடைத்த பணம் அன்றைக்கு எனக்கு மிகவும் உதவியாக இருந்தது. நண்பர் இளையபெருமாள் (சுகதேவ்), எழுத்தாளர் தமிழ்மகன் ஆகியோரிடம் நட்புகொள்ளும் வாய்ப்புக் கிடைத்தது (திரு. சம்பந்தம் தினமணி ஆசிரியராக இருந்த காலம்).

பிறகு பாவை சந்திரனின் ஆசிரியத்துவத்தில் ‘புதிய பார்வை’ பத்திரிகை வந்துகொண்டிருந்தது. நல்ல கவிதைகளும் நல்ல ஓவியங்களுமாகச் சிறப்பாக வந்துகொண்டிருந்தது புதிய பார்வை. இந்தப் பத்திரிகையில் எனக்கு ஒரு இடம் கிடைக்க வேண்டும் என்பதற்காக நான் பிரார்த்திக்கவும் செய்தேன். அப்போது அந்தப் பத்திரிகையில், புதிய பார்வைக்கு வடிவமைப்பாளர் வேண்டும் என்று விளம்பரம் வந்தது.

நான் பாவை சந்திரனை அணுகி, வடிவமைப்பாளராக வேலை கேட்டேன். அவர் உடனே பணியில் சேர்த்துக் கொண்டார். ஆனால், அப்போது பத்திரிகை பக்க வடிவமைப்பு பற்றி எனக்கு ஒன்றுமே தெரியாது (அப்போதைய வடிவமைப்புப் பாணி, வெட்டி ஒட்டுவது. இப்போதுபோன்று முழுதும் கம்ப்யூட்டரில் லேஅவுட் செய்யும் முறை அப்போது இல்லை). அந்தப் பத்திரிகையில் வேலை கிடைக்க வேண்டும் என்ற காரணத்தால் பொய் சொன்னேன்.

ஆனால், சில நாட்களிலேயே, எனக்குப் பத்திரிகை வடிவமைப்புத் தெரியாது என்ற உண்மை அவருக்குத் தெரிந்துவிட்டது. அவர் என் மீது கோபப்படவில்லை. அங்கிருந்து வெளியேற்றவில்லை. “இங்கு வடிவமைப்பு ஓவியர்கள் வருவார்கள். அவர்கள் எப்படிச் செய்கிறார்கள் என்று பார்த்துக் கற்றுக்கொண்டு நீங்கள் செய்யுங்கள்” என்றார். இன்னொரு சந்தர்ப்பத்தில் அவர், ‘நீங்கள் கடைகளில்

சாப்பிடாதீர்கள். நிறைய செலவாகும். நான் வீட்டிலிருந்து பாத்திரங்கள் கொண்டு வந்து தருகிறேன். நீங்களே சமைத்துச் சாப்பிடுங்கள். செலவு குறையும்' என்றார்.

எனக்கான திருமண ஏற்பாட்டிலும் பாவை சந்திரன் பெரிதும் முயன்றார். அவரின் அன்பை நான் என்றும் மனதில் வைத்துக் காப்பாற்றிவருகிறேன். அந்தச் சமயத்தில்தான் எனக்கு, அவருடன் பணியாற்றிய கதிர்வேலன் என்ற நண்பரின் ஒப்பற்ற தோழமையும் கிடைத்தது (கதிர்வேலன் இப்போது குங்குமத்தில் பணியாற்றுகிறார்).

திருமணத்திற்குப் பிறகு நான் சில காலம், (இப்போது நியூசெஞ்சுரி புத்தக நிறுவனத்தின் செயலர் சண்முகம் சரவணனின் பரிந்துரையின் பெயரில்) 'உங்கள் நூலகம்' (நியூசெஞ்சுரி புத்தக நிறுவனத்தின் மாத இதழ்) பத்திரிகையில் பணிபுரிந்தேன்.

பிறகு, நண்பர் நாராயணனின் ஆசிரியத்துவத்தில் வரும் 'பாடம்' எனும் மாத இதழில் பணிபுரிந்தேன். அங்கிருந்து விலகும் நேரத்தில் நான் எழுதிய விடைபெறுதல் கடிதம் ஒன்றைப் பாடம் பத்திரிகையில் பிரசுரித்திருந்தார் ஆசிரியர்.

பிறகு மிகவும் கஷ்டம். வீட்டு வாடகை கொடுப்பதற்குக்கூட முடியாத நிலை. கடன் வாங்கிக் காலம் கழிக்க வேண்டிய கட்டாயம். ஒவ்வொரு நாளும் அச்சத்துடனும் அவநம்பிக்கையுடனும் கழிந்தது. அப்போது எழுத்தாளர் தமிழ்மகன், நான் பாடம் பத்திரிகையில் எழுதிய விலகல் கடிதத்தை எங்கோ வைத்துப் படித்திருக்கிறார். படித்த உடனே அவர் என்னைக் கைப்பேசியில் தொடர்புகொண்டார். வேலை இல்லாமல் இருக்கிறீர்கள் என்று தெரிந்துகொண்டேன். உடனே உங்கள் சுயவிவரக் குறிப்பைக் கொடுங்கள். நான் தினமணியில் பேசிப் பார்க்கிறேன் என்றார். அவரே தினமணி ஆசிரியர் வைத்தியநாதனிடம் பேசி என்னை அங்கே பணியில் சேர்த்தார். சிறுவர்மணியின் பொறுப்பாசிரியராகத் தினமணியில் சேர்வதற்கு முன்பு நான் கையால்தான் எழுதிவந்தேன். தமிழ்மகன்தான் கணிப்பொறியில் தட்டச்சு செய்வதற்கு எனக்குச் சொல்லிக் கொடுத்தார். எழுத்துப் பலகையில் விரல்

வைத்து, இதை அழுத்தினால் 'அ' வரும், இதை அழுத்தினால் 'ஆ' வரும் என்று கற்பித்தார். நான் கேட்காமலேயே, எங்கிருந்தோ என் சிரமத்தைப் புரிந்துகொண்டு, அவராகவே வலிய வந்து உதவி செய்து பணியில் அமர்த்தினார். தட்டச்சு செய்யக் கற்றுக்கொடுத்தார். 'எழுத்தறிவித்தவன் இறைவன் ஆவான், நீங்கள் எனக்கு கணிப்பொறி எழுத்து அறிவித்திருக்கிறீர்கள்' என்பேன். சிரிப்பார் அவர். என்றும் அவரை நன்றியுடன் நினைத்துக்கொள்கிறேன். ஏறத்தாழ ஒரு வருட காலம் நான் அங்கே மகிழ்ச்சியுடன் வேலை செய்தேன். தவிர்க்க முடியாத காரணத்தால் சிறுவர்மணியிலிருந்து விலக நேர்ந்தது.

இப்போது அப்துல்லா என்ற நண்பர் நடத்தும் சிறுவர் மாதப் பத்திரிகையான 'சின்ன நதி'யின் ஆசிரியராகப் பணிபுரிகிறேன்.

எதில் உங்களுக்குத் திருப்தி, பத்திரிகையாளராக இருப்பதிலா, எழுத்தாளராக இருப்பதிலா?

இதில் எனக்குப் பாகுபாடு இல்லை. நான் எழுத்துத் தொடர்பாக இயங்கிக்கொண்டிருக்கிறேன். இது எனக்குப் போதும்.

உங்களுக்கு மொழிபெயர்ப்பில் எப்படி ஈடுபாடு வந்தது?

எழுத்தாளர் ஜெயமோகன் மூலமாக குரு நித்ய சைதன்ய யதி அவர்களைச் சந்திக்கும் வாய்ப்பு கிடைத்தது. யதி, சிறுவர்களுக்காக மலையாளத்தில் 'இத்திரி காரியம்' என்ற நூல் எழுதியிருந்தார். உருவத்திலும் உள்ளடக்கத்திலும் மிக அழகான புத்தகம் அது. நான் அதன் தயாரிப்பில் மயங்கித் திருப்பித் திருப்பிப் பார்த்துக்கொண்டிருந்தேன். அப்போது ஜெயமோகன், மலையாளத்தைக் கற்றுக்கொண்டு இதைப் படியுங்கள் என்றார். அன்றிலிருந்து பல வருடங்கள் முயன்று அந்த மொழியைக் கற்றுக்கொண்டேன். இத்திரிகாரியத்தை வாசித்தேன். பிறகு கொஞ்சம் கொஞ்சமாக மொழிபெயர்ப்பில் ஈடுபட்டேன். மலையாளத்தின் மிக முக்கியமான எழுத்தாளர் ஓ.வி.விஜயன் எழுதிய 'கசாக்கின்டே இதிகாசம்' என்ற நூல், நான் சமீபத்தில் மொழி பெயர்த்த நூல்.

சிறார் இலக்கியங்களை மொழிபெயர்த்திருக்கிறீர்களா?

சிறுவயதிலிருந்து சிறார் இலக்கியங்களைப் படித்து வளர்ந்தவன் நான். அதன் பாதிப்பு இன்றும் தொடர்கிறது. தவிர, தமிழ் இலக்கியத்தில் சிறார் இலக்கியம் சற்றும் பொருட்படுத்தப்படாத ஒரு துறையாகத்தான் இருக்கிறது. ஏன், குழந்தைகளே பொருட்படுத்தப்படுவதில்லையே. சிறுமிகளின் பாதுகாப்பே இன்று கேள்விக்குறியாக இருக்கிறதே. ஒழுக்கம் கற்றுத் தருவதான பேரில் பள்ளியிலும் வீட்டிலும் குழந்தைகள் அடக்கியாளப்படுகிறார்கள். குழந்தைகளின் பேரறிவை, பெருஞானத்தை, பெருங்கவிதையை, பெரும்பசுமையைப் பார்ப்பதற்கு நமக்குக் கண்ணில்லை. அவர்களுக்கு உரிமையும் இல்லை, சுதந்திரமும் இல்லை. அவர்களின் மனம் அவமானங்களில் கருகுகிறது. சிறார் இலக்கியம் எழுதும் ஒருவரைச் சிறார் படைப்பாளர் என்று குறிப்பிட்டால் அவர் வெட்கப்படுகிறார். மலையாள சிறார் இலக்கியத்துடன் ஒப்பிடும்போது, உலக சிறார் இலக்கியத்துடன் ஒப்பிடும்போது, தமிழில் தற்போது சிறார் இலக்கியம் என்ற முத்திரையுடன் வரும் படைப்புகள் மிக மலினமாக உள்ளன. உண்மையில் பெரியவர்களுக்கான இலக்கியத்தில் நடக்கும் அத்தனைத் தீவிர முயற்சிகளும் சிறார் இலக்கியத்திலும் நடக்க வேண்டும். சிறார் படைப்புகளில் பரிசோதனை முயற்சிகள் வேண்டும். சிறார்க்குக் கதை சொல்ல, புதிய புதிய நுட்பங்களையும் சொல்முறைகளையும் கண்டுபிடிக்க வேண்டும். ஓவியர்கள் மனம் வைத்துச் சிறந்த சித்திரக் கதைகளை உருவாக்க வேண்டும். சித்திரங்கள் நிறைய சாதிக்கும்.

மலையாளத்தில் பேராசிரியர் எஸ்.சிவதாஸ், சுமங்களா, பிரபாகரன் பழச்சி, சி.ஆர்.தாஸ் போன்றவர்கள் குழந்தைகளுக்காக அற்புதமாக எழுதுகிறார்கள். எடுத்தால் படித்து முடிக்காமல் வைக்க முடியாது என்று சொல்வோமே, அதுபோன்று. சிவதாஸ் அறிவியலை மிகவும் சுவைபட எழுதுகிறார். மரணத்தைப் பற்றிக் குழந்தைகளுக்கு நாவலின் மூலம் விளக்குகிறார் (உமாக்குட்டியின் அம்மாயி என்ற சிறார் நாவல் தமிழ்நாடு அறிவியல் இயக்கம் வெளியீடு). இங்கு

இன்றும் மரணம் என்ற சொல்லே தலையாய அபசகுனமாக விளங்குகிறது. தவிர, கேரளத்தில் ‘பால சாகித்ய இன்ஸ்டிட்யூட்’ என்ற பெரியதொரு அரசு நிறுவனம் இருக்கிறது. இது, குழந்தைகளுக்கான மலையாளப் படைப்புகளையும், உலக சிறார் படைப்புகளை மலையாளத்தில் மொழி பெயர்த்தும் மிகச் சிறந்த தயாரிப்பு நேர்த்தியுடன் வெளியிடுகிறது. அங்கே, ‘கேரள சாஸ்திர சாகித்ய பரிஷத்’ (கேரள அறிவியல் இலக்கியப் பேரவை) என்ற அமைப்பும் இருக்கிறது. இது குழந்தைகளுக்காக எண்ணற்ற அறிவியல் புத்தகங்களை, மனங்கவரும் விதத்தில் வெளியிட்டுள்ளது. இதன் செயல்பாடு மிகப் பெரிது.

மலையாளத்தில் பெரிய எழுத்தாளர்களெல்லாம் குழந்தைகளுக்கு எழுதுவதில் ஆர்வம் கொண்டிருக்கிறார்கள். இங்கே ஏன் அரசு, சிறார் இலக்கியத்துக்காக பெரிய அளவில் ஒரு நிறுவனத்தை ஏற்படுத்தக் கூடாது? மிக எளிதில் சாத்தியமாகக் கூடிய மிகப் பெரிய காரியம். கவனத்துடன், எதிர்காலத் தலைமுறையின் நலன் நோக்கிய உள்ளார்ந்த பற்றுடனும் அர்ப்பணிப்புடனும் செய்ய வேண்டும். தன் குழந்தை எனும்போது வரும் ஈடுபாடு, குழந்தைகள் என்ற பொதுத் தளத்தில் வரவில்லை.

இந்த நிலையில் என்னால் முடிந்தது, அங்குள்ள நல்ல சிறார் படைப்புகளைத் தமிழுக்குக் கொண்டு வருவது. இங்குள்ள எழுத்தாளர்களிடம், வாசகர்களிடம், முன்மாதிரிகளாக அவற்றை வைப்பது. இவற்றைப் படித்து யாருக்கேனும் தூண்டுதல் ஏற்படாதா, அவர்கள் இந்தத் தரத்தில் எழுதமாட்டார்களா, ஏதாவது நல்லது நடக்காதா என்றுதான்.

உங்கள் ‘சின்ன நதி’ சிறார் பத்திரிகை பற்றிச் சொல்லுங்கள்?

சின்ன நதியின் நிர்வாக ஆசிரியர் அப்துல்லா. நண்பர்கள் வேட்டைப் பெருமாள், வன்மி ஆகியோர் மூலம் எனக்கு அறிமுகமானவர். சிறுவர்களுக்காக ஒரு பத்திரிகை தொடங்க வேண்டும் என்பது அப்துல்லாவின் வெகுநாள் விருப்பம். அது என்னுடைய விருப்பமாகவும் இருந்தது. அவருடன்

நானும் இணைந்துகொண்டேன். எல்லா வகையிலும் நன்றாக, அழகாகச் செய்ய வேண்டும் என்று ஆசைப்படுகிறோம். அதற்காக மிகு முயற்சி மேற்கொள்கிறோம். குழந்தைகளின் புத்தாக்க (Creative-Inventive) ஆர்வத்தைத் தூண்டுவது என்பதுதான் இந்தப் பத்திரிகையின் முதன்மை நோக்கம். அதை மலர வைக்க வேண்டும். இது மட்டும்தான் நோக்கம். இது நடந்தால் நம்மைச் சுற்றிச்சூழ நாம் அதிசயங்களைக் காண்போம்.

முக்கிய கவிஞர் வரிசையில் நீங்களும் ஒரு இடத்தில் இருக்கிறீர்கள். தற்போது கவிதைகள் அதிகம் எழுதுவதில்லையோ?

கவித்துவத்தை மிக உச்ச உணர்வாகத்தான் நான் பார்க்கிறேன். இதைத் தவிர இந்தப் பிரபஞ்சத்தில் வேறு ஒன்றும் இல்லை. இதைத் தாண்டிச் செல்வதற்கும் இடம் இல்லை. ஆதியும் அந்தமும் இது. ஆழ ஆழத்தில் உணர்க. அமிழ்க. பரவிக் கலந்து நிறைக. கண்ணீரால் தொழுதிடுக. அற்புதங்களின் சிறகுகொண்டு பறந்தலைக. ஆர்த்தார்த்து வியந்து வணங்குக. கவிதை. கடவுளே அது. வாழ்வேதான் அது. கோடி கோடி சல்லி வேர்களால் உறிஞ்சுக. அது கொண்டு ஆகும் ஒரு மலர். ஒட்டுமொத்த தரிசனம். எழுதுவது மட்டும் அல்ல.

சிறார் இலக்கியத்தில் யாரைக் குறிப்பிடுவீர்கள்?

அழ. வள்ளியப்பா, வாண்டுமாமா, முல்லை தங்கராசன், லெமன், தம்பி சீனிவாசன், கிருஷ்ணன்நம்பி, கல்வி கோபாலகிருஷ்ணன், பூவண்ணன் போன்ற இன்னும் பலர். தற்போது எழுதுபவர்களில் தேவிகாபுரம் சிவா, விஷ்ணுபுரம் சரவணன் முதலியோர்...

உங்கள் முன்னோடிகள் என்று?

சிறந்த படைப்பாளிகள் அத்தனை பேரும் என் முன்னோடிகள்தாம். என்னைவிடவும் வயதில் குறைந்த ஒருவர் அரிய படைப்பைத் தரும்போது அவரும் என் முன்னோடிதான். அவருக்கும் நான் அடிபணிகிறேன்.

- மாதவம் (மார்ச் – 2015)

நூல்களின் வழியே குழந்தைகள் மனிதத்தை உணர்வார்கள்

உரையாடல் : எஸ்.செந்தில்குமார்

தி.மாரிமுத்து (1966), யூமா வாசுகி என்ற பெயரில் கவிதைகளும் நாவல்களும் சிறார் மொழிபெயர்ப்புகளும் செய்து வருகிறார். கும்பகோணம் அரசு ஓவியக் கலைத் தொழிற்கல்லூரியில் ஓவியக் கலையில் பட்டயப்படிப்பு படித்தார். 'உயிர்த்திருத்தல்' (1999) சிறுகதைத் தொகுப்பு, 'ரத்தஉறவு' (2000), 'மஞ்சள்வெயில்' (2006) ஆகிய இரு நாவல்கள், 'இரவுகளின் நிழற்படம்' (2001) 'அமுதபருவம் வலம்புரியாய் அணைந்ததொரு சங்கு' (2001) 'சாத்தனும் சிறுமியும்' (2012) ஆகிய கவிதைத் தொகுப்புகளோடு பெரியவர்களுக்கான அனேக மொழிபெயர்ப்பு நூல்களையும் கொண்டு வந்திருக்கிறார். தனக்கென தனித்த மொழிகொண்ட கவிதைகள், எதார்த்தமான கதாபாத்திரங்களைக் கொண்ட புனைவுகள் மூலம் தமிழ் இலக்கியத்தில் ஸ்திரமான இடத்தைக் கொண்டிருக்கும் யூமாவின் ஓவியங்களும் நுட்பமானவை.

தீவிரமான சிற்றிதழ் சூழலில் இயங்கி வருபவர் நீங்கள். கவிதையின் உச்சபட்சமான செறிவும் அடர்த்தியுமான மொழியை வெற்றிகரமாக கையாண்டிருக்கிறீர்கள். குழந்தைகளுக்கான கதை எழுதுகிற மனநிலைக்கு எவ்வாறு மாறினீர்கள்?

என் அம்மா வெகுமக்கள் பத்திரிகைகள் படிப்பதில் ஆர்வமுள்ளவர். காசு கொடுத்து வாங்க இயலாத நிலையில், அக்கம் பக்கத்து வீடுகளிலிருந்து ராணியோ, குமுதமோ வாங்கி வரும்படி என்னைப் பணிப்பார். அப்போது நான்

மிகச் சிறுவன். அவர் படித்துவிட்டு வைக்கும்போது நானும் என் அண்ணனும் எடுத்துப் படிப்போம். முக்கியமாக ராணியில் வரும் படக்கதைகளும் குரங்கு குசலா போன்ற கார்டூன்களும் எனக்கு மிகவும் பிடித்திருந்தன. சில காலத்துக்குப் பிறகு கொஞ்சம் ‘சில்லறை’ புழக்கம் ஏற்பட்ட பிறகு சிறார் காமிக்ஸ் நூல்களும் துப்பறியும் நாவல்களும் மாயாஜால நாவல்களும் வாங்கிப் படித்தோம்.

பட்டுக்கோட்டை நகரத்தின் எங்கெங்கோ மூலைகளில் என் விருப்பம் கொண்ட சிறுவர்கள் பலர் இருந்தார்கள். எப்படியோ நண்பர்களாகி, புத்தகங்களை மிகுந்த ரகசியமாகப் பரிமாறிக்கொண்டோம். ஏனென்றால் நாங்கள் இதுபோன்று ‘கூடா சேட்டை’ களில் ஈடுபடுவது பெரும்பாலும் வீட்டுப் பெரியவர்களுக்குப் பிடிக்காது. பயங்கர தீவிரவாதக் குழுபோன்று நாங்கள் காலநேரமோ, பசி தூக்கமோ பாராது புத்தகங்களைப் பரிமாறிக்கொண்டோம். புதுப்புது நண்பர்களின் அறிமுகம் கிடைத்தது. பலவகைப்பட்ட நிறைய சிறார் நூல்கள் வாசிக்கக் கிடைத்தன. நான் சில நூறு சிறார் புத்தகங்களையாவது படித்திருக்கக்கூடும். என் சிறு பிராய நினைவுகளில் உவகை தரும் நிகழ்ச்சிகள் வெகுசிலவே. ஆனால், மேற்சொன்ன காலம், இடையறாது சிறார் நூல்கள் வாசித்துக்கொண்டிருந்த காலம், என் ஆளுமைக் கலவைகளில் கணிசமான செல்வாக்குச் செலுத்தியிருக்குமென்று நினைக்கிறேன். சிறார் படைப்பில், சிறார் பத்திரிகைகளில் ஈடுபடுவதற்கான மனநிலையின் வழி அதுதான்.

பிறகு பற்பல ஆண்டுகளுக்குப் பிறகு ஜெயமோகன் மூலமாக எனக்கு குரு நித்ய சைதன்ய யதி அவர்களை சந்திக்கும் வாய்ப்புக் கிடைத்தது. அதன் பிறகுதான் நான் மலையாள மொழியையும் அங்குள்ள சிறார் இலக்கியங்களையும் அறிமுகம் கொள்கிறேன்.

ஜெயமோகன் அவர்களின் நீண்ட கால நண்பர் நீங்கள். அவர் நடத்திய ‘சொல் புதிது’ இதழின் ஆசிரியர் குழுவில் இருந்திருக்கிறீர்கள். அந்த அனுபவத்தைப் பகிர்ந்து கொள்ளுங்கள். கூடவே அந்த இதழில் குழந்தைகளுக்கான இலக்கியத்தை அறிமுகம் செய்வதில் நீங்கள் ஆர்வம் காட்டவில்லையா?

ஜெயமோகனின் நெறியாள்கையில் ஆரம்பிக்கப்பட்ட பத்திரிகை சொல்புதிது. ஆசிரியர் கோபாலகிருஷ்ணன் (சூத்திரதாரி), நான், அருண்மொழி நங்கை (ஜெயமோகன் மனைவி), செந்தூரம் ஜெகதீஷ், ரிஷ்யசிருங்கர், மோகனரங்கன் ஆகியோர் ஆசிரியர் குழு உறுப்பினர்கள். தமிழினி வசந்தகுமார் அண்ணாச்சி, அகல் பஷீர் ஆகியோர் வடிவமைத்து அச்சிட்டுத் தந்தார்கள். நான் அந்தப் பத்திரிகையில் நிறைய சித்திரங்கள் வரைந்திருக்கிறேன். அதில் நல்ல படைப்புகள் நிறைய வந்திருக்கின்றன. வேறு எந்த வேலையுமின்றி, காலையில் பழவந்தாங்கலிலிருந்து புறப்பட்டு ராயப்பேட்டை தமிழினி அலுவலகத்துக்குச் சென்று நாள் முழுதும் அமர்ந்திருந்த காலம் சில வருடங்கள். அங்கே சொல்புதிது வேலையும் நடந்துகொண்டிருந்தது. ஒரு சீரிய பத்திரிகையின் உருவாக்கத்தில் ஏதோ ஒரு வகையில் தொடர்புடையவனாய் இருந்தது எனக்கு நிறைவளித்தது. சில வருடங்களுக்குப் பிறகு அந்தப் பத்திரிகை நின்றுவிட்டது.

உங்களது ரத்த உறவு நாவல் எதார்த்த நாவலென பலராலும் பாராட்டுக்கு உள்ளானது. குழந்தைக் கதைகளை மொழிபெயர்க்கத் தேர்வு செய்யும்போதும், நீங்கள் எழுதும்போதும், மிகுபுனைவுக்கும் (fantasy) அது அதற்கான புதிய மொழியை உருவாக்குகிறீர்கள். இது எப்படி உங்களுக்கு சாத்தியமானது?

ரத்த உறவு நாவலுக்குக் கொஞ்சம் வாசகர்கள் இருக்கிறார்கள். அந்த நாவல் எழுதப்பட்டதே அண்ணாச்சி, தமிழினி வசந்தகுமார் அவர்களின் இடையறா வற்புறுத்தலாலும் அழுத்தத்தாலும்தான். அந்த நாவல் குறித்து நல்ல அபிப்பிராயங்கள் வந்திருக்கின்றன. கடுமையான விமர்சனங்களையும் அது எதிர்கொண்டிருக்கிறது.

குழந்தைகளுக்கான கதைகளை மொழிபெயர்க்கும்போதோ, வேறு படைப்பு முயற்சிகளில் ஈடுபடும்போதோ என் உள்ளார்ந்த ஒரு பதற்றம், உணரும்படிச் சொல்லிவிட வேண்டுமே எனும் தவிப்பும் அவசரமும்தான் அவற்றுக்கான மொழியைத் தேர்ந்துகொள்கின்றன. மொழி குறித்து எனக்கு முன் திட்டம் ஏதுமில்லை. உள்வசப்பட்டதற்கும் உந்துதலுக்குமான பிணக்க இணக்கங்களில் அது பிறக்கிறது.

தவிர, சமயங்களில், இடுக்கமான திருகு மொழிகளில் பிரயாசையுடன் கூறப்படும் மிகுபுனைவில் உள்ள சர்வ எதார்த்தத்தையும், சாதாரண எதார்த்த வரிகளில் வெளிப்படும் அபாரமான மிகுபுனைவையும் நாம் பார்க்கிறோம். எதார்த்தத்துக்கும் அல்லாததற்குமான வித்தியாசம் அரூப நூலிழையாக உள்ளது. மீனுக்குத் துடுப்புகள் உருவானதற்கு அதன் காலகால எத்தனமே காரணம் என்பதுபோல, வெளிப்படுவதற்காகத் திமிறும் படைப்பு, சுய எத்தனத்திலிருந்தே மொழியை எடுத்துக்கொள்கிறது.

குழந்தைகளுக்கான மிகுபுனைவு கதையின் மொழியும், அதுசார்ந்த வடிவமும் இனிமையான இசைபோன்றிருக்கின்றன. அதே சமயம், தீவிர இலக்கியக் கதாசிரியர்கள் எழுதும் மாய எதார்த்தவாத, மிகுபுனைவுக் கதைகள் புரிவதில்லை. உங்களது வாசிப்பில் இப்பிரச்சனையை எப்படி நினைக்கிறீர்கள்?

மொழியைப் பொறுத்தவரை - பேருன்னத தத்துவங்கள், மாபெரும் உலக இலக்கியங்கள், அதி நுட்பமான தரிசனங்கள் எல்லாம் அடிப்படையில் எளிமையைக் கொண்டிருக்கின்றன. அந்த எளிமையினூடேதான் அவை நம்மை எட்டவியலாத உயரங்களுக்குக் கொண்டு செல்கின்றன. எளிமையின் வழியில்தான், அப்படி அல்லாதவற்றை துலக்கிக் காட்டுகின்றன. ஜென் கதைகளும், சூஃபி கதைகளும், யேசுவின் வாய்மொழிகளும் எளிமையின் மூலம்தான், உணர்தலின் அதிசயங்களையும் விகாசத்தின் பரவசத்தையும் நமக்கு அணுக்கமாக்குகின்றன. மாயஎதார்த்த எழுத்து (மேஜிக்கல் ரியலிசம்) என்று சொல்லும்போது அங்கே உடனடியாக காப்ரியேல் கார்சியா மார்க்வெஸ்ஸின் விண் முட்டும் பிம்பம் வந்துவிடுகிறது. அவர் கதைகள் எளிமையை அடிப்படையாகக் கொண்டவை. அந்த அடிப்படையில்தான் அவை கற்பனையின் அற்புதங்களுக்கும் கவித்துவத்தின் உச்சங்களுக்கும் செல்கின்றன.

எனக்கு இசங்களில் நம்பிக்கை இல்லை. என் விடுதலைக்காக நான் நம்புவது, கலையின் ஆன்மாவைத்தான். சமீபத்தில், 'சிவப்புக் கிளி' என்றதொரு கன்னடக் கதையை மலையாளத்தில் வாசித்தேன். எளிமையான எழுத்து,

யதார்த்தமான சொல்முறை. ஆனால் அது, ஒரு மலையைப் பெயர்த்து நம் மனதில் போட்டுவிட்டுப் போய்விடுகிறது. அந்த கனம் நம்மைக் குன்றச் செய்துவிடுகிறது. ரியலிசத்தின் உள்ளே அப்ஸ்ட்ராக்டும் அப்ஸ்ட்ராக்டின் உள்ளே ரியலிசமும் வெளிவரத் தவித்துக் கொண்டிருக்கின்றன. நாம்தானே கண்டுணர வேண்டும். இரண்டையும் பிரிக்க முடியாது. யதார்த்தம் என்பது, யதார்த்தமற்றதை நோக்கியான பயணத்தையும் தன்னுள் கொண்டிருக்கிறது. யதார்த்தமற்றதும் அப்படித்தான். இதை நீங்கள் ஓவியத்திலும் பொருத்திப் பார்க்கலாம். குழந்தைகளுக்குக் கதை சொல்லும்போது நாம் மிகு எளிமையின் துணைகொண்டே அதிபுனைவுகளை நோக்கிச் செல்ல வேண்டியிருக்கிறது.

குழந்தைகள் கதைகளையும் பாடல்களையும் படித்து வளர வேண்டுமென்கிற சிந்தனை, அடிப்படையில் ஒரு எழுத்தாளானகிய உங்களிடம் இருப்பது வரவேற்கத்தக்கது. அறிவொளி இயக்கம் போல குழந்தைகளுக்கான கதை கற்றல் இயக்கம் ஒன்றை உங்களுடன் ஒரு மனதோடு இயங்கும் எழுத்தாளர்கள் அனைவரும் இணைந்து தொடங்கலாமே?

ஐம்பதுகளில், குழந்தை எழுத்தாளர் சங்கத்தின் முதல் தலைவராக வை. கோவிந்தன் இருந்தார். அதன் பிறகு அழ வள்ளியப்பா பொறுப்பேற்றார். இன்று சாத்தியப்படுமா என்று நாம் சந்தேகிக்கும்படியான பல அரிய செயல்கள் அன்று நடந்தேறியிருக்கின்றன. சிறார் இலக்கியக் களத்தில் அந்தச் சங்கம் முழுத் தீவிரத்துடன் இயங்கி பெரிய விளைவுகளை ஏற்படுத்தியிருக்கிறது. அதன் செயல்பாடுகளைப் பட்டியலிட்டால், பக்கம் நீளும். அப்போதைய இயக்கத்தின் பகுதியளவுகூட இப்போது இல்லை. நமக்கென்று ஒரு மிகப் பெரிய சிறார் கலை இலக்கிய அமைப்பு வேண்டும். அனைத்துக் கலை இலக்கியக்காரர்களும் மக்களும் ஆசிரியர்களும் ஆர்வங்கொண்ட அனைவரும் ஒன்றிணைந்த பேரமைப்பு அவசியம். மற்றொன்று, சொல்ல வாய்ப்புக் கிடைக்கும்போதெல்லாம் நான் வலியுறுத்துவது, குழந்தைகளுக்கான ஒரு இலக்கிய வெளியீட்டு நிறுவனத்தை அரசு ஏற்படுத்த வேண்டும். கேரள அரசு திருவனந்தபுரத்தில்

நடத்தி வரும் 'பால சாகித்ய இன்ஸ்டிட்யூட்' போல. சி.பி.எம்-மின் உறுப்பு நிறுவனமான 'கேரள சாஸ்திர சாகித்ய பரிஷத்' (கேரள அறிவியல் இலக்கியப் பேரவை) போல.

சிறார்களுக்கான கதைகள் பெரும்பாலும் நீதிக்கதை வகைமைச் சார்ந்ததாக எழுதப்படுகிறது. அக்கதைகளின் வழியாக அறத்தையும் பாடத்தையும் குழந்தைகள் கற்கவேண்டுமென விரும்புகிறீர்களா?

கதைகள் வாசிப்பதை குழந்தைகளுக்கு மிக நெருக்கமான ஒன்றாக ஆக்க வேண்டும் என்பதுதான் என் இறைஞ்சுதல். வாசித்தல் என்பது அவர்களின் மிக விருப்பத்திற்குரிய செயல் என்றானால் எல்லாம் சரியாகிவிடும் என்று நான் நம்புகிறேன். ஆங்கிலத்திலே எண்ணற்ற நல்ல நூல்கள் இருக்கின்றன. தமிழில் சிறார் இலக்கியச் சிறந்த நூல்கள் மிகவும் குறைவு. நீதிக் கதைகளைக்கூட கலைப்பூர்வமாக சிறாருக்குச் சொல்ல இயலாத ஒரு கற்பனை வறட்சி நமக்கு இருக்கிறது. இது நமது சாபக்கேடு. இந்த நிலையில்தான் நமக்கு, நிறைய அரிய சிறார் நூல்களை மொழிபெயர்த்து முன்னால் வைத்து, தரத்தையும் தளத்தையும் மீண்டும் மீண்டும் வலியுறுத்த வேண்டியிருக்கிறது. நூல்களின் வழியே குழந்தைகள் மனிதத்தை உணர வேண்டும் என்று விரும்புகிறேன். வாழ்க்கைகளை, பிரபஞ்சத்தை, இயற்கையை அவர்கள் உற்றறிய வேண்டும் என்று ஆசைப்படுகிறேன். அவர்கள் என்றென்றும் தோளணைத்துப் பயணிக்கும்படி புத்தகங்கள் அவர்களுக்குக் கனிவு தரும் என்று நம்புகிறேன்.

எங்கோ இன்னலுறும் கரும்புத்தோட்டத் தொழிலாளர்கள் பற்றி இங்கே மனம் நொந்து எழுதும் பாரதியின் சித்தம், கலை இலக்கிய அனுபவங்களிலிருந்து அவர்களுக்கு ஏற்படும் என்று உறுதிகொள்கிறேன். பெரும் பெரும் தனிமைகளை, பேரழிவுகளை, கடக்க இயலாத தடுப்புகளை, நாசகாரக் கொடூரங்களை உடைத்து நொறுக்குவதற்கு நல்ல நூல்களிடமிருந்து அவர்கள் கற்றுக் கொள்வார்கள். அநீதியின், சுயநலத்தின் பேரரசு ஒவ்வொரு நாளும் விரிவடைந்து கொண்டிருக்கிறது. அது கைப்பற்றிய இடமெல்லாம் புகையும் கனல்கள், சாம்பல்கள், ஓலங்கள்! விரைவில் நாம் குழந்தைகளிடம் நல்ல நல்ல நூல்களைக் கொண்டு சேர்க்க வேண்டியிருக்கிறது; இவற்றை வென்று வாழும் ஆயுதங்களாக.

தீவிரமான இலக்கியச் சூழலில் எழுதிவரும் படைப்பாளர்கள் பெரும்பாலும் தீடீரென குழந்தைகள் இலக்கியத்தில் ஈடுபடுகிறார்கள். அதேபோல குழந்தைப் பாடல்கள், கதைகள், மொழிபெயர்ப்பு, நாவல் எழுதிவரும் சிறார் எழுத்தாளர்கள் தீவிர இலக்கியத் தளத்தில் ஈடுபடுவதில்லையே, ஏன்?

சிறார் இலக்கியப் படைப்பாளிகள் பெரியவர்களுக்கென்று எழுதலாம் எழுதாமல் இருக்கலாம். அவர்கள் சிறார் இலக்கியப் படைப்புகளை சிறப்பாகச் செய்வார்களெனில் அதுவே நம் பேறு. ஆயினும், நண்பர் சுகுமாரன் போன்ற ஒருசில சிறார் இலக்கியப் படைப்பாளிகள் பெரியவர்களுக்கான படைப்புகளையும் உருவாக்கியிருக்கிறார்கள். என் பிரச்சினை அது அல்ல. ஒருசிலரைத் தவிர, சிறார் இலக்கியம் படைப்பதாகச் சொல்லிக்கொள்ளும் பெரும்பாலான படைப்பாளிகள் சிறார் இலக்கிய களத்துக்கு முற்றிலும் பொருத்தமற்றவர்கள் என்பது என் திடமான கருத்து.

சிறார் இலக்கியத்துக்கான மனநிலையோ, அதற்கான அர்ப்பணிப்போ, வாசிப்போ அவர்களிடம் சற்றும் இல்லை. நம்மிடையே பல்லாண்டுகளாகப் புழங்கி வரும் ரஷ்ய சிறார் இலக்கியங்களைவிடச் சிறந்த ஒரு முன்மாதிரி இருக்க வாய்ப்பு இருக்கிறதா? எவ்வளவு பெரிய பொக்கிஷங்கள் அவை! ஈடு இணையற்ற கலைச் செல்வங்கள்! சாகா வரம் பெற்றவை என்பது அந்தப் புத்தகங்களுக்கு மிகச் சரியாகப் பொருந்தும்! அவற்றிடமிருந்து கூட இவர்கள் எதுவும் கற்றுக்கொள்ளவில்லை.

என் முக்கியமான மன்றாடுதல் என்னவென்றால், ரஷ்ய சிறார் இலக்கிய நூல்கள் அனைத்தையும் திரட்டி அதே வடிவில் அப்படியே மறுபதிப்புச் செய்ய வேண்டும். அற்புத அழகு வாய்ந்த பதிப்பு நேர்த்தியுடன் தயாரிக்க வேண்டும். இது நடக்குமா என்று தெரியவில்லை. அவற்றில் பல நூல்கள் மறைந்துவிட்டன.

ஒரு சிறார் கதாசிரியர், அவர் எழுதியிருக்கும் சிறுகதை நூலுக்கு ஒரு முன்னுரை வேண்டும் என்று கேட்டார். அவர் கதைகளைப் படித்துப்பார்த்தேன். அவை என் ஆர்வத்துக்கு நிறைவளிக்கவில்லை. நான் அவரிடம், 'நீங்கள் இப்போது

இந்தக் கதைகளை வெளியிட வேண்டாம். பலவீனமாக இருக்கின்றன. எழுதுவதை நிறுத்துங்கள். ஒரு வருடமோ இரண்டு வருடமோ நல்ல சிறார் இலக்கிய நூல்களைப் படித்துவிட்டு அப்புறம் எழுதலாம். ரஷ்ய சிறார் இலக்கிய நூல்கள் கிடைத்தால் படித்துப்பாருங்கள். மிகவும் பயனுள்ளவையாக இருக்கும்' என்று சொல்லி என்னிடமிருந்த சில நூல்களைக் கொடுத்தேன். சில நாட்களுக்குப் பிறகு அவர் தொலைபேசியில், 'நீங்கள் கொடுத்த புத்தகங்களைப் படித்தேன். ஆயினும் பரவாயில்லை. என் புத்தகத்தை வெளியிடப் போகிறேன்' என்றார். இப்படித்தான் நிலைமை இருக்கிறது. பெரியவர்களுக்கு எழுதுபவர்கள் குழந்தைகளுக்கும் எழுதியிருக்கிறார்கள். அப்படி எழுதுபவர்கள் மிகச் சிலரே.

பெரியவர்களுக்கு எழுதும் நம் மிகப் பெரும்பாலான எழுத்தாளர்களுக்கு சிறார் கலை இலக்கியத்தைப் பற்றி எந்த அக்கறையும் இல்லை. ஒவ்வொரு எழுத்தாளரும் சிறார் கலை இலக்கியத்தில் ஆழ்ந்த சிரத்தை வைக்க வேண்டும் என்பதும் அதற்கு தமது சிறந்த பங்களிப்பைச் செய்ய முயல வேண்டும் என்பதும் கட்டாயம், மீற முடியாத தார்மிகம். பெரியவர்களுக்கு எழுதும் மலையாள எழுத்தாளர்கள் மிகப்பலர் குழந்தை களுக்கும் நல்ல படைப்புகளைக் கொடுத்திருக்கிறார்கள். மாதவிக்குட்டி, எம்.டி.வாசுதேவன் நாயர், உரூபு. சக்கரியா, சேது, ஜி. ஆர். இந்துகோபன், ரேணுகுமார் என்று ஒரு பெரிய பட்டியல் கொடுக்க முடியும்.

ரஷ்ய சிறார் இலக்கியப் புத்தகங்களை வாசித்தபோது உங்களது மனநிலை எப்படியிருந்தது?

ரஷ்ய சிறார் இலக்கியங்கள் என்னுள் பேருவகையையும் ஊக்கத்தையும் கற்பனையையும் ஒரு கொந்தளிப்பாக எழுப்பின. அப்போது என்.சி.பி.எச். விற்பனை நிலையங்களில் ரஷ்ய நூல்கள் கிடைக்கும். கெட்டி அட்டை போட்ட ஒரு கனத்த புத்தகம் ஐந்து ரூபாய் விலைக்குக் கிடைக்கும். அவ்வளவு மலிவு விலையில்தான் அந்த மகத்தான நூல்கள் கிடைத்தன. 'விளையாட்டுப் பிள்ளைகள்' போன்ற பல நூட்களை நான் தலையில் வைத்துக் கூத்தாடினேன். அது, படித்துக் களிப்பதும், பார்த்து மகிழ்வதுமான அனுபவம்.

அந்த நூட்களே பின்னாட்களில் என்னை டால்ஸ்டாய், தஸ்தயேவ்ஸ்கி, துர்கனேவ், கோகல், அலெக்ஸி டால்ஸ்டாய், அலெக்ஸாந்தர் குப்ரீன், செகாவ், கார்க்கி, சிங்கிஸ் ஐத்மாத்தவ், ஷோலகவ் ஆகிய பேராசான்களிடம் இட்டுச் சென்றன. சிங்கிஸ் ஐத்மாத்தவ்வின் ‘அன்னை வயல்’, ‘குல்சாரி’ போன்ற புத்தகங்களின் பழுப்புத் தாள்களில் ஒரு வசீகர வாசனை வரும். அடிக்கடி அதை உச்சி முகர்வது வழக்கம். அன்னை வயல் படித்த சில நாட்களுக்குப் பிறகு நான் இந்திய கம்யூனிஸ்ட் கட்சியில் உறுப்பினரானேன்.

குழந்தை இலக்கியத்தில் ஓவியத்தின் பங்களிப்பு பிரதானமாது. நீங்கள் உருவாக்கும் கதைகளில் ஓவியங்கள் சிறப்பாக இடம் பெற்றுள்ளன. குழந்தைகளுக்கான ஓவியங்களைப் பற்றிச் சொல்லுங்கள்?

சிறார் இலக்கியப் படைப்புகளில் ஓவியத்தின் பங்கு மிக மிகப் பெரிது. ஒரு கட்டத்தில், குழந்தைகளுக்கு எழுதுபவரைவிட, அதற்கு படம் வரைபவர் உயர்ந்த ஸ்தானத்திற்கு சென்றுவிடுகிறார். என் நண்பரான சிறார் இலக்கியப் படைப்பாளி ஒருவர் தன் நூலுக்கு குழந்தைக் கிறுக்கல்கள்போலவே படம் வரைந்து வெளியிட்டார். குழந்தைக் கதைக்கு, குழந்தைகள் வரைவதைப்போன்றே படம் இருந்தால்தான் பொருத்தமாக இருக்கும் என்பது அவர் கருத்து, எனக்கு அது ஏற்புடையதாக இல்லை. சிறார் கதைக்குப் படம் வரைவதற்கு ஒரு ஓவியன் தன் ஆற்றலின் இறுதித் துளியையும் சமர்ப்பிக்க வேண்டியிருக்கிறது. அந்தக் கதைகளுக்கு அதி சிறப்பாக, மனதைவிட்டு நீங்கா விதமாக, தொட்டுத் தடவி முத்தமிட்டுக் கொண்டாடக்கூடிய வகையில் படங்கள் அமைய வேண்டும். குழந்தைக் கதைகளுக்கு சிறப்பாக வரையப்படும் படங்கள் கதையைக் காட்சியாக விவரித்துப் புரிதலுக்கு ஏதுவாகின்றன. மகிழ்வூட்டுகின்றன. கற்பனையைத் தூண்டுகின்றன. அந்த ஓவியங்களை வரைந்து பார்க்க வேண்டும் என்ற ஆவலை குழந்தைகள் மனதில் ஏற்படுத்தி, ஓவியக் கலையின்பாற்பட்டும் திசைகாட்டுகின்றன

தமிழிலில் வாய்மொழிக் கதை மரபும் கர்ணபரம்பரை கதையும் குறிப்பிடத்தகுந்தவை. சிறார் கதைகள் எழுதும் போதும் அக்கதைகளுக்கு

ஓவியம் வரையும்போதும் இவ்வகை கதைத் தன்மைகளை நீங்கள் பயன்படுத்த முயன்றுள்ளீர்களா?

காலம் காலமாக வாய்மொழிக் கதைகள் தலைமுறைகளினூடே உயிர்த்து வருவது நம் மரபின் நெடுந்தொடர்ச்சிகளில் ஒன்று. குழந்தைகளுக்குக் கதை சொல்வது என்பது, குழந்தைமையின் மலர்ச்சிக்கு நாம் அர்ப்பணிக்க வேண்டிய பிரதான கடமைகளில் முக்கியமானது. குழந்தைகளுக்கான ஊட்ட உணவு என்பதில் எப்படி நமக்கு ஒருபோதும் சமரசம் இருக்க முடியாதோ, அதுபோன்றே அவர்களின் உணர்வுக்கான கதைகளை, உடல் மொழி, வாய் மொழி, முகமொழி முதலிய அனைத்துப் பரிமாணங்களுடன் வசீகரமாக வெளிப்படுத்துவதும் தவிர்க்க முடியாத அதிஅவசியம். கர்ணபரம்பரைக் கதைகளாகட்டும் அல்லது மற்றவையாகட்டும், சொல்லிக் கொடுப்பதும் சொல்ல வைப்பதும், நாம் அவர்களின் எதிர்காலம் குறித்து கனவு காணும் சமூக நல் விளைவுகளை துரிதப்படுத்தும். உலகப் பெரும் கலைஞர்களும் அறிஞர்களும் தங்கள் பால்ய காலத்தைக் குறித்து நினைவுகூரும்போது, அக்காலத்தில் தாங்கள் கேட்ட கதைகளையும் அசைபோடுவதை நாம் படித்திருக்கிறோம். குழந்தைகளுக்குக் கதை சொல்வது என்ற மரபு சமகாலத்தில் அருகிப்போனதற்குக் காரணம், குழந்தைகளைப் பற்றிய அலட்சியமும் அவர்களின் உளவியலையும் உயர்வையும் பற்றிய அறிவின்மையுமே. பெற்றோரின், மற்றோரின் வறட்டு விருப்பங்களை தாங்க முடியாமல் புவிமீது சுமந்தலையும் சிறகற்ற பறவைகளாகவே குழந்தைகள் நிலவுகிறார்கள். இப்போது இப்படியென்றால் எதிர்கால சமூகம் குறித்து பேரச்சம் எழுகிறது. மிக மிகவும் குறைந்தபட்சம், நடிகர்களுக்குப் பாலாபிஷேகம் செய்யாத, அவர்களைக் கடவுளின் பிம்பங்களாகப் பார்க்காத சமூகம் ஒன்று உருவாகுமா என்பதுகூட சந்தேகம்தான். பின் இருக்கையில் குழந்தைகளை அமர்த்திக்கொண்டு இரு சக்கர வாகனங்கள் ஓட்டிச் செல்கிறார்கள். பேருந்துபோன்ற வாகனங்களில் குறைந்த தூரப் பயணத்தில்கூட பெரியவர்களே கண்ணயர்வது உண்டுதான். அந்தக் குழந்தைகள், இரு சக்கர

வாகனத்தின் பின்னிருக்கையில் எந்தப் பிடிமானமும் இன்றி அமர்ந்து தூக்கக் கலக்கத்தில் சொக்கிச் செல்வதை பெரும் பீதியுடனும் பிரார்த்தனையுடனும் அனேகம் பார்த்துவருகிறேன். சென்னையின் அசுரப் போக்குவரத்தில், ஒருபோதும் நினைத்திராதது நொடியில் நடந்துவிடுமே. வாகனத்தைச் செலுத்துபவர்கள் ஏன் இதில் சிரத்தை கொள்வதில்லை. குழந்தைகளிடம் கலை இலக்கியத்தை அணுக்கமாக்காததற்கான அலட்சியம் ஒரு வகையில் இதுபோன்றதுதான். கவனத்துடன் கொண்டு செலுத்தாவிடில் காரியங்கள் சீர்கெட்டுவிடும்.

நீங்கள் எழுதும் சிறார் இலக்கியத்திற்கான முன்மாதிரியாக யாரைக் குறிப்பிட விரும்புகிறீர்கள். தமிழில் வாண்டுமாமா உள்ளிட்ட சிறார் கதை எழுத்தாளர்களைப் பற்றிய உங்களது வாசிப்பின் மதிப்பீடு என்ன?

இன்றைக்கு எழுதும், என்னைவிட வயதில் குறைந்த ஒருவர் தம் படைப்பில் இலக்கியத்தின் புதிய சாத்தியங்களை எனக்குக் காட்டித் தரும்போது அவரும் எனக்கு முன்னோடிதான். தமிழில் தேர்ந்த சிறார் இலக்கியங்கள் எண்ணற்று உருவாக வேண்டும் என்பது நம் ஏக்கம். அப்படி இல்லாதது நமக்குத் தலைகுனிவு. அந்த நல்ல கதை எந்தக் கரத்தின் வழியே வரும் என்று நான் காத்திருக்கிறேன். வாண்டுமாமா, முல்லை தங்கராசன், அழ.வள்ளியப்பா, தம்பி சீனிவாசன், லெமன், பெ.தூரன், கிருஷ்ணன் நம்பி, வை. கோவிந்தன், ரேவதி போன்ற, அந்தக் கால சிறார் எழுத்துக் கலைஞர்களின் வாசகன் நான். அப்போது சிறார் கதைகளுக்கு சித்திரம் எழுதியவர்களில் எனக்கு மிகவும் பிடித்தவர் ஓவியர் செல்லம். மறக்கவியலாத பெருங்கலைஞர் அவர். நடப்புக் காலத்தில் சிறார் இலக்கியத் தளத்தில் ஆயிஷா நடராசன், சுகுமாரன், பாலபாரதி, விழியன், கோ.மா.கோ.இளங்கோ, வானவில் ரேவதி, விஷ்ணுபுரம் சரவணன், தேவிகாபுரம் சிவா. அம்பிகா நடராஜன் ஆகியோரின் செயல்பாடு மகிழ்ச்சியளிக்கிறது. மலையாளத்தில் மிகச் சிறந்த சிறார் எழுத்தாளர் சுமங்களா. அவரது கதைகளை இப்போது மொழிபெயர்த்துவருகிறேன். சிறார் கதை எழுத்தில் நாம் யோசிக்க வேண்டிய வகைமைகளை அவர் எழுத்தில் நாம் ரசிக்கலாம். நான் மிகவும் வலியுறுத்தும் ஒன்று, சிறார்

இலக்கியத்தில் நிறைய பரிசோதனை முயற்சிகள் வேண்டும். பெரியவர்களுக்கு எழுதுவதற்கான கற்பனை ஆற்றலைவிட, மொழித்திறனைவிட, குழந்தைகளுக்கு எழுதும்போது நமக்கு அதிகமான சேகரம் தேவைப்படுகிறது. இதற்கு அப்பாற்பட்டு, குழந்தைகளுக்கு எழுதுவதற்கான மனநிலை ஒன்று இருக்கிறது. மிகக் கவிதார்த்தமான, அதிசயமான மனநிலை அது; குழந்தைகளைப் போலவே. அதுதான் இதற்கான அடிப்படை.

சிறார் கதை உலகில் காமிக்ஸ் புத்தகம் என்பது அளப்பரிய பங்களிப்பைச் செய்துவரும் வடிவம். இந்தப் புத்தகங்களை பெரியவர்கள்கூட விரும்பிப் படிக்கிறார்கள். ஆவலைத் தூண்டும் இந்த வடிவத்தை தீவிர இதழ்கள் ஏன் விரிவான இடத்திற்கு எடுத்துச் செல்லவில்லை? தற்போது சிறார் புத்தகங்கள் வெளியிடும் பதிப்பகங்கள் இவ்வடிவத்தை ஏன் மேலும் முன்னெடுத்துச் செல்லவில்லை?

சிறார் இலக்கியத்தில் காமிக்ஸ் எனும் படக் கதையின் பங்கு அளவிட முடியாதது. தற்காலத்தில் பரவலாக மேற்குலகில் கிராபிக் நாவல் என்ற பெயரில் நாவல்களை சித்திரங்களாகச் சித்திரிப்பது வளர்ந்து வருகிறது. ஃபின்லாந்து நாட்டில் கார்ட்டூன்களுக்கு பெரிய செல்வாக்கு இருக்கிறது. மாத்ருபூமி வார இதழில் ஒரு தொடர் கதையை சித்திரங்களாகவே வெளியிட்டார்கள். சுஜாதா எழுதிய நைலான் கயிறு, ஓவியர் ஜெயராஜின் சித்திரங்களில் படக்கதையாக வந்தது. இதோடு சேர்த்து இன்னும் மூன்று நாவல்கள் படக்கதைகளாக வெளிவந்தன. சிறார் சித்திரக் கதைக் களத்தில் ஓவியர் செல்லம் அரும்பணியாற்றியிருக்கிறார். வாண்டுமாவின் கதைகளை செல்லத்தின் சித்திரங்கள் வாயிலாகப் படிப்பது எப்படிப்பட்ட இனிக்கும் அனுபவம்! நடிகர் ஜெய்சங்கரையும் ஜெயலலிதாவையும் நாயகன் நாயகியாக வைத்து, ஓவியர் ஜெயராஜ் ஒரு துப்பறியும் படக்கதைத் தொடருக்குப் படம் வரைந்தார். மிகத் தேர்ந்த துல்லியமான அருமைச் சித்திரங்கள் அவை! நம் சூழலில், அவரது அபாரத் திறமைக்குத் தகுந்த மரியாதை ஜெயராஜுக்குக் கிடைக்கவில்லை. இப்போது பொன்னியின் செல்வன் கதை படக்கதையாக வெளியிடப் பட்டிருக்கிறது. 'அமர்சித்ரகதா'

வரிசையில் பறவை மனிதர் சலீம்அலி போன்ற பேராளுமைகளின் வாழ்க்கை வரலாறு சித்திரக் கதை நூல்களாக வெளிவந்திருக்கின்றன. சமீபத்தில் மாத்ருபூமி நிறுவனத்திலிருந்து வரும் படக்கதை பத்திரிகையில் ஷேக்ஸ்பியரின் வாழ்க்கை வெளியானது. படக்கதை நூல்களைப் பற்றி, படக்கதை நாயகர்களைப் பற்றி கிங்விஷ்வா தொடர்ந்து எழுதிவருகிறார். நண்பர் விஜய் ஆனந்த் பெரு முயற்சி செய்து சே குவேரா பற்றிய படக்கதை நூலை மொழிபெயர்ப்பு செய்து தன் பயணி பதிப்பகம் மூலம் வெளியிட்டார். முத்து காமிக்ஸ் மூலம் நாம் மந்திரவாதி மாண்ட்ரெக்கை, டெஸ்மாண்ட்டை, இரும்புக் கை மாயாவியை, ரிப் கெர்பியை, வேதாளரை, ஜானிநீரோவை, டேவிட்டை எவ்வளவு உல்லாசமாகப் படித்தோம்! இப்போது முத்து காமிக்ஸ் மீண்டும் வண்ணத்தில் நிறைய படக்கதைப் புத்தகங்களை வெளியிட்டு வருகிறது. பல ஆண்டுகளுக்கு முன்பே விடியல் பதிப்பகம் மூலம் பெரியவர்களுக்கான கிராபிக் நாவல் வெளிவந்தது. சிறுவர்களுக்கும் பெரியவர்களுக்குமான ஏகோபித்த கலை வழிதான் படக்கதை வடிவம். நாம் சொல்ல விரும்புவதை சித்திரங்களின் மூலம் குழந்தைகளிடம் கடத்துவதற்கு வெகு பொருத்தமானது. பைகோ பதிப்பகம், உலக இலக்கியங்களை படக் கதைகளாக வெளியிட்டது. சிறார் பத்திரிகைகள் படக்கதைகளுக்கு கணிசமான பக்கங்களை ஒதுக்க வேண்டும். கவிதை நூல்கள் வெளியிட்டால் விற்காது என்று ஒரு நிலை இருபதுபோல படக்கதை நூல்கள் விற்காது என்ற எண்ணம் இருக்குமோ என நினைக்கிறேன். படக்கதை படிப்பது சிறுபிள்ளைத் தனமானது என்ற ஒரு பொதுவான எண்ணமும் உண்டுதானே. பொதுத்தளத்தில் படக்கதைகளை பரவச் செய்வது நமது அக்கறையின் ஒரு பகுதி.

குழந்தைகளுக்கு பள்ளிக்கூடத்தைத் தவிர வேறெங்கும் புத்தகங்கள் கிடைப்பதில்லை. அவர்கள் எளிதாக சிறார் கதைகள் வாசிக்க, சிறார் புத்தகங்களை சேகரிக்க ஏதேனும் திட்டமிருக்கிறதா?

முதற்கட்டமாக, பெற்றோரிடத்திலும் ஆசிரியர்களிடத்திலும் சிறார் நூல்கள் குறித்தான பிரக்ஞை ஏற்பட வேண்டும். சில

பதிப்பகங்களின் உள்ளார்ந்த சமூக நோக்கின் காரணமாக சிறந்த சிறார் நூல்கள் கிடைக்கின்றன. என்றாலும், புத்தகங்களுக்கும் சிறாருக்குமான உறவு நலிவு கொண்டிருக்கிறது. பாரதி புத்தகாலயம், நியூ செஞ்சுரி புத்தக நிறுவனம் முதலிய பதிப்பு நிறுவனங்கள் சிறார் நூல் வெளியீட்டில் தீவிர கவனம் கொண்டிருக்கின்றன. 'துளிர்', 'மின்மினி', 'தும்பி' ஆகிய சிறார் இதழ்களும் குழந்தைகள் பாற்பட்ட ஆழ்ந்த சிரத்தையுடன் வந்துகொண்டிருக்கின்றன.

பெற்றோர்களும், ஆசிரியர்களும் சிறார் நூல்களை குழந்தைகளுக்கு அறிமுகப்படுத்த வேண்டும். ஒவ்வொரு குழந்தையும் வீட்டில் தனக்கென்ற ஒரு சொந்த நூலகத்தை, புத்தகங்கள் நிறைந்த ஒரு அலமாரியையாவது உருவாக்கிக் கொள்ள உதவ வேண்டும். நூலகங்கள் இல்லாத பள்ளி என்ற நிலையே முக்கியம். குறிப்பாக கிராமப்புற பள்ளிகளில் சிறார் வாசகர் வட்டங்கள் அமையப்பெற்று, நூல் வாசிப்பும் அது குறித்த எண்ணங்களைப் பகிர்ந்துகொள்வதும் இடையறா நிகழ்வாவதும் குழந்தைகள் தங்களுடையதான கதைகளை, கவிதைகளை, பிற கலைகளை வெளிப்படுத்தும் முனைப்பைத் தூண்டுதலும் நடக்க வேண்டும். தவிர, நம் அரசியலாளர்களுக்கு ஆதியிலிருந்தே இது குறித்த சிந்தனை இல்லாததுதான் சிறார் இலக்கியத்தில் நம் பின்னடைவுக்கான தலையாய காரணங்களில் ஒன்று. ஒவ்வொரு மாதமும் ஒரு குழந்தை என்ன நூல் வாசித்தது என்றறிந்து, அந்தக் குழந்தையின் தேர்ச்சிக்கான அம்சங்களில் அதையும் இணைப்பது நல்ல விளைவைத் தரும் என்று நம்புகிறேன். இதில், சமயபுரம் எஸ்.ஆர்.வி. பள்ளி மிகவும் பிரயாசைப்பட்டு பல அரிய முயற்சிகளை மேற்கொண்டு தமிழகத்திலேயே முன்மாதிரிப் பள்ளியாக விளங்குகிறது. அரசுப் பள்ளிகளும் மற்ற தனியார் பள்ளிகளும் அந்தப் பள்ளியைப் பின்பற்றினாலே நல்ல மாற்றங்கள் சித்திக்கும்.

தீவிர இலக்கியத்திலும் சிறார் இலக்கியத்திலும் பெரும்பங்காற்றி வருகிறீர்கள். சமகாலத்தில் இவ்விரு வகைமையிலும் செயல்படுகிறவர்களைப் பற்றி குறிப்பிடமுடியுமா?

கோ.மா.கோதண்டம், பாவண்ணன் (இவரது 'யானை சவாரி', 'மீசைக்காரப் பூனை' ஆகிய இரண்டு சிறார் பாடல் தொகுப்புகள்) தமிழ்ச்செல்வன், எஸ்.ராமகிருஷ்ணன், ஜெயமோகன் (பனி மனிதன் என்ற சிறார் நூல் இவருடையது), தேவதேவன் (துளிர் இதழில் சிறார் கவிதைகள் எழுதியிருக்கிறார்) பெருமாள்முருகன், சங்கரராமசுப்பிரமணியன், சுப்பிரபாரதிமணியன், த.வி.வெங்கடேஸ்வரன், சி.ராமலிங்கம், தமிழ்மகன், வள்ளியப்பன், ரமேஷ் வைத்தியா, வி.அமலன் ஸ்டேன்லி, எம்.பாண்டியராஜன், ப.கூத்தலிங்கம் உதயசங்கர் ஆகியோர் சிறார் இலக்கியத் தளத்திலும் பங்களிப்பு செய்திருக்கிறார்கள். (சில பெயர்கள் விடுபட்டிருப்பின் என் மறதிப் பிழையாகும்).

- புதிய புத்தகம் பேசுது (அக்டோபர் – 2016)

பிரபஞ்சப் பேரன்பின் திருத்தூதர்கள்தான் குழந்தைகள்

உரையாடல்: விஷ்ணுபுரம் சரவணன்

'நமது வாழ்க்கையின் ஆதாரமும் நம்பிக்கையும் குழந்தைகள்தானே!' எனப் புன்னகை பூக்கச் சொல்லும் யூமா வாசுகி, தமிழின் குறிப்பிடத்தக்க எழுத்தாளர். கவிதை, சிறுகதை, நாவல் என இலக்கியத்தின் வடிவங்களில் தன் ஆளுமையை வலுவாக நிறுவியவர். இவருடைய படைப்புகளில் வெளிப்படும் அன்பும் கனிவும் வாசிப்பவரை நெகிழச் செய்யும். மலையாளத்திலிருந்து நூற்றுக்கும் மேற்பட்ட சிறந்த சிறார் இலக்கிய நூல்களைத் தமிழில் மொழிபெயர்த்திருக்கிறார். குழந்தைகளின் நலன் சார்ந்தும், அவர்களின் படைப்பூக்கம் தொடர்பாகவும் தொடர்ந்து அக்கறையுடன் பணியாற்றிவருபவர். மழை கசிந்துகொண்டிருந்த மாலைப்பொழுதொன்றில் நிகழ்ந்த யூமா வாசுகியுடனான உரையாடலிலிருந்து...

குழந்தைகளைப் பிடிக்காதவர்களே இருக்க முடியாது என்றாலும் சிறார் படைப்புகள் மீதான ஈர்ப்பு உங்களுக்கு எப்போது தொடங்கியது?

உலகின் ஆன்மக் களிப்பு குழந்தைகளால்தான் சாத்தியமாகிறது. நமது வாழ்க்கையின் ஆதாரமும் நம்பிக்கையும் குழந்தைகள்தான். குழந்தைமையில்தானே ஆகப் பெரிய தரிசனங்களையும் ஆன்மிகத்தையும் கண்டடைகிறோம்? எதிர்காலத்தின் சுடர் முகம் அவர்களல்லவா. நம் வாழ்க்கை அவர்களிடத்தில் கட்டுண்டு கிடக்கிறது; அவர்களாலேயே விடுபட்டுப் பறந்து பரவுகிறது. அவர்கள் பிரபஞ்சப் பேரன்பின் திருத்தூதர்களாக நிலவுகிறார்கள். எனவே, குழந்தைகளுக்கு இதயம் தராதவர்கள் இருக்க முடியாது. ஒவ்வொருவரும் குழந்தைகளை

அணுகுவதில், கவித்துவத்தின் ஆதிக்கம் வெவ்வேறு வகையில் இருக்கிறது. எளிய மனிதர்கள் சாலையில் எதிர்ப்படும் அறிமுகமற்ற குழந்தைகளைக்கூடக் கனிந்து பார்த்து, வாஞ்சைப் புன்னகையொன்றை ஆசியளித்துப் போகிறார்கள். அன்னை வயலின் சேற்று ஈரத்துடனும் பசுங் கதிர்ப்பால் மணத்துடனும் ஒரு விவசாயப் பெண்மணி தன் குழந்தைகளைச் சீராட்டுவார். என்னால் இயன்ற வகையில் நான் இலக்கியத்தின் மூலம் குழந்தைகளை மகிமை செய்ய விரும்புகிறேன். அவர்களுக்கு மகிழ்ச்சியூட்ட முனைகிறேன். அவர்களிடம் சில விஷயங்களைக் கடத்திவிட முடியாதா என்று பிரயாசை கொள்கிறேன்.

உங்களின் சிறு வயதில் சிறார் நூல்கள் வாசிக்கக் கிடைத்தனவா?

சிறு வயதில் சிறார் இலக்கிய நூல்களை வெகுவாக வாசித்திருக்கிறேன். அதில் ஆர்வமுடைய சமவயதுக் காரர்களெல்லாம் ஒன்றுசேர்ந்தோம். ஒவ்வொருவரிடமும் கொஞ்சம் புத்தகங்கள் இருக்கும். படக்கதைகள், மாயாஜால நாவல்கள், துப்பறியும் கதைகள், சிறார் கதைப் புத்தகங்களெல்லாம் படித்தோம். ஒவ்வொருவரும் சில புத்தகங்களைச் சொந்தமாக வைத்திருப்போம். ஒரு புத்தகத்தைக் கொடுத்துவிட்டு, அதற்கு மாற்றாக மற்றொரு புத்தகத்தை வாங்கிப் படிப்போம். முப்பத்து இரண்டு பக்க சிறார் நூலின் விலை அப்போது 50 பைசா. இப்போது பெட்டிக்கடைகளில் ஷாம்பூ பாக்கெட்டுகளைத் தொங்கவிட்டிருப்பதுபோல அந்தக் காலத்தில் பேருந்து நிலையக் கடைகளில் 50 பைசா நூல்களையெல்லாம் சரம்சரமாகக் கட்டித் தொங்கவிட்டிருப்பார்கள். நூறு, நூற்றைம்பது பக்க நூல்கள் ஐந்து ரூபாய் விலைக்குள்தான் இருக்கும். பாடப் புத்தகங்களைத் தவிர வேறு புத்தகங்கள் படிப்பதை வீட்டில் அனுமதிக்க மாட்டார்கள். அப்படிப் படிப்பது கொடுஞ்செயலாகக் கருதப்பட்டது. அதனால் ஒளித்து மறைத்துப் படித்தோம். பள்ளி விட்ட பிறகு கடைகளுக்குச் சென்று அந்த நூல்களின் வண்ண அட்டைப் படங்களைப் பார்த்துப் பார்த்து ரசிப்பதே பெரிய மகிழ்ச்சியாக இருக்கும். அவற்றைப் படிப்பது, ஆழ்நிலையல்ல, படுபாதாள

நிலை தியானமேதான். அப்போது பசி, தாகம் தெரியாது. என் இலக்கிய வாசிப்பும் எழுத்தும் இப்படித்தான் தொடங்கின.

மலையாளத்திலிருந்து தமிழுக்கு சிறார் நூல்களை மொழிபெயர்ப்பதற்குப் பிரத்தியேகக் காரணம் உண்டா?

அமரர், குரு நித்ய சைதன்ய யதி கேரளத்துப் பேராளுமைகளுள் ஒருவர். தத்துவத்திலும் கலை இலக்கியங்களிலும் ஆழ்ந்த அறிவும் மிகுந்த ஆர்வமும்கொண்ட துறவி. ஆங்கிலத்திலும் மலையாளத்திலுமாக அவர் ஏறத்தாழ 100 புத்தகங்களுக்கு மேல் எழுதியிருக்கிறார். அவர் எழுதிய சிறார் நூல்தான் 'இத்திரி காரியம்' (சின்ன காரியம்). அவரது ஊட்டி ஆசிரமத்தில் அவரைச் சந்திக்கும் வாய்ப்பு ஜெயமோகன் மூலம் கிடைத்தது. நான் இத்திரி காரியம் எனும் அந்தப் புத்தகத்தின் வடிவாக்கத்திலும் அதில் உள்ள சித்திரங்களிலும் மிகவும் கவரப்பட்டு, அந்த நூலை ஆசையுடன் புரட்டிப் பார்த்துக்கொண்டிருந்தேன். அப்போது ஜெயமோகன், "மலையாளம் கற்றுக்கொண்டு இதைப் படித்துப் பாருங்கள்" என்றார். அதுதான் தூண்டுதல். பிறகு பல நாள்கள் மலையாள எழுத்துகளை எழுதிப் பழகினேன். அந்த மொழியில் நுழைவதற்கு அதிலுள்ள எளிமையான இலக்கியங்கள் உதவக்கூடும் என்று தோன்றியது. எனவே, நான் மலையாளச் சிறார் இலக்கிய நூல்களைத் தட்டுத்தடுமாறிப் படிக்க ஆரம்பித்தேன். அங்குள்ள சிறார் இலக்கியச் சூழல் மிகவும் வியப்புக்குரியதாக இருந்தது. மலையாள இலக்கியத்தின் முக்கியப் படைப்பாளிகளான காரூர் நீலகண்டப்பிள்ளை, ஜி.சங்கரப்பிள்ளை, லலிதாம்பிகா அந்தர்ஜனம், பொன்குன்னம் வர்க்கி, உரூப் உள்ளிட்ட பலர் பெரியோர்களுக்காக எழுதும் எழுத்தாளர்களாக இருந்தாலும், குழந்தைகளுக்கான சிறந்த இலக்கியப் படைப்புகளையும் உருவாக்கி அளித்திருக்கிறார்கள்.

மலையாளச் சிறார் இலக்கியப் படைப்பாளிகளான டி. மான் நம்பூதிரி, பிரசன்னன், ஜி.முல்லச்சேரி, சுமங்களா, வி.பி.முகமத், பன்மன ராமச்சந்திரன் நாயர், கே.வி.ராமநாதன், பேரா.சிவதாஸ், குஞ்ஞுண்ணிமாஷ் உள்ளிட்ட மிகப் பலர் தமது சிறந்த சிறார் இலக்கியப் படைப்புகளால் அந்தத் துறையை வளப்படுத்தியிருக்கிறார்கள்.

ஒரு மொழியை அணுகுவதன் பகுதியாக நான் படித்த மலையாளச் சிறார் இலக்கியத்தின் நல்ல படைப்புகளைத் தமிழில் தரும்போது, அது இங்கே ஒரு முன்மாதிரியாக இருக்கும் என்று நம்பியும் விரும்பியும் அவற்றை மொழிபெயர்க்கிறேன்.

முன்பு சோவியத் சிறார் இலக்கிய நூல்களை வாசித்திருக்கிறேன். அவற்றைப் படைத்த எழுத்தாளர்களின் மனதோடு மனதாக ஒன்றி, பேரனுபவத்தைப் பெறக்கூடிய அமர இலக்கியங்கள் அவை. அவை எனக்குக் கொடுத்திருந்த அகமலர்ச்சியை நான் மலையாளச் சிறார் இலக்கியத்திலிருந்து மீட்டுக்கொண்டேன். அந்தச் சூழலுடன் நம் தற்போதைய சூழலை ஒப்பிடுகையில் இங்கே கடும் வறட்சியும் மெத்தனமும் பாராமுகமும் அறியாமையும் நிலவுகின்றன.

தமிழ்ச் சிறார் இலக்கியமும் ஒரு காலத்தில் ஓங்கியிருந்ததுதான். ஏறத்தாழ 50 ஆண்டுகளுக்கு முன்பான காலம் அது. அப்போது குழந்தைகளுக்காக பாலியர் நேசன், பாலவிநோதினி, பாலதீபிகை, பாலியர் சஞ்சாரி, பாரிஜாதம், பாலர் பூங்கா, பாலர் முரசு, பாப்பா மலர், அணில் உள்ளிட்ட ஏராளமான சிறார் பத்திரிகைகள் சிறந்த தரத்துடன் வந்து, விற்பனையிலும் சாதனை படைத்திருக்கின்றன. அவற்றில் சில பத்திரிகைகள் 25,000 பிரதிகளுக்கு மேல் விற்பனையாகியிருப்பதாக சுகுமாரன் தன் 'தமிழ்க் குழந்தை இலக்கியம்' நூலில் குறிப்பிடுகிறார்.

1950-ம் ஆண்டு குழந்தை எழுத்தாளர் சங்கம் தொடங்கப்பட்டது. குழந்தைக் கவிஞர் அழ.வள்ளியப்பா இதை நிறுவினார். தன் சக்தி காரியாலயத்தின் மூலம் தமிழ்ப் பதிப்புலகில் பெரும் புரட்சி செய்த சக்தி வை.கோவிந்தன் இதன் முதல் தலைவர். அதன் பிறகு அழ.வள்ளியப்பா சங்கத்தின் தலைவராகப் பொறுப்பேற்றார். குழந்தைகளுக்கான புத்தகம் வெளியிடல், மாநாடு நடத்துவது, நாடக விழாக்கள் நடத்துவது என்பதாக, ஏறத்தாழ 25 ஆண்டுகளுக்கும் மேலாகச் சிறார் இலக்கியத்தில் தீவிரமாகச் செயல்பட்டது சங்கம். இந்தக் காலகட்டத்தைத்தான் 'சிறார் இலக்கியத்தின் வளமான

பகுதி' என்று மீண்டும் மீண்டும் சுட்டிக்காட்ட வேண்டியிருக்கிறது.

அதற்குப் பிறகு ஒரு மிகப்பெரிய தேக்கம் ஏற்பட்டுவிட்டது. மக்கள், இலக்கியவாதிகள், ஆட்சியாளர்கள், ஆசிரியர்கள், அரசியல்வாதிகள், பத்திரிகைகள், பதிப்பகத்தார்கள், பெற்றோர்களிடமெல்லாம் சிறார் இலக்கியம் குறித்த பிரக்ஞை முற்றிலும் இல்லாது போய்விட்டது. இது நமது மிகப் பெரிய சாபமாகும். நமக்கு நாமே கல்லறையாவதற்கு ஒப்பாகும்.

தற்காலத்தில், சிறார் இலக்கியத்தில் சிம்மாசனங்கள் காலியாகக் கிடக்கின்றன என்று சிலர் கண்டுகொண்டார்கள். பெரியவர்கள் இலக்கியத்தில் போய்ப் பெயர் வாங்குவதைவிட சிறார் இலக்கியத்தில் வாள் சுழற்றுவது எளிது. ஏனென்றால், அங்கே ஆட்கள் இல்லை என்று அவர்கள் தவறாகக் கணித்து சிம்மாசனத்தைக் கைப்பற்ற மிகப்பெரிய பிரயத்தனங்கள் செய்கிறார்கள். அவர்களில் பலரின் நோக்கம் ஆதாயம்தான். சிறார் எழுத்துக்கான மனநிலையோ, அர்ப்பணிப்போ அவர்களிடத்தில் இல்லை. குழந்தைகளின் அறிவையும் ரசனையையும் குறைவாக மதிப்பிட்டு, வறண்ட கற்பனைகளையே தப்பும் தவறுமாக எழுதிவைக்கிறார்கள். 'நீங்கள் இருக்குமிடத்திலிருந்து துள்ளித் துள்ளிக் குதித்து, பறப்பதாக நினைத்துக்கொள்ளாதீர்கள், பறவையாகவே மாறுங்கள்' என்று நான் அன்புடன் வேண்டுகிறேன். எனவே, இந்தச் சூழலில், மலையாளச் சிறார் இலக்கியத்தின் சில முக்கியமான நூல்களை முன்மாதிரியாகக் காட்டவும், தமிழ்ச் சிறார்களின் வாசிப்புக்காகவும் நான் மொழிபெயர்த்து வருகிறேன்."

சிறுவர்களுக்காக எழுதுபவர்கள் என்ன மாதிரியான முயற்சிகளைக் கையாள வேண்டும்?

சிறார் இலக்கியத்தில் பரிசோதனை முயற்சிகள் நமக்கு நிறைய நிறைய தேவைப்படுகின்றன. அந்த வகையில் நான் மலையாளச் சிறார் படைப்பாளர் பேரா. சிவதாஸ் எழுதிய 'மாத்தன் மண்புழுவின் வழக்கு' எனும் நூலை முக்கியமாகக் குறிப்பிடுவேன். பாரதி புத்தகாலயம் வெளியிட்டிருக்கிறது.

அந்த நூலில் சிறார் மீதான பேரன்பும் எழுத்தின் கவித்துவமும் பிணைந்திருக்கின்றன. 'நான் மண்ணில் நிறைய உழைத்து விட்டேன். எனக்கு ஓய்வு தேவை. ஆகவே, எனக்கு ஓய்வூதியம் கொடுங்கள்' என்று கேட்டு ஒரு மண்புழு நீதிமன்றத்தில் வழக்குத் தொடுக்கிறது. மண்புழுவுக்கு ஆதரவாகவும் எதிராகவும் நீண்ட நாள் விவாதம் நடக்கிறது. இந்த விவாதத்தில் சமூகத்தில் பல்வேறு நிலையிலுள்ளவர்கள் கலந்துகொள்கிறார்கள். இந்த சுவாரஸ்யமான விவாதங்கள் வழியாக சிவதாஸ் குழந்தைகளின் மனதைப் பூவால் வருடுவதுபோன்று வருடி, மண்புழு பற்றிய விஷயங்களை ஆழப் பதித்துவிடுகிறார். இதுபோன்ற படைப்பு முயற்சிகள் தமிழில் மிக மிகக் குறைவு. நல்ல மாற்றம், சிறார்க்கான நல்ல கலை இலக்கியத்திலிருந்து ஆரம்பிக்கும் என்பது என் நம்பிக்கை. சகலமும் சித்தித்த பேராகிருதியாக மனிதனை அது சாத்தியமாக்கும். இளம்பிராய சிறார் இலக்கிய வாசிப்பு, வளரும் பருவத்திலெல்லாம் இந்த உலகத்தின் அற்புதங்களை இனங்கண்டு தோய்ந்துபோக, பேரரிய நுண் அழகுகளை அறிந்து ஆழ்ந்துபோக, அதி உன்னதமானதொரு பார்வையை வழங்குகிறது. சிறாரின் தொடர்ந்த நூல் நட்பு அறிவை விரிவு செய்கிறது, மனதை எல்லையற்று விரிக்கிறது. கற்பனைக்குச் சிறகுகளையும் வானத்தையும் சமைக்கிறது. புதிய உருவாக்கங்களுக்கான முனைப்பை ஏற்படுத்துகிறது. இயற்கை மீதும் மனிதர்களின் மீதும் கனிந்த உறவை உருவாக்குகிறது.

சிறார் இலக்கியப் படைப்புகளுக்கான வரையறைகள் என்னென்ன?

நல்ல சிறார் இலக்கியங்களைப் பெரியவர்களும் விரும்பிப் படிக்கிறார்கள். அதுபோன்று, பெரியவர்களுக்கான நல்ல இலக்கியப் படைப்புகளையெல்லாம் நாம் சிறார்களிடத்திலும் கொண்டு செல்ல முடியும். 100 பக்கங்கள் கொண்ட ஒரு நல்ல நாவலை சிறார்க்காகத் தழுவி, அதன் சாராம்சம் சிதையாமல் கடத்துவது என்பது மிகப் பொறுப்பும் திறமையும் தேவைப்படும் பணி. 'கலிவரின் பயணங்கள்' உண்மையில் பெரியவர்களுக்கானது. அதன் சில பகுதிகளை மட்டும் மீண்டும் மீண்டும் பிரசுரித்து அது சிறுவர் நாவல் என்றே ஆகிவிட்டது. அந்தக் காலகட்டச் சூழலைக் கடுமையாக

விமர்சிக்கும் நாவல் அது. அதன் சில காட்சிகளை 'நாசூக்காக' அல்லது 'சாமர்த்தியமாக'க் குறிப்பிட்டுக் கடந்தால் அல்லது தவிர்க்க நேர்ந்த பகுதிகளைப் பள்ளம் தெரியாமல் நிரவி முழு நாவலையுமே சிறார்க்காகத் தழுவிச் செய்யலாம். அந்த நாசூக்கு அல்லது சாமர்த்தியத்தை எப்படிக் கையாள்வது என்பது, அதைச் செய்பவரின் நுண்ணுணர்வையும் கலைத் தேர்ச்சியையும் மொழி ஆளுமையையும் பொறுத்தது. ஆங்கிலத்தில் இதற்கு நிறைய உதாரணங்கள் இருக்கின்றன. மார்க்வெஸ் எழுதிய 'சிறகுகளுடைய முதியவர்' பற்றிய கதையைச் சிறார் கதை வடிவில் மலையாளச் சிறார் இதழில் படித்தேன். குழந்தைகளுக்கு மரணத்தைப் புரிய வைப்பதற்காக பேரா.சிவதாஸ் 'உமாக்குட்டியின் அம்மாயி' என்று ஒரு நாவல் எழுதியிருக்கிறார். குரு நித்ய சைதன்ய யதி, 'மரணம் என்றால் என்ன?' என்று கேட்ட குழந்தைக்கு தான் சொன்ன பதிலைப் பற்றி ஒரு கட்டுரை எழுதியிருக்கிறார். சிறார்க்கு எதுவும் அந்நியமல்ல. அவர்களுக்கு ஏற்ற வகையில் கொடுப்பதில் உள்ள சவால்களைத்தான் நாம் எதிர்கொள்ள வேண்டும். எழுத்தாளர்கள் சிறார்க்காக எழுத வேண்டும் என்பதோடு, எழுத்தாளர்களின் சிறந்த கதைகளைச் சிறார்களிடத்தில் அறிமுகப்படுத்த வேண்டும் என்பதும் முக்கியம்தானே.

சிறார் இலக்கியம் வகைபிரித்து எழுதப்பட வேண்டும் என்பதைப் பற்றி...

அது நம் வசதிக்காகப் பிரித்துக்கொள்வது. அந்த வகை பிரித்தலின் எல்லைகள் மிக மிக பலவீனமானவை. சில பயன்பாடுகளுக்காக மேற்தளத்தில் நாம் சில வரையறைக் கோடுகளைப் போட்டுக்கொண்டாலும் கீழே எல்லாம் ஒன்றுடன் ஒன்று கலந்து கிடக்கின்றன. சிறார் இலக்கியத்தின் அடிப்படையாக நான் நினைப்பது கவித்துவமும் எளிமையும்தான். இவற்றின் தீவிர செல்வாக்கு பெரியவர்களுக்கான இலக்கியத்திலும் உண்டு. ஆயினும், சிறார் இலக்கியத்தில் இவை தவிர்க்க முடியாத முக்கியத்துவம் பெறுகின்றன. நான்காம் வகுப்புச் சிறுமி படிக்கும் ஒரு நல்ல கதையை 40 வயதுடையவரும் ரசிக்கிறார். குழந்தைகள் அனுபவிக்கும் ஒரு நல்ல கதை, கடைசிவரை அவர்களை

விட்டுப் பிரியாதிருக்கும். 'குட்டி இளவரசன்' நாவலை சிறாரும் படிக்கலாம், பெரியவர்களும் படிக்கலாம். பருவத்தின் காரணமாக சில நேரங்களில் அதிலிருந்து கிடைக்கும் பார்வை வேறுபடக்கூடும். கு.அழகிரிசாமியின் 'ராஜா வந்திருக்கிறார்' எந்த மாற்றமும் இல்லாமல் சிறார் புத்தகமாக வந்திருக்கிறது.

உங்கள் கவிதையில் மீனா எனும் சிறுமியைப் பற்றிய கவிதை புகழ்பெற்றது. அது உருவான சூழல் பற்றி...

மீனா கவிதை உண்மையில் நடந்ததுதான். மீனா எனும் சின்னஞ்சிறுமியை வளர்க்க முடியாமல் அவள் பெற்றோர் ஒரு வீட்டுக்கு வேலைக்கு அனுப்பிவிட்டார்கள். ஒருநாள் இரவு அவள் கேட்டுக்கு முன்னால் நின்று அழுதுகொண்டிருப்பதைப் பார்த்தேன். வீட்டுக்காரர்கள் திட்டியிருப்பார்கள் என்று எனக்குத் தோன்றியது. வீட்டு வேலைகளைத் தவிர ஸ்கூட்டர் துடைப்பது, பெரிய தார்ப்பாயை இழுத்து அதை மூடுவது, குடம் குடமாகத் தண்ணீர் சுமந்து வருவதுபோன்று, அவள் வயதுக்கும் உருவத்துக்கும் பொருத்தமற்ற நிறைய வேலைகள் செய்யவேண்டிய நிர்ப்பந்தம் அவளுக்கு. நான் அவளைப் பல நேரங்களில் பார்த்திருக்கிறேன். நான் ஒன்றிரண்டு வார்த்தை பேசினாலும், அவள் பேசப் பயப்படுவாள். வேறு யாருடனும் பேசக் கூடாது என்று அவள் எச்சரிக்கப் பட்டிருக்கலாம். சில நாள்களாக அவளைப் பார்க்க முடியவில்லையே என்று விசாரித்தபோதுதான் அவள் அங்கிருந்து போய்விட்டாள் என்று தெரிந்தது. இதற்குப் பிறகு பல நாள் கழித்து அந்தக் கவிதையை எழுதினேன். அந்த நிராதரவான சிறுமிக்கான எளிய மனிதன் ஒருவனின் பிரார்த்தனைதான் அந்தக் கவிதை.

சிறார்க்காக நீங்கள் மொழிபெயர்த்ததில் உங்களுக்கு மிகவும் பிடித்த படைப்புகள் என்று எவற்றைச் சொல்வீர்கள்?

நான் மொழிபெயர்த்த எல்லாப் புத்தகங்களும் எனக்கு மிகவும் பிடித்தவைதான். ரஷ்ய நாடகாசிரியர் என்.துபொவ், குழந்தைகளின் மீது ஆர்வம்கொண்டு சிறார் இலக்கியத் துறைக்கு வந்தார். இவர் எழுதிய சிறார் நாவல்களில் 'நதியிலே

விளக்குகள்' 'கடலோரத்தில் ஒரு சிறுவன்' ஆகியவற்றை மொழிபெயர்த்திருக்கிறேன். 'கடலோரத்தில் ஒரு சிறுவன்' என்பது, ஒரு பிரதேசத்திலிருந்து மற்றொரு பிரதேசத்துக்கு இடம்பெயரும் ஒரு மீனவச் சிறுவனைப் பற்றிய கதை. குழந்தைகளின் பாற்பட்ட எழுத்தாளருடைய மாசற்ற பரிவின் கண்ணீர் வெம்மையை இதில் நாம் உணர முடியும். நதியிலே விளக்குகள் என்பது நதியை மையமாகக்கொண்ட கதை. கப்பல் போக்குவரத்து நடக்கும் நதியின் மண்திட்டுகளில் இரவில் அரிக்கேன் விளக்கு ஏற்றிவைப்பது அந்தக் காலத்து வழக்கம். விளக்கு அடையாளம் இல்லையென்றால், இரவில் கப்பல் பாதை விலகி திட்டில் கரைதட்டி நின்றுவிடக்கூடும். ஒரு சிறுவன் விடுமுறைக் காலத்தில், தீவில் இருக்கும் தன் மாமா வீட்டுக்கு வருவான். அவர் மணல் திட்டுக் கம்புகளில் விளக்குகள் தொங்கவிடும் பணி செய்பவர். இவனும் அவ்வப்போது மாமாவுடன் விளக்கு தொங்கவிடச் செல்வதுண்டு. ஒருநாள் இரவில் வீசிய பலத்த காற்றில் ஓர் இடத்தில் வைத்த விளக்கு, கம்புடன் சாய்ந்து அணைந்துவிடுகிறது. இதை மாமா அறிந்துகொள்கிறார். கப்பல் வரும் நேரம். மாமாவும் அவனும் உடனடியாகப் படகில் ஏறி அந்த இடத்துக்குச் செல்கிறார்கள். கடுமையாகப் போராடி, கப்பல் வருவதற்குள் அந்த இடத்தில் விளக்கேற்றிவிடுவார்கள். கப்பல் அருகே வரும்போது, கேப்டனிடம் மாமா கம்பீரமாகச் சொல்வார்: "ஒன்றும் பிரச்னை இல்லை. நீங்கள் போகலாம்!" கப்பல் சென்ற பிறகு மருமகனிடம், "நாம் மிகப்பெரிய வேலை செய்திருக்கிறோம். இதைக் கொண்டாடுவதற்கு நமக்குத் தகுதி உண்டு!" என்று சொல்வார். கடுங்குளிரில் நடுங்கிக்கொண்டிருக்கும் அந்தச் சிறுவனுக்கு மிகவும் பெருமையாக இருக்கும். அருமையான கதை!

தமிழகச் சூழலில் சிறார் இலக்கியம் வளம்பெற வேண்டுமெனில் என்னவெல்லாம் செய்ய வேண்டும்?

பெரியவர்களுக்கான இலக்கியத்தில் நடக்கும் அத்தனை தீவிர முயற்சிகளும் சிறார் இலக்கியத்திலும் நடக்க வேண்டும். சிறார் கலை இலக்கியங்களில் பரிசோதனை முயற்சிகள்

வேண்டும். அரசுக்கு இது குறித்து தொடர்ந்த அக்கறை இருந்தால், மாற்றங்கள் விரைவாக நடக்கும். அதற்கான அடையாளமும் சமீப காலத்தில் தெரிகிறது. வர்த்தகச் சமரசங்களுக்கு அப்பாற்பட்டு, குழந்தைகளுக்கான மிகச் சிறந்த படைப்புகளை மட்டுமே தாங்கிவரும் சிறார் பத்திரிகைகள் நமக்கு நிறைய தேவைப் படுகின்றன. ஜெயமோகன், எஸ்.ராமகிருஷ்ணனைப் போன்று பெரியவர்களுக்கான எழுத்தாளர்கள் அனைவரும் சிறார் இலக்கியத்திலும் பங்களிக்க வேண்டும். அதிகம் ஏன், ஐம்பதுகளின் குழந்தை எழுத்தாளர் சங்கச் செயல்பாடுகளைப் பின்தொடர்ந்தாலே போதுமானது. கேரளத்தில் 'பாலசாகித்ய இன்ஸ்டிட்யூட்' எனும் அரசு நிறுவனம் இருக்கிறது. இது குழந்தைகளுக்கான மலையாளப் படைப்புகளையும், உலகச் சிறார் இலக்கியங்களை மலையாளத்தில் மொழிபெயர்த்தும் மிகச் சிறந்த தயாரிப்பு நேர்த்தியுடன் வெளியிடுகிறது. சிறார் இலக்கியத்துக்கான இதுபோன்ற அரசு அமைப்பு நமக்கு சாத்தியமாகாதா? சி.சு.செல்லப்பா, க.நா.சு., வை.கோவிந்தன் போன்றோரின் இடையறா தனிநபர் செயல்பாடுகள் காலத்தின் போக்கில் ஏற்படுத்திய தாக்கங்களும் விளைவுகளும் மிகவும் முக்கியமானவை. அவ்வகையில், ஆர்வமும் அக்கறையும் கொண்டவர்களின் தொடர்ந்த முயற்சிகளும் மாற்றத்துக்கான பெருஞ்சக்தியாக இருக்கின்றன.

- ஆனந்த விகடன் (அக்டோபர் – 2017)

நட்பும் அன்பும்தான் நான்

உரையாடல் : தமிழ்ப்பிரபா

மொழிபெயர்ப்புக்கான சாகித்ய அகாடமி விருதைப் பெற்றிருக்கிறார் எழுத்தாளர் யூமா வாசுகி. இருபத்தைந்து ஆண்டுகாலம் தன் படைப்புகளை மட்டுமல்லாது பிறமொழியிலுள்ள முக்கியமான நூல்களையும் தனக்கே உரிய கவித்துவமான மொழிநடையுடனும், கலையமைதியுடனும் எழுதிக்கொண்டு வருபவர் யூமா வாசுகி. விருது வென்றவரைச் சந்தித்தேன்.

சொந்தப் படைப்புகளே கவனிக்கத்தக்க வகையில் எழுதியவரான உங்களுக்கு ‘மொழிபெயர்ப்புக்கான’ சாகித்ய அகாடமி விருது கிடைத்திருப்பது நிறைவாக இருக்கிறதா?

என் படைப்புலகத்திலிருந்து இதை நான் வேறுபடுத்திப் பார்க்கவில்லை. மூல மொழியின் மேன்மை கெட்டுவிடாமல் இருக்க வேண்டும் என்பதற்காக ‘கசாக்கின் இதிகாசம்’ நாவலுக்கு ஒன்றரை ஆண்டுகாலம் கடுமையான உழைப்பைச் செலுத்தியிருக்கிறேன். மலையாள மொழிப்பிரிவு பேராசிரியர் பிஜு விஜயனுடன் ஒருவாரகாலம் தங்கியிருந்து இந்நாவலிலுள்ள முக்கியமான தருணங்களை விவாதித்தேன். ஏற்கெனவே இந்நாவலுக்காக 2015-ஆம் ஆண்டின் சிறந்த மொழிபெயர்ப்புக்கான விகடன் விருதைப் பெற்றிருக்கிறேன். தற்போது சாகித்ய அகாடமியும் கிடைத்திருப்பது என் உழைப்புக்கு, என் படைப்புக்குக் கிடைத்த மேலுமொரு அங்கீகாரமாகவே பார்க்கிறேன்.

'கசாக்கின் இதிகாசம்' நாவலை மொழிபெயர்க்க வேண்டுமென்ற விருப்பம் எதனால் உருவானது?

இதுவரை நூற்றுக்கும் மேலான புத்தகங்களை மொழி பெயர்த்திருக்கிறேன். எந்த ஒரு புத்தகத்தின் மீதும் தனிப்பட்ட ஈர்ப்பு இல்லாமல் அதனை நான் மொழிபெயர்ப்பதில்லை. யதார்த்தமும், பூடகத் தன்மையும் ஒன்றாகச் சேர்ந்து உச்சம் அடைந்திருக்கும் ஒரு படைப்புதான் 'கசாக்கின் இதிகாசம்.' இன்று நாம் பல இசங்களைப் பற்றி விவாதித்துக் கொண்டிருக்கிறோம். நாற்பத்தெட்டு வருடங்களுக்கு முன்பு மலையாள எழுத்தாளர் ஓ.வி.விஜயன் புதியதொரு எழுத்து வகைமையில் மிகப்பெரிய சாதனையைச் செய்துவிட்டு தன் படைப்பின் வழியாக நம் காலத்தில் வாழ்ந்துகொண்டிருக்கிறார். அவரைத் தமிழ் வாசகர்களுக்கு அறிமுகப்படுத்திய எளிய கருவியாக மட்டுமே நான் இருக்கிறேன்.

'யூமா வாசுகி' எனும் பெயரின் பின்னணி என்ன?

என் உற்ற தோழனின் பெயர் முகமது யூசுப். சிறுவயதிலிருந்து நாங்கள் இன்றளவும் நண்பர்கள். அவர் பெயரிலிருந்து 'யூ'வும் என்னுடைய இயற்பெயரான மாரிமுத்துவிலிருந்து 'மா'வும் எடுத்துக் கொண்டதுதான் யூமா. என் அக்காவின் பெயர் வாசுகி. அப்பா என் சிறுவயதிலேயே இறந்துபோனபோது அக்காதான் என்னையும் என் அண்ணனையும் வளர்த்து ஆளாக்கினார். நட்பின் அடையாளமாகவும் அன்பின் நன்றியறிதலாகவும் 'யூமா வாசுகி' என்று என் பெயரை வைத்துக்கொண்டேன். இதனுடன் சேர்த்து, என் வாழ்க்கையின் ஆதாரமான ஒரு ஆளுமை பற்றியும் சொல்ல வேண்டியிருக்கிறது. சென்னை வாழ்க்கையில் ஆதரவற்று அலைந்துகொண்டிருந்த காலகட்டத்தில் என்னை அணைத்துக்கொண்டவர், அண்ணாச்சி தமிழினி வசந்தகுமார். நான் எழுதுவதற்கு சகல வழிகளிலும் என்னைத் தூண்டிக்கொண்டே இருந்தார். அவரது தூண்டுதல் இல்லாமல் இருந்திருந்தால் தொடர்ந்து படைப்புலகில் இயங்கிக்கொண்டிருக்கும் வாய்ப்பு இருந்திருக்காது. ஏறத்தாழ ஐந்தாண்டுகாலம் அவருடைய நிழல்போல உடன் இருந்தேன்.

உங்களுடைய அடுத்த படைப்பு எப்போது? அது எதைப் பற்றியது?

ஓவியக்களம் சார்ந்து 'சுதந்திர ஓவியனின் தனியறைக் குறிப்புகள்' என்கிற பெயரில் நாவல் எழுதி பாதியளவு முடித்துவிட்டேன். ஒருகாலத்தில் முழுநேர ஓவியனாக வாழ்ந்த என் வாழ்க்கையின் சித்திரிப்புதான் இந்த நாவல். அடுத்த வருடம் வெளியாகும்.

- *ஆனந்த விகடன் (டிசம்பர் – 2017)*

மொழிபெயர்ப்பாளனின் வாதைகள் யாருக்கும் தெரிவதில்லை!

உரையாடல்: கமலாலயன்

ஓவியர், கவிஞர், சிறுகதையாளர், நாவலாசிரியர், பத்திரிகையாளர், சிறார் இலக்கியச் செயல்பாட்டாளர் என பல பரிமாணங்கள் கொண்டவர். இயற்பெயர், மாரிமுத்து. கும்பகோணம் ஓவியக் கல்லூரியில் நுண்கலையில் பட்டயம் (Diploma) பெற்ற ஓவியர். இவர் எழுதிய 'ரத்த உறவு', 'மஞ்சள் வெயில்' ஆகிய நாவல்கள், வாழ்க்கையின் வலிகளையும் உக்கிரங்களையும் உலுக்கி எடுக்கும் மொழியில் பேசியவை. 'ரத்த உறவு' நாவல் 2000மாவது ஆண்டில் தமிழ் வளர்ச்சித்துறை வழங்கிய சிறந்த நாவலுக்கான பரிசு பெற்றது. ஆங்கிலத்திலும் மொழி பெயர்க்கப்பட்டிருக்கிறது. 'உயிர்த்திருத்தல்' இவரது சிறுகதைத் தொகுதி. 'தோழமை இருள்' 'அமுதபருவம் வலம்புரியாய் அணைந்ததொரு சங்கு', 'என் தந்தையின் வீட்டைச் சந்தையிடமாக்காதீர், 'சாத்தானும் சிறுமியும்' ஆகியவை இவரது கவிதைத் தொகுப்புகள். 'மரூனிங் திக்கெட்ஸ்' என்பது, இவர் பத்திரிகைகளில் வரைந்த கோட்டோவியங்கள் அடங்கிய நூல். குழந்தைகளுக்கும் பெரியவர்களுக்குமாக நூற்றுக்கும் மேற்பட்ட நூல்களை மலையாளத்திலிருந்து மொழிபெயர்த்திருக்கிறார். 'குதிரைவீரன் பயணம்' எனும் சிறுபத்திரிகையை நடத்திவருகிறார். மலையாள எழுத்தாளர், அமரர் ஓ.வி.விஜயன் எழுதிய 'கசாக்கின்டே இதிகாசம்' எனும் நாவலை தமிழில் மொழிபெயர்த்ததற்காக சாகித்ய அகாடமி, 2007-ஆம் ஆண்டின் சிறந்த மொழிபெயர்ப்பாளர் விருதை யூமா வாசுகிக்கு வழங்கியுள்ளது. இனி யூமாவின் நேர்காணல்.

உங்கள் இளமைப் பருவத்திலிருந்தே தொடங்கலாமா?

திருவிடைமருதூரில் 1966 - ஆம் ஆண்டு ஜூன் மாதம் பிறந்தேன். எங்கள் குடும்பத்தின் பூர்வீகம் பட்டுக்கோட்டை.

அப்பா, ஊராட்சி ஒன்றிய அலுவலகத்தில் எழுத்தர். எனக்கு மூத்தவர்கள் மூன்று பேர். வாசுகி என் தமக்கை. பெரியவரான அவர் பெயரில்தான் எழுதிவருகிறேன். அடுத்து இரு அண்ணன்கள். பெரிய அண்ணன் ராமதுரை சிறு வயதிலேயே இறந்துவிட்டார். அடுத்த அண்ணன் மாதவன். அப்பாவின் மறைவுக்குப் பிறகு வாரிசு அடிப்படையில் இவருக்கு அரசுப் பணி வழங்கப்பட்டது. சொந்த ஊருக்கே அப்பாவுக்குப் பணியிட மாற்றம் கிடைத்ததால், என் சிறு பிராயத்திலேயே திருவிடைமருதூரை விட்டு பட்டுக்கோட்டைக்கு வந்து விட்டோம்.

பட்டுக்கோட்டை நகராட்சி முஸ்லிம் தொடக்கப்பள்ளியில் ஆரம்பக் கல்வி. அதே ஊரில் உள்ள மேனிலைப் பள்ளியில் பத்தாம் வகுப்புவரை படித்தேன். படிப்பில் முற்றிலும் நாட்டமில்லை. கதைகள் வாசிப்பதில் விருப்பமிருந்தது. அப்போது பட்டுக்கோட்டையில் முகமது காசிம் எனும் நண்பர் (பட்டுக்கோட்டை காக்கா எனும் புனைபெயரில் அப்போது கதைகள் எழுதிக்கொண்டிருந்தவர்) புக் சர்க்குலேஷன் செய்துகொண்டிருந்தார். நானும் அவருடன் சைக்கிளில் சென்று வீடு வீடாக வார, மாத இதழ்களை வினியோகம் செய்வேன். ஒரு வீட்டில் படித்துவிட்டுக் கொடுத்த பத்திரிகைகளை வாங்கி, வேறு வீட்டில் கொடுப்போம். அவரால் வரமுடியாதபோது நானே பத்திரிகைகளையெல்லாம் எடுத்துக்கொண்டு போய் வீடுதோறும் கொடுப்பேன். அது எனக்கு மிகவும் சுவாரஸ்யமான ஒரு வேலையாக இருந்தது. மிகவும் ஈடுபாட்டுடன் செய்தேன். இதனால் என்னால் பத்தாம் வகுப்பு தேர்வில் கலந்துகொள்ள முடியாது போய்விட்டது. படிக்கவில்லை. தமிழ் தேர்வு மட்டும் எழுதினேன். பிற தேர்வுகளுக்குச் செல்லவில்லை. அதன் பிறகு பல்வேறு வேலைகளுக்கு முயற்சி செய்தேன். பள்ளிவாசல் தெருவில் இருந்த ஒரு பெட்டிக்கடையிலும் சாட்சிநாதன் செட்டியார் வளைவுக்குப் பக்கத்திலிருந்த பெட்டிக்கடையிலும் வேலை செய்தேன். ராணுவத்தில் சேர்வதற்கான நேர்முகத் தேர்வில் கலந்துகொண்டேன். தேர்ச்சி பெறவில்லை. ஓவியத்தில் ஆர்வம். நண்பர் முகமது யூசுஃபின் அண்ணன் அப்துல் காதர் அவர்கள், விளம்பர

போர்டுகள் எழுதும் ஓவியர் ரஃபீக்கிடம் உதவியாளாகச் சேத்துவிட்டார். அவர் போர்டு எழுதும்போது, அவர் பக்கத்தில் பெயிண்ட் டப்பாவைப் பிடித்துக்கொண்டு நிற்பதுதான் என் வேலை. பிறகு, விஜய் ஸ்டுடியோவில் பணியாளாகச் சேர்ந்தேன். அதன் பிறகு பேராவூரணி மாலி ஸ்டுடியோ. மாலி ஸ்டுடியோவில் சேர்வதற்காகச் சென்றபோது கொஞ்சம் தூரத்தில் ஒரு கட்டடத்தில் பெரிய தீ விபத்து. வானளாவி எழுந்து பரவிய அந்தப் பெருந்தீ நினைவிருக்கிறது. பிறகு, என் பெரியப்பா மகளின் (அக்கா) கணவர் லெட்சுமணன், கும்பகோணத்தில் ஒரு ஓவியக் கல்லூரி இருப்பதாகவும் அதில் சேரவேண்டுமானால் பத்தாம் வகுப்பு தேர்ச்சி பெற்றிருக்கவேண்டும் என்றும் சொன்னார். ஓவியக் கல்லூரியில் சேரவேண்டும் என்ற ஒரே நோக்கத்தில்தான் பத்தாம் வகுப்பில் தேர்ச்சி பெறுவதற்குப் பாடுபட்டேன். பள்ளியில் எழுதியதற்குப் பிறகு தனித் தேர்வராக இரண்டுமுறை எழுதிதான் வென்றேன்.

ஓவியக் கல்லூரியில் படித்த காலம் ஆறு வருடங்கள். 1984 முதல் 89 வரையிலான ஐந்தாண்டுகளில் முடிந்திருக்க வேண்டியது. ‘நாங்கள் ஐந்து ஆண்டுகள் படிக்கிறோம், அதனால் எங்களுக்கு பட்டயத்துக்குப் பதிலாக பட்டம் கொடுங்கள்’ என்று வேலை நிறுத்தம் செய்தோம். அதில் ஒரு ஆண்டு போய்விட்டது.

வாசிப்பிலும் ஓவியத்திலும் ஆர்வம் ஏற்பட்டது எப்படி?

அம்மா, வார, மாதப் பத்திரிகைகள் படிப்பார். அவர் படித்த பிறகு அந்தப் பத்திரிகைகளை எடுத்து நானும் அண்ணனும் படிப்போம். அப்படித்தான் ஆரம்பம். அம்மாவுக்காக நாங்கள் அண்டை வீடுகளிலிருந்து ராணி, குமுதம், ஆனந்த விகடன், பொம்மை, பேசும்படம், இதயம் முதலிய பத்திரிகைகளை இரவல் வாங்கி வருவோம். ராணியில், ‘குரங்கு குசலா’, ‘இன்ஸ்பெக்டர் மகன்’ என்றெல்லாம் எங்களுக்குப் பிடித்த பகுதிகள் வரும். அந்தப் பருவத்தில் ஜெகசிற்பியன், தமிழ்வாணன், மு.வ., சுஜாதா, கல்கி, சாண்டில்யன், சிரஞ்சீவி, சந்திரமோகன். மணியன், மாயாவி, பி.டி.சாமி ஆகியோரது நாவல்களும் படித்திருக்கிறேன்.

ஓவியத்திற்கான ஆர்வமும் அம்மா வழியில்தான் வந்தது. அம்மாவின் பெரிய அண்ணன், அமரர் மாயூரம் கல்யாணராமன். இவர் கவிஞர். சமூக சீர்திருத்த நாடகங்கள் எழுதி மேடையேற்றியவர். திராவிடர் கழகத்தில் தீவிர ஈடுபாடு கொண்டவர். உள்ளூர் திராவிடர் கழகத்திலிருந்து இவருக்கு 'அன்பானந்தன்' என்று பெயர் சூட்டப்பட்டது. இந்தப் பெயரில்தான் இவர் இயங்கிவந்தார். எம்.ஆர்.ராதா, இவரது 'அறிவுலகம்' எனும் நாடகத்தை தலைமையேற்று நடத்திக் கொடுத்திருக்கிறார். மாமாவின் வீட்டில், 'பாலைவனத்து ஒளிவிளக்கு' எனும் நாடகத்துக்கான பெரிய விளம்பரப் பதாகையை நான் பார்த்திருக்கிறேன். அம்மாவின் சிறிய அண்ணன் அமரர், மாயூரம் பாலசுப்பிரமணியன். இவர், தியாகராஜ பாகவதரை மானசீகக் குருவாகக் கொண்ட கர்நாடக இசைக் கலைஞர், ஓவிய ஆசிரியர், ஒளிப்படக் கலைஞர். வீட்டின் ஒரு பகுதியை இருட்டறையாக மாற்றி வைத்திருந்தார். யதார்த்த ஓவியங்கள் வரைவதில் திறமை மிக்கவர். இவர் தன் வீட்டின் திண்ணைச் சுவரை, ஒளிப்படம் எடுப்பதற்கான பின்னணியாக, குளக்கரையும் பூக்களும் தூணுமாக வரைந்து வைத்திருந்தார். திண்ணையில் எந்தக் குழந்தை விளையாடினாலும், 'அந்தச் சுவரைத் தொட்டு அழுக்காக்கி விடாதே!' என்று, வீட்டிலுள்ளோர் கடுமையாக எச்சரிப்பார்கள். ஏனென்றால், அந்தச் சுவரில் அழுக்குத் தடம் படிந்தால், அதன் பின்னணியில் எடுக்கும் ஒளிப்படத்திலும் அந்தத் தடம் பதிவாகிவிடும். யாருக்கும் தெரியாமல் அந்தச் சுவரில் எப்படியாவது பென்சிலால் கீறிவிடவேண்டும் என்பது என் சிறு பிராய லட்சியங்களுள் ஒன்றாக இருந்தது. வீட்டிலுள்ளோர் கொல்லைப்புறத்திலிருந்த ஒரு மதியத்தில் பேரச்சத்துடன் நான் என் நோக்கத்தை நிறைவேற்றினேன். அந்தக் கீறலை, யார் எப்போது கண்டுபிடிப்பார்கள் என்று வெகு நாட்கள் பதற்றத்துடன் அவதானித்துக்கொண்டே இருந்தேன். இப்படி ஒன்று நடந்ததை கடைசிவரையில் யாருமே கண்டுபிடிக்கவில்லை. ஏனென்றால், அந்தக் கீறல் மயிரிழையிலும் நுண்ணியது!

அம்மா. சித்திரப்பூத் தையல் கலையில் ஆழ்ந்த ஈடுபாடு கொண்டவர். மிக நுட்பமான வேலைப்பாடுகள் அமைந்த

அலங்கார சுவர் தொங்கல்கள், ஸ்வெட்டர்கள், ஒயர் கூடைகள் என்று இடைவிடாமல் பின்னிக்கொண்டிருப்பார். வயது முதிர்ந்து, பார்வை வெகுவாகப் பாதிக்கப்பட்ட இந்தக் காலத்திலும் அவரால் குரோசா ஊசியால் பின்னல் வேலை செய்யாமல் இருக்க முடியவில்லை. அம்மாவின் தம்பி, ராதாகிருஷ்ணன். குத்தாலம் மேல்நிலைப்பள்ளியில் ஓவிய ஆசிரியராக இருந்து ஓய்வு பெற்றவர். இந்தப் பின்னணிதான் என்னை ஓவியங்களை நோக்கி இட்டுச் சென்றிருக்கும்.

ஓவியக் கல்லூரியில் உங்கள் ஆசிரியர்களாக இருந்தவர்கள், சக ஓவியக் கலைஞர்களில் முக்கியமானவர்களைப் பற்றி...

கும்பகோணம் ஓவியக் கல்லூரியில் நான் சேர்ந்தபோது அங்கே முதல்வராக இருந்தவர் சுரேந்திரநாத். அங்கே ஓவியர் மனோகர் அவர்களிடம் முதல் இரண்டு ஆண்டுகள் ஓவியம் பயின்றேன். எனக்கு மூத்த மாணவர்களாக இருந்த பலர் இன்று புகழ்பெற்று விளங்குகிறார்கள். நெய்வேலி செல்வம் இரண்டு ஆண்டுகள் மூத்தவர். அவர் அருமையான ஓவியர். ஆனால், ஒளிப்படக் கலையில் அவர் ஆர்வம் முழுமையாகக் குவிந்துவிட்டது. மயிலாடுதுறை ராஜராஜன், நெடுஞ்செழியன், ரவீந்திரன் ஆகியோரெல்லாம் எனக்கு மூத்த மாணவர்களாக இருந்தார்கள்.

'ரத்த உறவு' நாவல் வந்தபோது அது வாசகர்களை உலுக்கி அதிரச்செய்த ஞாபகம் இருக்கிறது. படிக்கும்போது பதறிப்போகச் செய்யும் உக்கிரம் மிக்க படைப்பு அது. அதை எழுதியதில் சொந்த அனுபவங்களின் தாக்கம் உண்டா?

அது புனைவும் யதார்த்தமும் கலந்த நாவல். இளம் பிராயத்தின் கடினப்பட்ட ஒரு காலத்தின் பதிவு. தனிப்பட்டதாக மட்டும் அல்லாது, ஒரு பிராந்தியச் சூழலின் விவரணம். கலவரமான சூழ்நிலைகளிலிருந்தெல்லாம் தப்பிக்க ஒரு சிறுவன் புகல் தேடி ஓடுகிறான். முற்றிலும் ஒட்டடை படிந்த அலமாரிக்குப் பின்புற இருட்டில், பல்லிகள் சிலந்திகளுடன் அவனும் பதுங்கி மிரட்சியுடன் பார்க்கிறான். அந்தப் பார்வை என்னுடையது. அந்தப் பார்வையின் நிறமாலையில் புனைவுகள் இணைந்திருக்கின்றன.

ஓவியர் விஸ்வத்தின் ஏற்பாட்டில் லலித் கலா அகாடமியில் ஒரு விழா நடந்தது. அதில் ஓவியர் ஆதிமூலம் கலந்துகொண்டு ரத்த உறவு நாவல் பற்றி கட்டுரை எழுதி வாசித்தார். நடனக் கையெழுத்தில் அமைந்த அந்த அரிய பக்கங்கள், அந்த மிகப் பெரும் ஓவியரை என்றும் நினைவுறுத்தியபடி இருக்கின்றன.

ஓவியக் கல்லூரியில் படித்து முடித்திருக்கிறீர்கள். ஓவியர் ஆகாமல் எழுத்து, பத்திரிகை என்று ஆனது எப்படி?

நண்பர் அறிவுச் செல்வன் ஓவியக் கல்லூரியில் என்னுடன் படித்தவர். படிப்பு முடிந்ததும் அவர் திருப்பூருக்குச் சென்று, துணிகளுக்கான சித்திரங்கள் வடிவமைக்கும் நிறுவனம் ஒன்றை ஆரம்பித்தார். அங்கே வந்துவிடும்படி தொடர்ந்து என்னை வற்புறுத்தினார். எனவே நான் அங்கே சென்று அவருடன் இருந்தேன். இருந்தேன்தான். வேலை செய்யவேண்டும் என்ற எந்த நிர்ப்பந்தமும் அங்கே இல்லை. அவர் எனக்கு நிறையப் புத்தகங்கள் வாங்கிக்கொடுப்பார். அவற்றையெல்லாம் படித்துக்கொண்டிருப்பேன். அவர் வெளியூர் செல்லும்போது நானும் உடன் செல்வேன். அந்த சமயத்தில் திரு. பாவை சந்திரன் அவர்களை ஆசிரியராகக்கொண்டு, 'புதிய பார்வை' இதழ் வெளிவரத் தொடங்கியது. அதை வாங்கிப் படித்தேன். அதன் வடிவமைப்பும் உள்ளடக்கத் தரமும் என்னை மிகவும் கவர்ந்தன. அந்தப் பத்திரிகையில் சேர்ந்து பணியாற்றவேண்டும் என்று மிகவும் ஆசைப்பட்டேன். சென்னைக்கு வந்து பாவை சந்திரனைப் பார்த்து வேலை கேட்டேன். 'நீங்கள் பக்க வடிவமைப்பு செய்வீர்களா?' என்று கேட்டார். பக்க வடிவமைப்பு பற்றி எனக்கு எதுவுமே தெரியாது என்றாலும், அங்கே வேலைக்குச் சேரவேண்டும் எனும் பேராவலில், "தெரியும்" என்று பொய் சொல்லி சேர்ந்துவிட்டேன். எனக்கு எதுவும் தெரியாது எனும் உண்மையை, சில தினங்களிலேயே அவர் கண்டுகொண்டார். அப்போது அவர் என்னை வெளியேற்றிவிடவில்லை. இப்படிச் சொன்னார்: 'உங்களுக்கு வடிவமைப்பு தெரியாததைப் பற்றி ஏதும் கவலைப்படாதீர்கள். வெளியிலிருந்து சில வடிவமைப்பு ஓவியர்கள் வந்து இங்கே பக்க வடிவமைப்பு செய்வார்கள். நீங்கள் அவர்கள் செய்வதைப் பார்த்துக் கற்றுக்கொண்டு

செய்தால் போதும்.' அவரது இந்த வார்த்தைகள் எனக்குப் பெரும் ஆசுவாசமாகவும் நம்பிக்கையாகவும் இருந்தன. அப்போது அங்கு வந்து பக்க வடிவமைப்பு செய்தவர்களில் ஒருவர், ஓவியர் பாண்டியன். இப்போது ஆனந்த விகடனின் தலைமை வடிவமைப்பாளர். அப்படித்தான் அவர் எனக்குப் பழக்கம். அந்த நேரத்தில் புதிய பார்வையில் உதவி ஆசிரியராக இருந்தவர் தோழர் பா.ஜீவசுந்தரி. பாவை சந்திரன் என் மீது மிகவும் அன்பு கொண்டவர். 'ஹோட்டல்களில் சாப்பிட்டு உடம்பைக் கெடுத்துக்கொள்ளாதீர்கள். வீட்டுக்கு வாருங்கள். பாத்திரங்களும் தேவையான பொருட்களும் கொடுக்கிறேன். சமைத்துச் சாப்பிடுங்கள்' என்று அடிக்கடி சொல்வார். பின்னாட்களில் எனக்கான திருமண ஏற்பாட்டிலும் அக்கறையுடன் ஈடுபட்டவர். எந்தப் படாடோபமும் இல்லாத எளிய ஆன்மா அவருடையது. அதன் பிறகு புதிய பார்வையில் நா.கதிர்வேலன் உதவி ஆசிரியராகப் பணி செய்தார். பெருநகரத்தில் அலைந்து திரியும் நாட்களில் பல முறை, என் மதியப் பொழுதுகளின் கடும் பசித் தழலை தணித்தாட்கொண்டவர் கதிர்வேலன்.

நான் கணையாழியில் சேர்ந்தபோது சி.அண்ணாமலை அதன் பொறுப்பாசிரியராக இருந்தார். கணையாழி ஆசிரியர் கஸ்தூரிரங்கனும், சுஜாதாவும், இந்திரா பார்த்தசாரதியும் அருகருகே குடியிருந்தார்கள். கணையாழிக்காக வரும் படைப்புகளைத் தேர்ந்தெடுப்பதில் சுஜாதாவின் மேற்பார்வையும் உண்டு. அப்போது நான் காவடியாட்டம் எனும் ஒரு கதை எழுதி கணையாழிக்காகக் கொடுத்திருந்தேன். அதை சுஜாதா படித்துப்பார்த்தார். ஒரு கோயில் திருவிழா பற்றிய கதை அது. அதன் முடிவில் சுஜாதாவுக்கு உடன்பாடில்லை. அதை நான் திருத்திக் கொடுக்கிறேன் என்று சொன்னார். நான் ஏற்கவில்லை. கடைசியில், நான் எழுதிய வடிவத்தில்தான் அந்தக் கதை கணையாழியில் வெளிவந்தது. அந்த மாதத்தில் வந்த சிறந்த கதையாக அதை இலக்கியச் சிந்தனை தேர்ந்தெடுத்து, பரிசுப் பணமாக ஐம்பது ரூபாய் கொடுத்தார்கள். இலக்கியத்துக்காக நான் பெற்ற முதல் பரிசு அதுதான். அந்தக் கொடூரமான கஷ்டகாலத்தில் அந்தச்

செய்திதான் எவ்வளவு இனித்தது! ஆழ்வார்பேட்டையிலிருந்து திநகர்வரை மகிழ்ச்சியாக நடந்து சென்று ரயிலில் பழவந்தாங்கல் அறைக்குச் சென்றேன்!

நான் நடத்திய ‘குதிரைவீரன் பயணம்’ சிற்றிதழில் பெருமாள் முருகன் இரண்டு கட்டுரைகள் எழுதினார், ‘பிரம்மரிஷியின் கவிதை ரசனை’ எனும் தலைப்பில், சுஜாதா தனக்குப் பிடித்த கவிதை என்று அடையாளப்படுத்தும் கவிதைகளையும் அவற்றைத் தேர்வு செய்யும் சுஜாதாவின் ரசனையையும் விமர்சித்திருந்தார். அது சுஜாதாவுக்கு முற்றிலுமாகப் பிடிக்கவில்லை. கணையாழி அலுவலகத்தில் என்னைச் சுட்டிக்காட்டி அவர் சுஸ்தூரி ரங்கனிடம் சொன்னார்: ‘இவர் நம்கூடவே இருந்துகொண்டு நமக்கு எதிராகச் செயல்படுகிறார்.’ அவர் சொன்னதைக் கஸ்தூரி ரங்கன் சற்றும் பொருட்படுத்தவில்லை. ‘பெருமாள் முருகன் தன் சொந்தக் கருத்தை எழுதியிருக்கிறார். அதை இவர் வெளியிட்டிருக்கிறார். அதற்கு இவர்களுக்கு உரிமை உண்டுதானே?’ என்று சொல்லிவிட்டார். அவர் அப்படிச் சொல்வார் என்று சுஜாதா எதிர்பார்த்திருக்க மாட்டார்.

நகரத்தில் தினங்களைக் கடத்துவது சிரமசாத்தியமானது. அப்போது இந்திரா பார்த்தசாரதி, திருப்பூர் கிருஷ்ணனுக்கு என்னை அறிமுகப்படுத்தி ஒரு கடிதம் கொடுத்தார். திருப்பூர் கிருஷ்ணன் அப்போது தினமணி கதிரில் பணிபுரிந்துகொண்டிருந்தார். இந்திரா பார்த்தசாரதி கொடுத்த கடிதத்துடன் நான் சென்று திருப்பூர் கிருஷ்ணனைச் சந்தித்தேன். கடிதத்தைப் படித்த திருப்பூர் கிருஷ்ணன், அவர் பக்கத்தில் அமர்ந்து சித்திரங்கள் வரைந்துகொண்டிருந்த ஓவியர் தாமரையிடம் அறிமுகப்படுத்தி வைத்து, படம் வரைவதற்கு ஏதேனும் மேட்டர் கொடுக்கும்படிச் சொன்னார். அப்போது தாமரை கொடுத்த ஒரு கவிதைக்கு நான் படம் வரைந்து கொடுத்தேன். அது எனக்கு ஒரு திருப்பமாக இருந்தது. ராஜமார்த்தாண்டன் அண்ணாச்சி. எஸ். சிவக்குமார், சுகதேவ், செல்லப்பா, ராயப்பா, பொன்.தனசேகரன், மனோஜ், ரமேஷ், வடிவமைப்பாளர் மோகன் ஃபெர்னாண்டோ ஆகியோர் தினமணியில் பணியாற்றிக்கொண்டிருந்தார்கள்.

அவர்கள் என் மீது அன்புகொண்டு, தினமணி வெளியீடுகளில் நான் படம் வரைவதற்கு எனக்கு நிறைய வாய்ப்புகளை உருவாக்கிக் கொடுத்தார்கள். பரீக்ஷா ஞாநி தினமணி கதிர் ஆசிரியராக இருந்தபோது, என்னை தினமணி நாளிதழ் ஒளிப்படக்காரனாக பணியில் சேர்த்தார். சில காலம் நான் அங்கே பத்திரிகை ஒளிப்படக்காரனாகவும் வேலை செய்தேன். எனக்கு அங்கே வேலை இருந்தாலும் இல்லாவிட்டாலும் தொடர்ந்து அங்கே சென்று அவர்களுடன் பேசிக் கொண்டிருப்பேன். கஸ்தூரி ரங்கனின் பரிந்துரையின் பேரில், சி.பி.ராமஸ்வாமி ஐயர் பௌண்டேஷன் அலுவலகத்தில் ஓவியனாகவும் சில காலம் பணி செய்தேன்.

அந்தக் காலத்தில் நண்பர் பாண்டியராஜன் (திரைப்படக் கலைஞர், சிறுகதையாளர்), வரைகலையில் நவீன கணினித் தொழில் நுட்பம் கற்றுக்கொள்ளுங்கள், அது உங்கள் ஓவிய வேலைகளுக்கு மிகவும் உதவிகரமாக இருக்கும் என்று வற்புறுத்தினார். இந்த விஷயத்தில் நண்பர் பஷீர் உங்களுக்கு உதவுவார், அவரது கணினியில் நீங்கள் பயிலலாம் என்றும் வழிகாட்டினார். இந்தத் தேவையின் பொருட்டுதான் நான் பஷீரையும் அண்ணாச்சி வசந்தகுமாரையும் சந்தித்தேன். அவர்கள் இருவரும் ஒரே வீட்டையே தங்கள் பணியிடமாக வைத்திருந்தனர். அண்ணாச்சி வசந்தகுமாரைச் சந்தித்திருக்கா விட்டால் என் வாழ்க்கை வேறு திசையில் பயணித்திருக்கும். பிறகு, பழவந்தாங்கலிலிருந்து புறப்பட்டு ராயப்பேட்டை வந்து அவர்களுடன் பேசிக்கொண்டிருந்துவிட்டு, சேர்ந்து உண்டு முன்னிரவு நேரத்தில் அறைக்குத் திரும்புவதுதான் என் அன்றாட வேலையானது. ஒரு கட்டத்தில் பழவந்தாங்கல் அறையைக் காலி செய்துவிட்டு அவர்களருகிலேயே வசிக்க ஆரம்பித்தேன். அண்ணாச்சி வசந்தகுமார்தான் என்னை அறையைக் காலி செய்யவைத்து தன்னருகில் வசிக்க அழைத்துச் சென்றார்.

உங்கள் முதல் கதைத் தொகுப்பை தமிழினி வசந்தகுமார்தான் வெளியிட்டார், அல்லவா?

ஆமாம். இலக்கியத்தின்பாற்பட்ட என் ஈடுபாடு அண்ணாச்சி வசந்தகுமாருக்கு மகிழ்ச்சியளித்தது. 'நீங்கள்

ஏதேனும் எழுதி வைத்திருந்தால் எடுத்து வாருங்கள், படித்துப் பார்க்கிறேன்' என்று அடிக்கடி சொல்லிக்கொண்டிருந்தார். அது, அவர் 'தமிழினி' பதிப்பகம் ஆரம்பித்த நேரம். அவரது இலக்கிய விமர்சனங்கள், அளவுகோல்கள், அவர் மதிக்கும் உலக, இந்திய, தமிழ் இலக்கிய ஆசான்கள், அவர் ரசிக்கும் திரைப்படங்கள் ஆகியன பற்றியெல்லாம் அறிந்திருந்த நான், அவரிடம் என் கதைகளைக் காட்டுவதற்கு அஞ்சினேன். பழவந்தாங்கலில் ஒரு அறையில் இருக்கும்போது நான் சில கதைகள் எழுதி வைத்திருந்தேன்தான்.

அறைக்குள் நூற்றுக்கணக்கான கரப்பான்பூச்சிகள் இருக்கும். இரவில் நான் எழுத முயற்சி செய்யும்போது அவை குறுக்கும் நெடுக்குமாகப் பறந்து அச்சுறுத்தும். இந்தத் தொல்லைக்காக ஐந்து அல்லது ஆறு கொசுவர்த்திச் சுருள்களைப் பற்றவைத்து அறையைப் பூட்டிவிட்டு வெளியே கிளம்பிவிடுவேன். ஏறத்தாழ ஒரு மணி நேரத்துக்குப் பிறகு வந்து திறந்து பார்க்கும்போது கரப்பான்கள் அறை முழுதும் செத்து நிறைந்திருக்கும். அவற்றையெல்லாம் கூட்டி எடுத்து தொலைவே கொண்டு சென்று போட்டு வந்து மீண்டும் எழுத அமர்வேன். அண்ணாச்சி வசந்தகுமாரிடம் என் கதைகளைக் கொடுப்பதற்கு என் அச்சம் இடம் தரவில்லை. அவர் கேட்கும்போதெல்லாம் நான் ஏதேதோ சாக்குப்போக்குகள் சொல்லிச் சமாளித்தேன். ஒரு கட்டத்தில் அவர் நெருக்கிப் பிடித்துவிட்டார். என்னால் திமிறி விடுபட முடியாத நிலை. அடுத்த நாள் என் கதைப் பிரதிகளைக் கொடுத்துவிட்டு காஞ்சிபுரத்துக்கு சென்றுவிட்டேன்.

பட்டுச்சேலைகளின் வடிவமைப்பை மேம்படுத்துவதற்கான திட்டத்தில் மத்திய அரசு, ஓவியர்களைப் பயன்படுத்திக் கொண்டது. ஒவ்வொருவரும் குறிப்பிட்ட எண்ணிக்கையில் பட்டுப்புடவை வடிவமைப்பு ஓவியங்கள் வரைந்து கொடுக்கவேண்டும். இதற்கான காலம் ஒரு வருடம் என்று நினைவு. எனக்கு ஒதுக்கப்பட்ட பணி இடம், காஞ்சிபுரம் அறிஞர் அண்ணா கூட்டுறவு பட்டு சொசைட்டி. என் மீதுள்ள பாசத்தின் காரணமாக இந்த நல்ல வாய்ப்பை எனக்கு

ஏற்படுத்திக் கொடுத்தவர் மறைந்த ஓவியர் வீர.சந்தானம். முன்னரே அவர் நெசவாளர் சேவை மையத்தில் எனக்குச் சில வேலைகள் அளித்து உதவியிருக்கிறார். எனவே, இந்த புடவை வடிவமைப்பு தொடர்பாக நான் அடிக்கடி காஞ்சிபுரம் செல்வது வழக்கமாக இருந்தது.

காஞ்சிபுரத்திலிருந்து நான் திரும்பிக்கொண்டிருந்தபோது அண்ணாச்சி வசந்தகுமார் கைப்பேசியில் அழைத்து, 'உங்கள் கதைகள் நன்றாக இருக்கின்றன. நாம் இவற்றைத் தொகுத்து நூலாக்கலாம்' என்றார். எனக்குப் பெரும் நிம்மதி. அவர் வெளியிட்ட என் சிறுகதைத் தொகுப்பின் பெயர் 'உயிர்த்திருத்தல்.' அந்தப் புத்தக உருவாக்கத்தின் ஒவ்வொரு கட்டத்திலும் அவர் எடுத்துக் கொண்ட அதி சிரத்தை... அதை விவரிக்க முடியாது. அவருடன் பழகியவர்களுக்கு, புத்தக உருவாக்கத்தில் அவரது பாணி தெரியும்.

என் முதல் நூல் என்றால், 'உனக்கும் உங்களுக்கும்.' இருபது பக்கமோ, முப்பது பக்கமோ கொண்ட கவிதைத் தொகுப்பு. நண்பர் அறிவுச்செல்வன்தான் அந்தத் தொகுப்பைக் கொண்டு வந்தார். அவரிடமும் அப்போது பணமில்லை. அவர் தன் அக்கா செல்வியின் தங்கச் சங்கிலியை வாங்கி அடகு வைத்து எனக்குப் பணம் கொடுத்தார். நான் அதைக் கொண்டு புத்தகம் அச்சிட்டேன்.

அலைகள் பதிப்பம் சிவம் அவர்கள் வெளியிட்ட நூல்கள் சிலவற்றுக்கு நான் அட்டைப் படங்கள் வரைந்து கொடுத்திருக்கிறேன். ஆறு அல்லது ஏழு நூல்களுக்கு வரைந்திருப்பேன். அந்தப் பழக்கத்தில் அவர், கவிதைகள் இருந்தால் கொடுங்கள், வெளியிடுகிறேன் என்றார். அப்படித்தான், தோழமை இருள் கவிதைத் தொகுப்பு வந்தது. பெருமாள் முருகனும் நானும், அவரது கிராமத்து வீட்டு மாட்டுக் கொட்டகையில், கயிற்றுக் கட்டிலில் படுத்தபடி பேசிக்கொண்டிருந்து இரவு வெகு நேரத்துக்குப் பிறகு தூங்கினோம். அந்த இரவைப் பற்றிய கவிதைதான் 'தோழமை இருள்'. நூலின் தலைப்பும் அதுவே. 'உயிர்த்திருத்தல்' என் மூன்றாவது நூலாகும்.

'ரத்த உறவு' நாவல் உருவான கதையை அறியலாமா?

பின்னர் எப்போதாவது சிறுகதைகளாக எழுதலாம் என்று நினைத்திருந்த சம்பவங்களை அவ்வப்போது அண்ணாச்சி வசந்தகுமாரிடம் சொல்லிக்கொண்டிருப்பதுண்டு. அந்த விஷயங்களின் மீது அவர் ஆர்வம் விழுந்தது. அவற்றை யெல்லாம் நாவலாக எழுதுங்கள் என்று நெருக்கடி கொடுக்க ஆரம்பித்தார். மிகவும் கடுமையான வலியுறுத்தல். நிர்ப்பந்தம். வரும்போது நாவலுடன் வாருங்கள் என்று அவர்தான் கட்டாயப்படுத்தி என்னை ஊருக்கு அனுப்பினார். அங்கே இருக்கும்போதான எல்லா செலவுகளுக்கும் அவரே பணம் கொடுத்தார். எழுதும்போது எனக்கு ஏதேனும் படிக்கத் தோன்றும் என்பதற்காக, பெரிய பார்சலில் புத்தகங்கள் அனுப்பிவைத்தார். நாவலின் ஒரு பகுதி முடிந்ததும் அதை அவருக்கு அனுப்பினேன். அவருக்குப் பிடித்திருந்தது. உடனே கிளம்பி பட்டுக்கோட்டைக்கு வந்தார். நாவலுக்குள் வரும் இடங்களையெல்லாம் பார்க்கவேண்டும் என்று விரும்பினார். ஒவ்வொரு இடத்துக்கும் அழைத்துச் சென்று காட்டினேன். ஒரு மரத்தின் அருகே வரும்போது, மேலே சூரிய வெளிச்சம் ஊடுருவிப் பிரகாசிக்கும் இலைகளை ஒளிப்படம் எடுத்தார். ஏன் இந்தக் காட்சியைப் படமெடுக்கிறீர்கள் என்றேன். க.சீ.சிவக்குமார் 'மின்னொளிர் கானகம்' எனும் நாவலுக்கான முயற்சியில் இருக்கிறான். அதன் அட்டைக்காகத்தான் இது என்றார்.

நாவல் முற்றுப் பெற்றதும் அதை எடுத்துக்கொண்டு சென்னை வந்தேன். அதை பிழை திருத்தம் செய்தது, அத்தியாயம் பிரித்தது, வடிவமைத்தது எல்லாம் அவர்தான். அவரிடமிருந்து நிறையக் கற்றுக்கொண்டேன். 'மழை' எனும் காலாண்டு இதழை ஆரம்பித்து என்னை ஆசிரியராக்கினார். என்னை மிகவும் பாதித்த ஆளுமை அவர். எனக்குக் குழந்தை பிறந்தால் அவர் பெயர் வைக்கவேண்டும் என்று விரும்பியிருந்தேன். எனக்கு முன்பாக நண்பர் அறிவுச்செல்வனுக்குத் திருமணமாகியிருந்தது. அவருக்கு இரண்டாவது பையன் பிறந்தபோது, எனது சொற்படி அவனுக்கு வைக்கப்பட்ட பெயர்தான், 'வசந்த்.' கவிஞர்

பிரான்சிஸ் கிருபாவை வசந்தகுமாரிடம் அறிமுகப்படுத்தினேன். சந்தித்துவிட்டு வரும்போது, “யானை கட்டும் இடத்தில் என்னைக் கொண்டு வந்து விட்டுவிட்டாயே, அண்ணா!” என்றான் பிரான்சிஸ்.

பிறகு நான் பட்டுக்கோட்டை வந்து சில காலம் தங்கியிருந்தபோது, எனக்குத் திருமணமானது. எனக்கு வேலை என்று எதுவுமில்லை என்று அறிந்த பெண் வீட்டார் கொந்தளித்தார்கள். அந்த நேரம் பார்த்து பஷீரும், மோ. சீனிவாசனும் (தமிழ்நாடு அறிவியல் இயக்கம்) என்னுடன் தொலைபேசியில் தொடர்புகொண்டார்கள். ‘சென்னையில் எய்டு இந்தியா எனும் ஒரு தொண்டு நிறுவனம் இருக்கிறது. அங்கே ஒரு கார்டூனிஸ்ட் தேவைப்படுகிறார். நீங்கள் வருகிறீர்களா?’ என்று கேட்டார்கள். நான் உடனே ஏற்றுக்கொண்டு மனைவியுடன் சென்னை வந்தேன். ‘எய்டு இந்தியா’வில் எனக்கு ஊதியம் குறைவுதான் என்றாலும் அந்த நிறுவனத்தின் இயக்குநர் பாலாஜிசம்பத், எனக்கு மிக சுதந்திரமளித்தார். மிகுந்த தோழமைகொண்டிருந்தார். அறிவுச்செல்வன், தான் இருக்கும் வீட்டுக்குப் பக்கத்தில், அண்ணனூரில் வீடு பார்த்துக் கொடுத்தார். அங்கிருந்து ரயிலில் சென்ட்ரல் வந்து, பேருந்தில் ராயப்பேட்டை அலுவலகத்துக்கு வருவேன். மிகவும் பொருளாதார நெருக்கடி. அப்போது பஷீரும், சீனிவாசனும் சேர்ந்து பிரிண்டிங் வேலைகள் எடுத்துச் செய்துகொண்டிருந்தார்கள். என் நிலையைப் பார்த்து அவர்கள் என்னையும் தங்கள் தொழில் பங்காளியாகச் சேர்த்துக்கொண்டார்கள். அவர்கள் வேலை செய்வார்கள். அச்சகம் செல்வார்கள். நான் எதுவும் செய்யவேண்டியதில்லை. ஆனால் அவர்கள் சம்பாதிக்கும் பணத்தில் மூன்றில் ஒரு பங்கு எனக்குக் கொடுப்பார்கள். அப்படி எனக்கு மாதம் பத்தாயிரம், பதினைந்தாயிரம் பணம் வரும். இப்படிப் பல மாதங்கள் நடந்துகொண்டிருந்தது.

நீங்கள் மொழிபெயர்த்தவற்றுள் உங்களுக்குப் பிடித்தமானதென்று சில இருக்கும் அல்லவா. அப்படியான படைப்புகள் எவை?

நான் விரும்பியே ஒரு நூலை மொழிபெயர்க்கத் தேர்வு செய்கிறேன். நான் மொழிபெயர்த்த எல்லா நூல்களும் என்

அன்பிற்குரியவையே. சில நூல்களை மொழிபெயர்க்க நான் மிகவும் பாடுபட்டிருப்பேன். சிலவற்றில் அந்தளவு கஷ்டம் இருக்காது. மொழிபெயர்ப்பாளனின் வாதைகள் யாருக்கும் தெரிவதில்லை. மொழிபெயர்ப்புச் செயல்பாட்டில் ஈடுபட்டிருக்கும்போது சில நேரங்களில் மூளைப் பிறழ்வு ஏற்பட்டுவிடுமோ என்று அஞ்சும் தருணங்களும் ஏற்படும். பாறையில் தலையைக் கொண்டு மோதுவதான சூழ்நிலையும் வரும். உண்மையில் நான் சொல்கிறேன், கசாக்கின் இதிகாசத்தை மொழிபெயர்க்கும்போது, சில இடங்களில் எனக்கு ஏற்பட்ட குழப்பங்களைத் தீர்த்துக்கொள்ள உடனடி வழியின்றி மிகவும் துயரடைந்திருக்கிறேன். மிகுந்த கனமும் பொறுப்பும் கொண்ட பணி இது. கலைகளுக்கு விவரணை இல்லை, வரையறை இல்லை, அதைப்போல மொழிபெயர்ப்பு செயல்பாடு என்பது அவரவர் ஆளுமை, அறிவு, அனுபவம், ரசனையைப் பொறுத்தது.

நீங்கள் மலையாளம் கற்றுக்கொள்ள தொடக்கப் புள்ளியாக இருந்தது எது?

ஊட்டியில் இருந்த குரு நித்ய சைதன்ய யதியைச் சந்திப்பதற்கு ஜெயமோகன் என்னை அழைத்துச் சென்றார். அந்த ஆசிரமத்தில் யதி, ஆங்கிலத்திலும் மலையாளத்திலும் எழுதியிருந்த நூல்களைப் பார்த்தேன். அவரது மலையாள சிறார் நூல் ஒன்று என்னை மிகவும் கவர்ந்தது. அதன் பக்க வடிவமைப்பையும் ஓவியங்களையும் தயாரிப்பு நேர்த்தியையும் வியந்து நான் அதன் பக்கங்களை மீண்டும் மீண்டும் புரட்டிப் பார்த்துக்கொண்டிருந்தேன். என் ஆவலைப் பார்த்து ஜெயமோகன். மலையாளம் கற்றுக்கொள்ளும்படி ஊக்கமூட்டினார். அந்த நேரத்திலிருந்துதான் இதில் திரும்பினேன். எனக்கு முதன் முதலாக மலையாள அகராதி அன்பளித்தவர், மொழிபெயர்ப்பாளர் நிர்மால்யா.

பேராசிரியர் எஸ்.சிவதாஸ் மலையாளத்தில் குழந்தைகளுக்காக ஏராளமான நல்ல புத்தகங்கள் எழுதியிருக்கிறார். அவர் எழுதிய ‘உமாகுட்டியின் அம்மாயி’, மரணம் எனும் இயற்கை நிகழ்வைப் பற்றி குழந்தைகளுக்கு மிக எளிமையாக உணர்த்தும் நூல். இதுதான் நான் மொழிபெயர்த்த முதல் புத்தகம். இதை தமிழ்நாடு அறிவியல் இயக்கம் வெளியிட்டது.

பத்திரிகை, ஓவியம், நாவல், சிறுகதை, கவிதை, சிறார் இலக்கியம் என்று செயல்படுகிறீர்கள். இவற்றுள் எது உங்கள் மனதுக்கு நெருக்கமாக இருப்பதாக உணர்கிறீர்கள்?

இந்த வடிவங்களெல்லாம் எனக்கு ஒன்றுதான். இவை எதில் ஈடுபட்டாலும் நான் பெறும் மனநிறைவு, மகிழ்ச்சி ஒன்றுதான். இவற்றோடு என்னைப் பிணைத்துக்கொள்வதன் மூலமாகத்தான் வாழ்க்கையுடனும் இயற்கையுடனும் உறவுகொள்கிறேன். என்னைப் புதுப்பித்துக்கொள்கிறேன். மனதுக்குச் சற்று ஈரம் தேடுகிறேன்.

தினமணியின் சிறுவர்மணியில் நீங்கள் பொறுப்பாசிரியராகப் பணியாற்றியிருக்கிறீர்கள். அந்த அனுபவம் பற்றிச் சொல்லுங்கள்.

வேலை இல்லாமல் இருந்த காலத்தில், நண்பர் நாராயணன் ஆரம்பித்த 'பாடம்' மாத இதழில் பணியாற்றும் வாய்ப்புக் கிடைத்தது. அதன் ஆறு இதழ்கள்வரை என் பொறுப்பில் வந்தன. அதன் அலுவலகம் குன்றத்தூருக்கு அருகில் கெருகம்பாக்கம் எனும் ஊரில் இருந்தது. தூரம் மிகவும் அதிகமாக இருந்ததால், எனக்குப் போகவர சிரமமாக இருந்தது. அதனால் அங்கிருந்து விலக நேர்ந்தது. அங்கே நான் பணியாற்றிய அனுபவத்தைக் குறிப்பிட்டு மகிழ்ச்சி தெரிவித்து, நான் ஒரு விலகல் கடிதம் எழுதி நாராயணனிடம் கொடுத்தேன். அதை அவர் 'பாடம்' இதழில் பிரசுரித்தார். தினமணியில் பணியாற்றிக்கொண்டிருந்த எழுத்தாளர் தமிழ்மகன் எங்கோ அந்தப் பத்திரிகையைப் பார்த்து, அதில் நான் எழுதியிருந்த கடிதத்தைப் படித்திருக்கிறார். படித்த உடனே என்னை கைப்பேசியில் தொடர்பு கொண்டு, நாளையே என் சுயவிவரக் குறிப்பைக் கொண்டு வந்து கொடுக்கும்படிக் கேட்டுக்கொண்டார். அவ்வாறே செய்தேன். அவர்தான் தினமணி ஆசிரியர் வைத்தியநாதனிடம் என்னை அறிமுகப்படுத்தி வேலைக்கு ஏற்பாடு செய்தார். அங்கே நான் ஓராண்டு காலம் சிறுவர்மணி பொறுப்பாசிரியராகப் பணியாற்றினேன். கி.ராஜநாராயணன், பாதசாரி முதலியோர் அதைப் பாராட்டி எழுதினார்கள். அந்த இதழுக்கு வாசகர்களிடம் நல்ல வரவேற்பு இருந்தது.

தமிழ்நாட்டில் கலை இலக்கியத்துடன் தன்னை முழுமையாக பிணைத்துக்கொண்டு அர்ப்பணிப்புணர்வுடன் செயலாற்றிவரும் உங்களைப்போன்ற சிலருள் சி.மோகன் குறிப்பிடத்தக்க ஆளுமை. அவரைப்பற்றி...

சி.மோகனின் நட்பு என் வாழ்நிலத்தின் தண்ணீர்போல. கலை தொடர்பான என் தகவமைவுகளில் அவர் குறிப்பிடத்தகுந்த மாற்றத்தை நிகழ்த்தியிருக்கிறார். தியாகராய நகரில் இருந்த முன்றில் புத்தகக்கடையில் சி.மோகனைச் சந்தித்தேன். அதற்கு முன்னால் என்னைப் பிறரோடு ஒப்பிட்டுக் குமையும் மனோபாவம் எனக்கு இருந்தது. லௌகீக நிறைவேற்றங்கள் சாத்தியமாகாதது குறித்து உள்நெருக்கடியும் இருந்தது. அகமும் புறமுமாய் என்றும் கலைபாடும் பறவையான அவர் என்னை நிமிர்த்தினார். வேறு எதையும் பொருட்படுத்தாமல் மனம் ஒன்றி இலக்கிய முயற்சிகளில் ஈடுபடுவதற்கான கலை நம்பிக்கையைப் புகட்டினார். அதன் பிறகுதான் என் ஈடுபாடுகளில் எனக்கு மகிழ்ச்சி வந்தது. சி.மோகனைச் சந்தித்தது என் வாழ்க்கையின் பேரரிய தருணம்.

கலை நம்பிக்கை என்று நீங்கள் எதைக் குறிப்பிடுகிறீர்கள்?

இடையறாத கலை ஈடுபாடும் அதைக் குறித்த ஆழ்ந்த பிரக்ஞையும்தான் அது. தஸ்தயேவ்ஸ்கி, காஃப்கா, ஹெர்மன் ஹெஸ்ஸே உள்ளிட்ட பல உலக இலக்கியக் கலைஞர்களைப் பற்றியும் அவர்களது நூல்களைப் பற்றியும் சி. மோகனிடமிருந்துதான் தெரிந்து கொண்டேன். கலைச் சார்பு கொண்ட ஒரு மனநிலை எனக்கு இருந்தாலும், அவரது தோழமைக்குப் பிறகுதான் அதன் மேன்மையை உணர்ந்து கொண்டேன். அவரது இலக்கியப் பங்களிப்பைப் போற்றும் வகையில் குதிரைவீரன் பயணம் - சி.மோகன் சிறப்பிதழ் வெளியிட்டோம். அவரது 'விந்தைக் கலைஞனின் உருவச் சித்திரம்' சிறந்த நாவல். அது உரிய கவனம் பெறவில்லை. பல நல்ல படைப்புகள் இப்படி கவனம் பெறாமலே போய்விடுவது வருத்தமளிக்கிறது.

அரசியல், இயக்கம் சார்ந்து நின்று இலக்கியம் படைப்பவர்களைப் பற்றி தமிழ் இலக்கியச் சூழலில் எதிர்மறைப் பார்வை தொடர்ந்து நிலவுகிறதே?

அரசியல் இல்லாமல் எதுவும் இல்லை. உதாரணமாக பண மதிப்பிழப்பு தொடர்பான பாதிப்புகளும், ரோஹிங்கியா அகதிகளும், குடும்பத்துடன் அகதியாகக் கடல் வழியே தப்பி வரும்போது படகு கவிழ்ந்து இறந்துபோய் கடற்கரையில் தலைகுப்புறக் கிடந்த சின்னஞ்சிறுவன் அய்லானும், பூட்டப்பட்ட அறைக்குள் சோபாவில் அமர்ந்த நிலையில் இறந்துபோய் மாதக்கணக்கில் யாரும் பார்க்காமல் அதே நிலையில் எலும்புக்கூடான பெண்ணுமெல்லாம் படைப்பின் மையம்தான். அவை அவற்றிற்கான தீவிரத்துடனும் கலைத்துவத்துடனும் வெளிப்பட வேண்டும் என்பதுதான் முக்கியம். அரசியல் பிரகஞையுடன் எழுதும் பல எழுத்தாளர்கள் அருமையான பல படைப்புகளைக் கொடுத்திருக்கிறார்கள். அழகிய பெரியவன் மற்றும் பலரின் கதைகள் அப்படியானவை. எந்த இயக்கத்தையும் சாராத கூத்தலிங்கத்தின் 'உயிர்நிலம்' கதையும் மிக முக்கியமானது. இந்தக் கதையைப் பற்றி கணேசகுமாரன் விகடன் 'தடம்' பத்திரிகையில் எழுதியுள்ளார். இப்படி எண்ணற்ற உதாரணங்கள் இருக்கின்றன. சமுகப் பிரச்சினைகளுக்காகக் குரல் கொடுத்து போராடுவதும் அது சார்ந்த படைப்புகளை உருவாக்குவதும் மிகவும் இன்றியமையாதவை. மிக மிகவும் முக்கியத்துவம் உடையவை. பெருமதிப்புக்குரியவை. ஆனால் இவற்றிலெல்லாம் கருத்துச் செலுத்தாமல் எதிலும் கலந்துகொள்ளாமல், அபிப்பிராயங்களை வெளியிடாமல் ஒருவர் தனித்திருந்து நல்ல படைப்புகளை உருவாக்கினார் என்றால் அதுவும் தவிர்க்கவே முடியாத மக்கள் படைப்புதான். எனவே இயக்கம் சார்ந்து நின்று இலக்கியம் படைப்பவர்களைப் பற்றிய எதிர்மறை பார்வை என்பது மேலோட்டமான அணுகுமுறைதான்.

இங்கே பத்திரிகைகளின் போக்கு ஆரோக்கியமாக இருக்கிறதா? சிறார் இலக்கியங்கள், அவர்களுக்கான பத்திரிகைகள் என்ற அம்சங்களை முன்வைத்து என்ன சொல்கிறீர்கள்?

மலையாளப் பத்திரிகையான 'மாத்ருபூமி' வார இதழைப்போல இங்கே வெகுமக்கள் தளத்தில் ஒரு பத்திரிகை வர நாம் இன்னும் எத்தனை ஆண்டுகள் காத்திருக்க வேண்டும்

என்று தெரியவில்லை. வர்த்தக முயற்சியாகவே அவர்கள் மிகத் தரமான வகையில் அந்தப் பத்திரிகையை வெளியிடுகிறார்கள். அபாரமான வடிவமைப்புடன், கருத்தாழ்ந்த கட்டுரைகளுடன், தீவிர கலை இலக்கியச் சார்புடன் அது பல்லாண்டுகளாகத் தொடர்ந்து வந்துகொண்டிருக்கிறது. மிகத் தரமான பத்திரிகை. அது மட்டுமல்ல. 'சந்திரிகா', 'மாத்யமம்', 'எழுத்து', 'பாஷாபோஷிணி', 'பச்சைக்குதிரை', 'மலையாள வாரிகா' 'கலாகௌமுதி' போன்ற பல பத்திரிகைகளைச் சொல்லலாம். மலையாள நாளிதழ்களின் ஞாயிறுப் பதிப்புகளிலும் நல்ல நல்ல கட்டுரைகள், பேட்டிகள், அனுபவங்கள், உலக இலக்கிய விமர்சனங்கள் வெளிவருகின்றன. இந்தத் தன்மை இன்னும் தமிழில் பரவலாக அறிமுகமாகவில்லை. தமிழ் இந்து, விகடன் தடம் போன்ற முக்கிய நிகழ்வுகளுக்கு அப்பாற்பட்டு, வெகுமக்கள் தளத்திலான சீரிய பத்திரிகைச் செயல்பாடு இன்னும் நமக்கு எட்டவில்லை. இடைநிலை பத்திரிகைகளும், சிறு பத்திரிகைகளும்தான் நமக்கு ஆறுதல் அளிக்கின்றன. இங்கே பெரிய பெரிய முதலாளிகள் இருக்கிறார்கள். துறை சார்ந்த மிகப்பெரிய கிரியேட்டர்கள் அனேகம் அனேகம்பேர் இருக்கிறார்கள். ஏன் நம்மால் இதுபோன்று பத்திரிகை செய்ய முடியவில்லை?

மக்கள் ரசனை, போன்ஸாய் மரமாகவே பல்லாண்டுகளாகக் குறுக்கி வைக்கப்பட்டிருக்கிறது. சிறாருக்கான, எல்லா வகையிலும் மேம்பட்ட ஒரு பத்திரிகையை நம்மால் நடத்த முடியாதா? நல்ல விஷயங்களை நம் குழந்தைகள் ஆனந்தமாகப் படிப்பார்கள். வாசிப்பு என்பது அவர்கள் வாழ்வுக்கான உரமாக அமையும். வாசிப்புதான், அடுத்தவரைப் பற்றி அக்கறை கொள்ளக்கூடிய மனிதர்களாக அவர்களை உருவாக்கும். நமது போதாமை, நமது செயலின்மை குழந்தைகளின் தலையில் பெரும்பாரமாகக் கிடக்கின்றன. அது அவர்களுக்கு இழைக்கப்படும் பெரிய அநீதி. அற்புதங்களை அவர்களுக்கு அணுக்கமாக்க நம்மால் முடியவில்லை. தாங்கள் இழப்பது இன்னதென்று தெரியாதவர்களாக குழந்தைகள் இருக்கிறார்கள். ஆனால்

நமக்குதெரியும். இந்த நேரத்தில் துளிர், மின்மினி, தும்பி, குட்டி ஆகாயம், வண்ணநதி, மாயாபஜார் முதலியவை நம்பிக்கை அளிக்கின்றன.

கேரளம் தன் கலைஞர்களைக் கொண்டாடுவதைப் பார்க்கும்போது மகிழ்ச்சியாக இருக்கிறது. மலையாள எழுத்தாளர் அமரர் ஓ.வி.விஜயன் எழுதிய 'கசாக்கிண்டே இதிகாசம்' நாவலை நீங்கள் தமிழில் மொழிபெயர்த்ததற்காக, 2017-ஆம் ஆண்டுக்கான சிறந்த மொழிபெயர்ப்புக்கான சாகித்ய அகாதமி விருதைப் பெற்றிருக்கிறீர்கள். எங்கள் இதயப்பூர்வமான வாழ்த்துகளைத் தெரிவித்துக் கொள்கிறோம். அந்த நாவலைப்பற்றி...

பல ஆண்டுகளுக்கு முன்னால் இந்த நாவலின் இருபதாம் பதிப்பை நான் படித்திருந்தேன். இப்போது வாசித்தாலும் கவித்துவமும் பூடகமும் சிறிதும் வெளிராத நாவல் அது. காலச்சுவடு கண்ணன் இந்த நூலை மொழிபெயர்த்து கொடுக்க முடியுமா என்று கேட்டபோது மகிழ்ச்சியாக ஏற்றுக்கொண்டேன். புத்தகம் வெளிவந்த பிறகு மொழிபெயர்ப்பாளர் ஆர். சிவக்குமார் அதைப்படித்திருக்கிறார். அவர் மொழிபெயர்த்த 'சோஃபியாவின் உலகம்' நாவலுக்காக தமிழ்ப்பேராயம் அவருக்கு விருது கொடுத்திருந்த சமயம் அது. அவர் ஒருநாள் என்னைத் தொடர்புகொண்டு சந்திக்க விரும்புவதாகச் சொன்னார். அண்ணா நகர் டவர் பார்க்கில் சந்தித்தோம். 'எனக்குக் கிடைத்த விருதை உங்களுடன் பகிர்ந்து கொள்ள விரும்புகிறேன். நீங்கள் மொழிபெயர்த்த கசாக்கின் இதிகாசம் நாவலை நான் படித்தேன். அதற்கான அன்பின் பரிசாக இந்த பத்தாயிரம் ரூபாயை ஏற்றுக்கொள்ளுங்கள்' என்றார். அந்த நாவல் மொழிபெயர்ப்புக்காக எனக்குக் கிடைத்த முதல் பரிசு இதுதான்.

புத்தகம் பேசுது வாசகர்களின் கவனத்துக்கு வரவேண்டும் என்று நீங்கள் வேறு என்ன சொல்ல விரும்புகிறீர்கள்?

மீண்டும் மீண்டும் நான் சொல்வது இதுதான். கேரள அரசின் அங்கமான 'பால சாகித்ய் இன்ஸ்டியூட்' பல ஆண்டுகளாக சிறப்பாகச் செயல்பட்டு வருகிறது. மிகவும் நல்ல சிறார் நூல்களையும், மொழிபெயர்ப்பு நூல்களையும்

மனங்கவரும் தயாரிப்பு நேர்த்தியுடன் வெளியிட்டு வருகிறார்கள். அதைப் போன்றதொரு சிறார் இலக்கியப் பேரமைப்பை அரசு உருவாக்க வேண்டும். அப்படி உருவானால் சமூக மாற்றத்துக்கான அடிப்படைச் செயல்களில் ஒன்றாக அது அமையும்.

மொழிபெயர்க்கும்போது பல ஆங்கில வார்த்தைகளுக்கு பொருத்தமான தமிழ்ச்சொல் இல்லாது திண்டாடியிருக்கிறேன். உதாரணமாக 'கேட்', 'கவுண்டர்' போன்ற பல வார்த்தைகள். இந்த வார்த்தைகள் வரும் இடங்களில் 'வளாகக் கதவு', 'பணி முகப்பு' ஆகிய வார்த்தைகளை அடிக்குறிப்புகளுடன் பயன்படுத்தினேன். சில ஆங்கில வார்த்தைகளுக்கான தமிழ்ச் சொற்கள் ஒன்றுக்கும் மேற்பட்டிருக்கின்றன. அன்றாடம் அறிவியல் தொழில்நுட்பங்கள் வளர்கின்றன. பெருமளவு ஆங்கிலத்தின் வழியாகத்தான் அது உலகில் பரவுகிறது. உலகளாவிய தமிழறிஞர் சபை கூடி ஒவ்வொரு ஆங்கில வார்த்தைக்கும் சரியான, தீர்மானகரமான ஒரு கலைச்சொல்லை உருவாக்க வேண்டும். அரசு அதை ஏற்று பள்ளி, கல்லூரி, அரசு அலுவலகங்களில் கடுமையாக நடைமுறைப்படுத்த வேண்டும். ஊடகங்களும் அந்த வார்த்தைகளைக் கவனப்படுத்த வேண்டும். இப்படிச் செய்யாவிட்டால் ஆங்கிலக் கலப்பின் ஆதிக்கம் அதிகமாவதைத் தவிர்க்க முடியாது. புலம் பெயர்ந்த மலையாளிகளுக்குப் பிறந்த குழந்தைகளுக்கு தாய்மொழி அந்நியமாகி விடக்கூடாது என்பதற்காக கேரள அரசு 'மலையாளம் மிஷன்' எனும் திட்டத்தின்படி புலம் பெயர்ந்த பிரதேசங்களில் இருக்கும் குழந்தைகளுக்கு தாய்மொழி போதித்து வருகிறது. மக்கள் மற்றும் ஊடகங்களின் பேராதரவுடன் இது வெற்றிகரமாக நடப்பதை நாம் நினைவுகூர வேண்டும்.

- *புதிய புத்தகம் பேசுது (ஜனவரி – 2018)*

தமிழ்நாட்டில் எழுத்தாளர்களுக்கு அங்கீகாரம் இல்லை!

உரையாடல் : சு.வீரமணி

பிற மொழி இலக்கியப் படைப்புகளை தமிழுக்கு மொழிபெயர்ப்பவர்களுக்காக வழங்கப்படும் சாகித்ய அகாடமி விருது இந்த ஆண்டு, மலையாள எழுத்தாளர் ஓ.வி. விஜயனின் 'கசாக்கின்டெ இதிகாசம்' நாவலைத் தமிழாக்கம் செய்த யூமா வாசுகிக்கு அறிவிக்கப்பட்டிருக்கிறது. கடந்த 20 ஆண்டுகளுக்கு மேலாக மொழிபெயர்ப்புகளில் தீவிரமாக ஈடுபட்டுவரும் யூமா வாசுகி, கவிஞர், நாவலாசிரியர், ஓவியர், பத்திரிகை ஆசிரியர் என்று பல்வேறு முகங்களைக் கொண்டவர். அவருடன் பேசினோம்.

சாகித்ய அகாதமி விருதுச் செய்தி கிடைத்ததும் எப்படி உணர்ந்தீர்கள்?

மிகவும் மகிழ்ச்சி. விருதுச் செய்தி கிடைத்தவுடன் சக எழுத்தாளர்கள், நண்பர்கள், வாசகர்கள் என நிறையப்பேர் அழைத்து வாழ்த்தினார்கள். இவ்வளவு பேர் நம்மேல் அன்பு வைத்துள்ளனர் என்பது மிகவும் மகிழ்ச்சியளித்தது. நான் இந்த விருதை எதிர்பார்க்கவில்லை. 'கசாக்கின் இதிகாசம்' இந்திய நாவல்களில் மிகவும் குறிப்பிடத் தகுந்தது. மலையாள இலக்கிய வரலாற்றில் இந்நாவலுக்கு மிகப்பெரிய சிறப்பிடம் உள்ளது. இந்த நாவலுக்கு முன்னால் - பின்னால் என்றுதான் மலையாள இலக்கியம் பிரிக்கப்படுகிறது. இந்த நாவலின் களம் பாலக்காடு அருகில் உள்ள 'தஸ்ராக்' எனும் கிராமம். அதன் பெயரை மாற்றி கசாக் என்ற பெயரில் எழுதினார் ஓ.வி.விஜயன். தஸ்ராக் கிராமத்தில் இருக்கும் ஓ.வி.விஜயன் நினைவிடத்தில் இந்த நாவலில் வரும் கதாபாத்திரங்களின் உருவச் சிலைகளை அமைத்துள்ளனர். இந்த நாவல் கல்லூரிப் பாடமாகவும் இருந்துள்ளது.

உங்கள் ஊர் பட்டுக்கோட்டை. உங்களுக்கு எப்படி மலையாளம் தெரியும்?

இலக்கியப் படைப்புகளைப் படிக்க வேண்டும் என்பதற்காகவே மலையாளம் கற்றுக்கொண்டேன். கேரளத்தின் ஆன்மிகப் பெரியோர்களில் ஒருவர், நித்ய சைதன்ய யதி. அவர் நாராயணகுருவின் சீடர் நடராஜ குருவின் சீடராவார். அவரை எழுத்தாளர் ஜெயமோகன் எனக்கு அறிமுகப்படுத்தினார். அவர் எழுதிய புத்தகத்தை வாசிக்க ஆசைப்பட்டேன். அது மலையாள நூல். அப்போது ஜெயமோகன், மலையாளம் கற்றுக்கொள்ளும்படி என்னை ஊக்கப்படுத்தினார். அதற்காக மலையாளம் படிக்க ஆரம்பித்தேன். பிறகு மொழிபெயர்ப்புகள் செய்யத் தொடங்கினேன்.

நீங்கள் மொழிபெயர்த்துள்ள படைப்புகளில் உங்களை மிகவும் கவர்ந்தது?

என் முதல் மொழிபெயர்ப்பு. கேரளப் பேராசிரியர் சிவதாஸ் சிறந்த சிறார் இலக்கியப் படைப்பாளி. அவர் குழந்தைகளுக்கு மரணம் என்றால் என்னவென்று புரியவைக்க ஒரு நூல் எழுதியுள்ளார். அதன் பெயர் 'உமாக்குட்டியின் அம்மாயி'

சிறுகதை, கவிதை, ஓவியம், நாவல், மொழிபெயர்ப்பு - இவற்றில் உங்களுக்கு மிகவும் நெருக்கமானது எது?

எல்லாக் கலை வடிவங்களுமே ஒரே மாதிரியான மன விளைவுகளையே தருகின்றன. அவை ஒரே பரவசத்தையும் ஆனந்தத்தையுமே தருகின்றன. எனவே, இவற்றில் ஏதாவது ஒன்றில் ஈடுபட்டுக்கொண்டே இருப்பதுதான் பெரும் மகிழ்ச்சியானது.

தமிழகத்தில் எழுத்தாளர்களுக்கு உரிய அங்கீகாரம் கொடுக்கப் படுவதில்லை என்று தொடர்ந்து குற்றச்சாட்டு வைத்து வருகிறீர்களே?

அதே நிலைப்பாட்டில்தான் இப்போதும் உள்ளேன். கேரளத்துடன் ஒப்பிடும்போது இங்கே எழுத்தாளர்கள் மதிக்கப்படுவதோ, பொருட்படுத்தப்படுவதோ இல்லை. அவர்களுக்கு எந்த மரியாதையும் இல்லை. அவர்களின் மகத்துவத்தைப் புரிந்துகொள்வதும் இல்லை.

உங்கள் 'ரத்த உறவு', 'மஞ்சள் வெயில்' படைப்புகளுக்கே விருது கொடுத்திருக்கலாம் என்கிறார்களே?

நான் அப்படி நினைக்கவில்லை. 'கசாக்கின் இதிகாசம்' நாவல் மொழிபெயர்ப்புக்காக ஏறத்தாழ ஒன்றரை வருடங்கள் உழைத்திருக்கிறேன். இதற்கான எனது மனப்பூர்வமான பாடுகள் மிக அதிகம். வட்டார வழக்கு வார்த்தைகள் பலவற்றில் சிக்கி அல்லாடினேன். அந்தக் கஷ்டங்களுக்கு கிடைத்த அங்கீகாரமாகவே இதை நினைக்கிறேன்.

உங்கள் குடும்பம் பற்றி?

நான் சென்னை முகப்பேரில் வசிக்கிறேன். என் மனைவியின் பெயர், தெய்வப்பிரியா. மகன், அன்பரசன். இவர் சிறப்புக் குழந்தை.

- *புதிய தலைமுறை (ஜனவரி - 2018)*

கவித்துவம் சுரக்க வேண்டும்

கடந்த சில வருடங்களில், தமிழில் சிறார் இலக்கியம் சார்ந்து ஏராளமான புத்தகங்கள் வெளியாகியிருக்கின்றன. உண்மையிலேயே சிறார் இலக்கியம் மகிழ்ச்சிகொள்ளும் அளவில் புத்தெழுச்சி பெற்றிருக்கிறதா?

தமிழ் சிறார் இலக்கியம் தீவிர செயல்பாட்டுடன் இருந்த காலம் ஒன்று இருந்தது, 50-களில். இப்போதைய நம் சூழலில் சிறார் இலக்கியத்தின் நிலை மிகவும் பலவீனம் கொண்டிருக்கிறது. இந்த வகையில் நிறைய நிறைய புத்தகங்கள் வெளிவருகின்றனதான். ஆனால், அவற்றில் நல்ல புத்தகங்கள் காணக்கிடைப்பது அபூர்வம். சிறார் இலக்கியம் குறித்தான கருப்பொருள், கவித்துவம், சொல்முறை நுட்பம், வாசிப்பின் மகிழ்வு, இலக்காகக்கொள்ளும் மனவிரிவு - விழிப்பு ஆகியவற்றுக்கெல்லாம் நானறிந்த முன்மாதிரி அழ. வள்ளியப்பா, வாண்டுமாமா உள்ளிட்ட முன்னோடிகளின் படைப்புகள்; ரஷ்ய, மலையாள, இன்னபிற வேற்றுமொழி இலக்கியங்கள். இவற்றின் தரத்துடனும் அழகியலுடனும் ஒப்பிடும்போது, சமகாலத் தமிழ் சிறார் இலக்கியப் படைப்புகள், பெரும்பாலும் உட்சிதைந்து எலும்புகள் வெளித்தெரியும் விதமாக வறண்டு, உயிரற்று, இயல்பற்றுக் காகிதங்களில் முடங்குகின்றன.

பெரியவர்களுக்கு எழுதுவதைவிடப் பேரளவான கவித்துவம், சிறாரெழுத்தாளர்களின் நெஞ்சில் சுரக்க வேண்டும். மொழியின் மிகு லாகவப் பிரயோகம் கூடவேண்டும். கட்டற்ற குழந்தைமையும், விண்ணிலும் மண்ணிலும் உள்ள ஒவ்வொன்றும் குறித்த அக்கறையும் அன்பும் நிலவவேண்டும். தவிர, வெளிப்பாட்டு யுக்திக்கான பிரக்ஞையும் முக்கியமாகிறது. இதற்கான பாடுகளில்,

இதற்கான துயர்களில் தன்னை ஒப்புக்கொடுப்பவரே மனங்களைப் பூக்கச் செய்கிறார். நம் முன் மனமுவக்கும் படைப்பாக காலத்தில் எஞ்சுகிறார். இந்த எண்ணத்தினூடே பார்க்கும்போது, நமது இக்கால சிறார் இலக்கியச் செயல்பாடுகள் மிகப் பெரும்பாலும் ஏமாற்றமும் சோர்வும் அளிக்கின்றன. வெகுசன நாளிதழ் இணைப்பான சிறார் பக்கங்களில் வரும் படைப்புகளும்கூட, அடிப்படை ரசனையும் கவனமும் இன்றியே தேர்வு செய்யப்படுகின்றன.

நல்ல சிறார் இலக்கியப் படைப்புகள் தாய்ப்பாலுக்கு நிகரானவை என்று நம்புகிறேன். பிள்ளைப் பிராயத்தில் படித்துக் களிக்கும் நல்லதெதுவும் எக்காலத்திலும் உள்ளத்துக்கு உரமாக உடனிருப்பவையே. இன்று நம் தலைமேல் விழுந்து மூச்சுவிட முடியாமல் அழுத்தும் இழிவுகளையெல்லாம் நாளையேனும் அகற்றுவதற்கு, நாளையேனும் மனிதம் சகல உரிமைகளுடனும் மகத்தான கனவுகளுடனும் நிமிர்வதற்கு, நம் பிள்ளைகளுக்குக் கலை இலக்கியம் ஊட்டுவதொன்றே வழி.

மிகப் பரந்து விரிந்த தமிழ்வெளியில், அங்கொன்றும் இங்கொன்றும் நடக்கும் சில முயற்சிகளைக் கொண்டு மட்டும் திருப்தியடைய வேண்டிய துரதிர்ஷ்டம் நமக்கு. நமது அரசும், பெரும் படைப்பாளிகளும், ஊடகங்களும், பதிப்பகங்களும், பெருநிறுவனங்களும், அமைப்புகளும் சிறார் இலக்கியத்தின் காலகாலக் கட்டாயத் தேவையை உணர்ந்து, அதற்கு முகங்கொடுத்து, தீவிரமாகச் செயல்பட்டால், அதன் தொடர்ச்சியாகப் பெரும் சாதனைகள் எழுவதற்கு வாய்ப்பிருக்கிறது.

- விகடன் 'தடம்' (ஜூன் – 2018)

சிறார் இலக்கியத்துக்கு அண்டரண்டப்பட்சியின் சிறகுகள் வேண்டும்

உரையாடல் : ஆதி வள்ளியப்பன்

புகழ்பெற்ற மலையாள எழுத்தாளர் சுமங்களாவின் 'பேரன்பின் பூக்கள்' எனும் விரிவான கதைத் தொகுப்பு, தமிழ்ச் சிறார் இலக்கியத்தின் மிக முக்கியமான சமீபத்திய வரவாகியிருக்கிறது. இதை மொழிபெயர்த்த யூமா வாசுகி, சிறார்களுக்கான 50-க்கும் மேற்பட்ட முக்கியமான உலக, இந்தியப் புத்தகங்களைத் தமிழில் தந்தவர். ஓவியர், கவிஞர், நாவலாசிரியர் எனப் பல்வேறு முகங்கள் கொண்ட அவர், தமிழ்ச் சிறார் இலக்கியத்துக்கு அயல் மொழி வளங்களைக் கொண்டுசேர்க்கும் முதன்மை ஆளுமையாக இருக்கிறார். தமிழ்ச் சிறார் இலக்கியத்தின் முக்கியத்துவம், அதன் இன்றைய நிலை, எதிர்காலம் குறித்து அவருடன் உரையாடியதிலிருந்து...

சிறார் இலக்கிய உலகுக்குள் எந்தத் தருணத்தில் காலடி எடுத்து வைத்தீர்கள்?

சிறார் இலக்கியம் மிகவும் வளமாக இருந்த சூழலில்தான் என் பாலபருவம் நிகழ்ந்தது. மாயாஜாலக் கதைகள், படக்கதைகள், சிறார் நாவல்கள் என்று பல நூறு புத்தகங்கள் நண்பர்களிடையே கைமாறிப் பயணித்தன. நித்ய சைதன்ய யதியை, 90-களின் தொடக்கத்தில் ஜெயமோகன் எனக்கு அறிமுகப்படுத்தினார். யதி எழுதிய, 'இத்திரி காரியம்' (சின்ன விஷயம்) எனும் நூலைப் படிப்பதற்காக நான் மலையாளம் கற்றுக்கொள்ள ஆரம்பித்தேன். அரிச்சுவடி பழகிய பிறகு, சிறார் நூல்கள் வழியாக மலையாளம் இலகுவாகப் பிடிபடும் என்று தோன்றியது. அதனால், மலையாள சிறார் இலக்கியங்களைத் தேடிப் படிக்கத் தொடங்கினேன். அப்போதுதான் தமிழ் – மலையாளம் சிறார் இலக்கியங்களுக்கு

இடையிலுள்ள மிகப் பெரிய இடைவெளி புரிந்தது. தற்காலச் சிறார் இலக்கிய வறட்சியில், மலையாள சிறார் நூல்கள் சிலவற்றை முன்மாதிரியாக வைக்க எண்ணி மொழிபெயர்க்கத் தொடங்கினேன். மொழிபெயர்த்த முதல் நூல், பேராசிரியர் சிவதாஸ் எழுதிய ‘உமா குட்டியின் அம்மாயி.’

தொடர்ச்சியாக சிறார் இலக்கிய மொழிபெயர்ப்பில் கவனம் செலுத்துவதற்குத் தனிப்பட்ட காரணம் ஏதும் உண்டா?

தற்போதைய தமிழ்ச் சிறார் இலக்கிய மெத்தனத்துக்கு - மொண்ணைக்கு மாற்றாக, என்னால் இயன்றவரையில் மொழிபெயர்ப்பின் வாயிலாக சிறந்த முன்மாதிரிகளை உருவாக்குகிறேன். நம் போதாமை குறித்த என் ஆதங்கம்தான் இந்தச் செயல்பாட்டுக்குக் காரணம்.

உங்கள் தொடர் செயல்பாடு இங்கே எத்தகைய தாக்கத்தை உண்டாக்கியிருக்கிறது?

மீன்கள் இருக்கட்டும். சிறு பாசித் துணுக்கைக்கூட என் சிறு தூண்டில்கள் கொண்டுவரவில்லை. பிற மொழிகளிலிருந்து தமிழுக்கு வரும் சிறந்த படைப்புகள், தமிழ்ச் சிறார் இலக்கியப் படைப்பாளிகள் பெரும்பாலோரின் மனங்களில் எந்தத் தூண்டுதலையும் ஏற்படுத்தவில்லை. படைப்பு ரீதியாக அவர்களை சுய பரிசோதனைக்கு ஆட்படுத்தவில்லை. சிறார் இலக்கியம் என்பது, விட்டில் சிறகுகளை உதிர்த்து, அண்டரண்டப்பட்சியின் பெரும் சிறகுகள் கொண்டு கலையின் வானளாவ வேண்டும், உன்னதங்களை நோக்கிப் பயணிக்க வேண்டும் என்ற எண்ணம் இங்கே வலுப்பெறவில்லை.

மலையாள சிறார் படைப்பு ஒன்றில், கிராமத்திலுள்ள சில வீடுகள், இரவில் எல்லோரும் தூங்கிய பிறகு ஊருக்கு வெளியே சென்று கூடிப் பேசுகின்றன. இந்த வினோதத்தின் வழியாக மிகுசுவையாகப் பல விஷயங்கள் குழந்தைகளிடம் கடத்தப்படுகின்றன. இவை கற்பனையின், நம்பகத்தின், ஆத்மார்த்தத்தின் நிறைந்த அம்சங்களோடு கவித்துவமாக வெளிவருகின்றன. வெறுமனே உயிரினங்களைக் கதாபாத்திரங்களாக்கிப் பேசவைப்பதோ, கதைகளை நீதிபோதனைச் சட்டகங்களாக்குவதோ மிகப் பெரும்பாலும்

இல்லை. கலை இலக்கியத்துக்கு மேற்பட்டு - பெண்ணியம், அறிவியல், தலித்தியம், அரசியல் இயக்கங்கள் முதலாக எந்தத் தளத்தைச் சேர்ந்தவர்களும் தங்களால் இயன்ற வழிகளில் இயன்ற துறைகளில் விருப்பார்வத்துடன் கடின உழைப்பைச் செலுத்தி குழந்தைகளுக்குப் பங்களிக்க அங்கே விரும்புகிறார்கள்.

தமிழ்ச் சிறார் இலக்கிய மொழிபெயர்ப்புகள் முன்பும் பெரிய தாக்கத்தை ஏற்படுத்தவில்லையா?

ரஷ்யச் சிறார் இலக்கிய நூல்கள் வாயிலாக, தமிழ்ச் சிறார் இலக்கியத்துக்கு சமீப காலம்வரை ஊட்டம் கிடைத்துவந்துள்ளது. எல்லைகளைக் கடந்து உலகக் குழந்தைகளை ஈர்த்த ரஷ்யச் சிறார் பேரிலக்கியங்கள், நமக்குப் பெரிய அளவில் எளிதாக, மலிவாக, பரவலாகக் கிடைத்தன. அதை அந்தக் கால எழுத்தாளர்களும் சிறார்களும் பெருமளவில் படித்தார்கள். அந்த வளமும் பக்குவமும் கிடைத்தும்கூட, என்ன பெரிய நல்விளைவு தமிழ்ச் சிறார் இலக்கியத்தில் ஏற்பட்டுவிட்டது என்ற கேள்வியே எஞ்சுகிறது. அந்த அற்புதப் படைப்புகள் பல காலம் நம் செல்வமாக நிலைபெற்றிருந்தும்கூட, நம் மண்ணில் சிறார் இலக்கியம் சார்ந்து சேர்மானங்கள் கூடவில்லை. இப்படி நடை பழகுங்கள் என்று அந்த யானைகள் அணிவகுத்துக் காட்டின. ஆயினும், நாம் இன்றும் நடைவண்டியைக் கைவிடவில்லை.

ரஷ்யச் சிறார் இலக்கியங்கள் வருவதற்கு முன்னால் நேரடி முயற்சிகள் முக்கியமானதாக இல்லையா?

1950-60-களில் தொடங்கிய தமிழ்ச் சிறார் இலக்கிய முயற்சிகள் மிகப் பெரிய அற்புதங்களாக, ரசித்து அனுபவித்தவையாக, நம் மனத்துக்குள் என்றும் காத்து வைத்தவையாக இருந்திருக்கின்றன. குழந்தைகள் பேரார்வத்துடன் பின்தொடரும்படி கதைகள் சொல்லப்பட்டன. இப்படிப்பட்ட முயற்சிகளும் முனைப்புகளும் சிறுகச் சிறுகக் குறைந்து மிகவும் அபாயகரமான ஒரு கட்டத்துக்கு இப்போது வந்து சேர்ந்திருக்கிறோம். இது நம் சமூகத்தின் கூட்டுப் பிரக்ஞையின் அப்பட்டமான தோல்வி. மலினப்பட்ட,

உணர்ச்சியும் விகசிப்பும் அற்ற ஒரு நெருக்கடியில் சிக்கிக்கொண்டு நம் சிறார் இலக்கியம் திசைக் குழப்பத்தில் தவிக்கிறது. சீராக சுவாசிக்கக்கூட அதனால் முடியவில்லை. நல்ல சிறார் இதழ்கள், பதிப்புகள், முக்கியமான இலக்கியப் படைப்புகள், கதைசொல்லல்போன்று இங்கொன்றும் அங்கொன்றுமாக நடக்கின்றன. அவர்களெல்லாம் வணக்கத்துக் குரியவர்கள். ஆனால், அவை உடனடிப் பெருவிளைவை உருவாக்கும் சக்தியற்றவை.

இந்தத் தேக்க நிலைக்கு என்ன காரணம்?

பெரும் சிரமங்கள், வலிந்து திணித்தல், கண்டிப்பு என்ற பெயரில் ஒடுக்குதல் ஆகியனவெல்லாம் தேவையில்லாமல், நல்ல கலை இலக்கியங்கள் சிறாரின் ஆன்மாவோடு கரைந்து, அவர்களின் ஆளுமையை பூ மலர்வதுபோல அவ்வளவு இயல்பாக மலர்த்தக்கூடியவை. ஆனால், இது நம் சமூகத்துக்குப் புரியவில்லை.

சிறார் கலை இலக்கியம் என்பது அரசியல், சமூக மாற்றத்தைக் குறித்தான முக்கியச் செயல்பாடுமாகும். சிறார் இலக்கியம் குறித்தான விமர்சனமும் கலந்துரையாடலும் செம்மைப்படுத்துதலும் நம்மிடையே இல்லை. ஒரு படைப்பைக் குறித்து கருத்துப் பகிர்தல், அர்ப்பணிப்பு, படைப்பு – தான் உருவாகிக்கொள்வதற்குக் கோரும் கடின உழைப்பு ஆகியவை பெரும்பாலும் சிறார் எழுத்தாளர்களிடையே காணப்படுவதில்லை. தற்கால சிறார் எழுத்தாளர்கள் பெரும்பாலோருக்குக் குழந்தைகளின் மீதான கனிவு இல்லை. அவர்களின் கற்பனை வெளி கனன்று வெடிப்புற்றுக் கிடக்கிறது. எழுத்தின் நுட்பமோ தேர்ந்த சொல்முறையோ அவர்களுக்குக் கைவரவில்லை. மொழி அவர்களிடத்தில் அந்நியப்பட்டுக் கிடக்கிறது. சிறார் எழுத்தின் பல்வேறு பரிமாணங்கள் பற்றியோ, பரீட்சார்த்த முயற்சிகள் குறித்தோ கவனம் கொள்வதில்லை. சிறார் இலக்கியம் படைப்போரில் 10-ல் 8 பேர் தற்புகழ்ச்சி வேட்கையுடனும், அங்கீகாரம், விருதை நோக்கிய திட்டமிட்ட முயற்சியாகவும் சிறார் இலக்கியத்தைக் கையாள்கிறார்கள்.

இந்தச் சூழ்நிலையை மாற்ற என்ன செய்ய வேண்டும்?

குழந்தைகளுக்கான உணவு, உடை, படிப்பு ஆகியவற்றுக்குக் கொடுக்கும் முக்கியத்துவத்தில் ஒரு பகுதியை, சிறார் கலை இலக்கியத்துக்கும் நாம் கொடுக்க வேண்டும். நம்மையறியாமலேயே சிறாரின் எல்லையற்ற படைப்பூக்கத்தை இல்லாமற்செய்து - அவர்கள் இயல்பின் மகிமைகளை நாம் அழித்துவிடுகிறோம். தமிழ் மொழி, இலக்கியம் சார்ந்து பல நிகழ்ச்சிகளுக்கு, செயல்திட்டங்களுக்கு, மாநாடுகளுக்குக் கோடிகோடியாகப் பணம் செலவிடப்படுகிறது. ஆனால், இந்தியாவில் இருக்கும் ஒரே சிறார் இலக்கிய அரசு நிறுவனமான, கேரளத்தின் 'பாலசாகித்ய இன்ஸ்டிட்யூட்'போல நமக்கு ஏன் ஒரு சிறார் இலக்கிய அரசு நிறுவனம் இல்லை? தனிநபர் செயல்பாடுகளைத் தாண்டி சிறார் கலை இலக்கியம், சிறார் மேம்பாடு குறித்த விரிவான முயற்சிகளை அரசுதான் முன்னெடுக்க வேண்டும்.

பள்ளி, கல்லூரி பாடத்திட்டங்களில் நவீன இலக்கியம், சிறார் கலை இலக்கியம் முக்கிய பாடப்பகுதிகளில் ஒன்றாக மாற வேண்டும். அதை நடத்துவதற்கு ஆசிரியர்கள் தகுதி பெற பயிற்சி வகுப்புகள் தேவை. அப்போது ஒவ்வொரு குழந்தையின் வீட்டிலும் ஒவ்வொரு பள்ளியிலும் நூலகம் இருக்க வேண்டும் என்பதை ஒருக்காலும் தவிர்க்க முடியாது. இப்படியான செயல்பாடுகளினூடேதான் சிறார் கலை இலக்கியம் அவற்றுக்குரிய முக்கியத்துவத்தைப் பெறும். வாசிப்பு என்பது வெறும் மதிப்பெண் சமாச்சாரம் அல்ல. அது அன்புக்கும் சக மனித உறவுக்கும் சமூக, பிரபஞ்சப் புரிதலுக்குமான தோற்றுவாய். அரசியல், சுற்றுச்சூழல், இலக்கியம், மனித வாழ்க்கை என அனைத்திலும் ஊடாடி, செல்வாக்கு செலுத்தக்கூடியது. எல்லையற்று வளரும் சாத்தியம் கொண்டது.

- தி இந்து தமிழ் (ஜனவரி - 20/2019)

நான் என்றென்றும் கவிஞனாகவும் கவிதை உபாசகனாகவும் இருக்க வாய்க்கும்படி வாழ்வை இறைஞ்சுகிறேன்

உரையாடல் : கார்த்திக் திலகன்

'கவிதை என்பது ஒரு வாக்குமூலம்' என்கிறார் குட்டிரேவதி. 'கவிதை என்பது இடையறாத நடனம்' என்கிறார் மனுஷ்யபுத்திரன். 'பேப்பர் வெண்மை மைக்கருப்பு இவை மூலம் கட்டவிழ்த்துவிடப்படும் நிழல்கள்தான் கவிதை' என்கிறார் நகுலன். உங்களைப் பொறுத்தவரை கவிதை என்பது என்ன?

வாழ்வின் அதிநுண்மைகளைத் தரிசிக்கவும், கொண்டாடவும், கூடுபாய்ந்து கூடுபாய்ந்து முடிவற்ற பயணத்தில் - சலனமற்ற பெரும் ஸ்தம்பிதத்தில் ஆட்படவும், ஆன்ம உயிர்த்திருத்தலுக்கும் ஆதாரமாக இருப்பது கவிதை. ஆமாம், ஆன்ம உயிர்த்திருத்தலுக்கு ஆதாரமாக இருப்பது கவிதை! ஆகக் கடைசியில் சாரமாய் எஞ்சும் செறிவொளிர்வு. அதன் பிரவாகத்தினூடே கரை ஒற்றியும் ஒதுங்கியும் செல்லும் மெல்லலைகளை அணைகையிலேயே உள்ளின் வெளி அகண்டு அங்கே புலனாகாச் சுடர் உதிக்கிறது. அதன் நிறமாலைக் கண்ணிகளில் அலைவதற்கு என்றும் வாய்க்க வேண்டும் என்றுதான் இந்த வாழ்விடம் அதிகபட்சமாக யாசிக்கிறேன். அம்புக்குறியின் அகண்ட பாகம் எல்லையற்று விரிந்து எல்லாம் உட்கொண்டு அதன் கூர்முனை அன்பெனக் குவிகிறது...

'தடம்' செப்டம்பர் இதழில் மலையாளக் கவிஞர், சமீபத்தில் அமரரான ஆற்றூர் ரவிவர்மா குறித்து நான்

எழுதியதொரு கட்டுரையில் மேற்கோள் காட்டிய சில வரிகள் கீழ் வருபவை. இதன் முடிவுப் பகுதி மிகவும் முக்கியத்துவம் கொண்டது: 'கவிதை எழுத வேண்டும் என்றோ, கவிஞராக அறியப்பட வேண்டும் என்றோ எந்தக் கட்டாயமும் ஆற்றூருக்கு இல்லை. அதே நேரத்தில், அவரது கவிதை கைவிட்டுப் போகாதிருப்பதில் - அதன் கலையும் மொழியின் ஒழுங்கும் இழப்பாகாதிருப்பதில் கவனம் கொண்டிருந்தார். கவிதை எழுதவில்லை என்றாலும், பிரசுரிக்கவில்லை என்றாலும் எப்போதும் மனதில் கவிதை இருக்க வேண்டும் எனும் நிர்ப்பந்தம் கொண்டவர்.'

முன்பு எப்போதோ ஒரு நேர்காணலில் நான் சொன்னதுதான் இது:

'அம்புக்குறியின் அகண்ட பாகம் எல்லையற்று விரிந்து எல்லாம் உட்கொண்டு, அதன் கூர்முனை அன்பெனக் குவிகிறது'.

எந்த ஒரு தன்னிச்சையான செயல்பாட்டிற்குப் பின்னாலும் ஒரு கலை இருக்கும். எந்த ஒரு கலைக்குப் பின்னாலும் ஒரு தன்னிச்சையான செயல்பாடு இருக்கும். உங்கள் எழுத்து எப்படி நிகழ்கிறது? திட்டமிட்டுப் பிரக்ஞைப்பூர்வமாகவா அல்லது உங்களை மீறியதொரு பெருவெடிப்பாகவா அல்லது இரண்டும் கலந்தா?

சூரிய ஒளிக் கிரணங்களுக்கு எத்தனை வழிகள் இருக்கின்றனவோ அத்தனை வழிகள் கவிதை கூடிவருவதற்கும் இருக்கின்றன. தான் சம்பவிப்பதற்கு ஒரு படைப்பு மேற்கொள்ளும் முறைகள் வரையறுக்க முடியாதவை. வாட்டர் கலர், ஆயில் கலர், நைஃப் பெயிண்டிங், சார்க்கோல் டிராயிங், பேஸ்ட்டல் ஒர்க், கொல்லாஜ் என்று ஓவியத்தில் பல வகைமைகள் உண்டு. எல்லாமும் தனித்தனி. ஒவ்வொன்றுக்கும் அதற்கான முறை உண்டு. ஆயினும் ஒரு பென்சில் ஓவியம் எப்போது ஒரு பென் அன்ட் இங்க் கோட்டோவியத்துடன் தன்னை இணைத்துக்கொண்டு வெளிப்படும் என்று தெரியாது. வாட்டர் கலர் ஓவியம் தன் மீது பால்பாயின்ட் பேனா முனையின் தீற்றல்களை எப்போது கோரும் என்று அனுமானிக்க முடியாது. இப்படித்தான்

ஒன்றுடன் ஒன்று உறவாகிக் கலை உருவாகும் சந்தர்ப்பங்கள் அனேகம் இருக்கின்றன. இதற்கும் அப்பாற்பட்ட 'மிக்ஸட் மீடியா' என்றொரு வகை உண்டு. அது எந்த முறையையும் தன்னுள் அனுமதிக்கக்கூடியது. திரண்டு கனத்துப் பீறிட எத்தனித்து வழி தேடும் வேட்கையின்போது, வெளிப்பாட்டின் முழுமைக்குச் சகாயம் செய்ய எவ்வகையில் எப்போது என்ன வரும் என்று நான் அறியேன்.

பெருநகரச் சாலையில் நடந்துகொண்டிருக்கும்போது, பேருந்துக்குக் காத்திருக்கும்போது, உணவருந்துகையில் என எந்த நிலையில் இருந்தாலும் திடீரென்று தன்னெழுச்சியாக என்னுள்ளே கவிதைகள் அரிதாக நிகழ்ந்தது உண்டு. எத்தகைய சூழ்நிலையிலும் அப்போதே மெனக்கெட்டு அவற்றைப் பதிவு செய்திருக்கிறேன். உதாரணமாக, 'அம்மாவுக்கு என் கைகளை மிகவும் பிடிக்கும்...' என்று ஆரம்பிக்கும் கவிதை, 'மதுக்கடையில் உருளும் கோலிக்குண்டுகள்', 'தெருப் பெண்ணுக்கு', 'பூமொழி' போன்ற கவிதைகளைச் சொல்லலாம். இவை முதற்கட்டத்தில் எப்படி முகங்காட்டினவோ அப்படியே பதியப்பட்டவை. பிறகு எந்தத் திருத்தங்களுக்கும் ஆட்படாதவை. சில, இரண்டு முறை எழுதப்பட்டு, சில நான்கைந்துமுறை செம்மைப் படுத்தப்பட்டு வந்திருக்கின்றன. சிலவற்றை மாதக்கணக்கில் எப்போதும் என்னுடனேயே வைத்திருந்து போகும் இடங்களிலெல்லாம் செப்பனிட்டிருக்கிறேன். இதற்கு உதாரணமாக, 'சக்தி வழிபாடு' போன்ற கவிதைகளை நினைவுகூர்கிறேன். நடந்துகொண்டே, நின்று நின்று, மனதிற்குகந்த ஒரு கவிதையை எழுதி முடித்தவுடனே சாலையோரக் கல்லில் அமர்ந்து குமுறி அழுதிருக்கிறேன். வேறொரு கவிதையை எழுதிவிட்ட உடனே வானளாவி வளர்ந்துவிட்டவனாக அவ்வளவு இறுமாப்புடன் சகலத்தையும் துச்சமென நோக்கி நடந்திருக்கிறேன்... எல்லாவற்றுக்கும் இடமுண்டு...

கவிதைக்கான மனநிலையை எப்போதும் தக்கவைப்பதும், அசகாய மோப்ப சக்தியுடைய வேட்டை நாய்போலக் கவிதையின் சலனங்களைப் பின்தொடர்வதும், எக்கணமும் பிரக்ஞையுடன் இருப்பதும் முக்கியமாகிறது. வியட்நாம்

யுத்தத்தின்போது ஒளிப்படக் கலைஞர் 'நிக்உட்' போர்முனையில் கேமராவின் வாயிலாக அவதானித்துக் கொண்டிருக்கிறார். அப்போது அமெரிக்காவின் நாபாம் குண்டுத் தாக்குதலுக்கு ஆளாகி, நிர்வாணமாகக் கதறிக்கொண்டு கைவிரித்து ஓடிவருகிறாள் 'கிம் புக்' எனும் சிறுமி. அந்த நிகழ்வின் தருணத்திலொன்றை உடனடியாகக் கேமராவில் பதிவு செய்துகொண்டு அடுத்த நொடியே அவளை மருத்துவமனையில் சேர்க்கிறார் நிக்உட். அந்த ஒளிப்படம்தான் 'நாபாம் சிறுமி.'

'ஒரு மொழியில் செயல்படுகிற ஒருவனுக்குப பின்னால் அந்த மொழி சார்ந்த மரபு இயங்கிக்கொண்டேயிருக்கும். அதிலிருந்து ஒருபோதும் தப்ப முடியாது. தப்பியவன் கவிஞனும் ஆகமாட்டான்' என கவிஞர் சுகுமாரன் ஒரு நேர்காணலில் தெரிவிக்கிறார். ஒரு கவிஞருக்கு மரபிலக்கியப் பயிற்சி எந்த அளவு அவசியம் அல்லது அவசியம் இல்லை என்று நினைக்கிறீர்கள்? மரபிலக்கியப் பயிற்சி கவிஞரின் மொழியாளுமையின் மீது எத்தகைய தாக்கத்தை உண்டாக்குகிறது?

கவிஞருக்கு மரபிலக்கியப் பயிற்சி மிகமிகவும் முக்கியமானதுதான். மரபிலக்கியப் பயிற்சி கவிஞரின் மொழிப் பிரயோகத்துக்கு நுட்பத்தையும் வலுவையும் வளத்தையும் அளிக்கிறது. மரபிலக்கியம் பயின்றவர்களின் நவீனக் கவிதை வெளிப்பாட்டில் அசாத்தியமும் அற்புதமுமான மொழிப் பிரயோகங்களை நான் அனேகம் கண்டிருக்கிறேன். என் மொழி, நிலம், மரபு குறித்து நெஞ்சார்ந்து பெருமைகொள்ளும் சந்தர்ப்பங்கள் இவை. தொண்ணூறுகளுக்கு முன்பு கும்பகோணம் ஓவியக் கல்லூரியில் படிப்புக் காலம் ஐந்தாண்டுகள். இதில் கணிசமான காலம், பார்த்து வரையும் பயிற்சிதான். மனிதர்களை மாதிரியாக வைத்து, பொருட்களை வைத்து, இன்ன பிறவற்றையெல்லாம் பார்த்து வரையும் பயிற்சிக்கு மிகவும் முக்கியத்துவம் உண்டு. மனித உடற்கூற்றைத் துல்லியமாகக் கிரகித்தறிவதற்கு இந்தப் பயிற்சிகள் பேருதவியாக இருக்கும். இப்படிப் பல காலப் பயிற்சிக்குப் பிறகு மாணவர்கள் மனித உருவங்களை எந்தச் செயல்பாட்டு நிலையில் வேண்டுமானாலும் உடற்கூறு வழுவாது இயல்பாக இயற்கையாக கற்பனையில் வரையும்

திறன் பெறுவார்கள். அந்தக் காலத்தில் மேற்கில் ஓவியர்களும் மருத்துவர்களும் மனித உடற்கூறை அறிந்துகொள்ள பிணங்களை விலைகொடுத்து வாங்கி அறுத்துப் பயில்வதுண்டு.

இப்படி உள்ளதை உள்ளபடி வரைவதில் தகுதி பெற்றவர்கள் நவீனப் படைப்புகளை உருவாக்கும்போது, அவர்களின் எண்ணங்களைக் கரங்கள் அற்புதமாகவும் எளிதாகவும் சாத்தியமாக்குகின்றன. மரபின் வேர் வலுவுடனான நவீன வெளிப்பாடு, கலைவெளியில் முதிர்கதிர்களாகின்றன.

இங்கும் விதிவிலக்குகள் உண்டு. சுயம்புகள் உண்டு. யதார்த்த ஓவியங்கள் முற்றிலும் கைவரப்பெறாத, அந்தப் பயிற்சியே இல்லாத பலர் நவீன ஓவியத்தில் பெருமளவு கவனம் ஈர்த்திருக்கிறார்கள். பழந்தமிழ் இலக்கியப் பயிற்சியும் அதில் ஈடுபாடும் அற்ற பலர் நவீனக் கவிதை – உரைநடை வெளிப்பாட்டில் அபார சாதனை செய்திருப்பதையும் சொல்ல வேண்டும். இந்த இடத்துக்கு தூரப் பொருத்தமாக இருந்தாலும் எப்போதோ வாசித்ததை நினைவுகொள்கிறேன்.

வடநாட்டின் புகழ் பெற்ற எழுத்தாளர் வீட்டில் வீட்டுவேலை செய்யும் ஒரு பெண், ஒரு சமயத்தில் அவரிடம் தன் வாழ்க்கையைப் பற்றிய சில தகவல்களைச் சொல்கிறார். அதன் கனத்தில் கவனம் கொண்ட எழுத்தாளர் தினமும் பேசிப் பேசி அவளிடம் மேலும் மேலும் விவரங்களைக் கேட்டறிந்து அப்படியே எழுதி அவள் பெயரிலேயே ஒரு நாவலாக வெளிக்கொணர்ந்தார். பிறகு அது பல மொழிகளில் மொழிபெயர்க்கப்பட்டது. நிறைய பத்திரிகைகளில் அந்த நாவலைப் பற்றிய மதிப்புரைகள் வெளியாயின.

'எழுத்தாளரின் வேலை என்பது, ஆம், நீங்கள் சொல்வது புரிகிறது என்று வாசகரைச் சொல்லவைப்பது' என்கிறார் ராபர்ட் ப்ராஸ்ட். 'புரிந்துவிடு என ஒரு கவிதையை மிரட்ட முடியாது. ஒரு கவிதைக்குப் புரியவும், புரியாமல் இருக்கவும் முழு உரிமை இருக்கிறது. ஏறத்தாழ அது நம்மைப்போலத்தான்' என்கிறார், வே.நி. சூர்யா. 'இருண்மைக்கும் புரிதலுக்கும் இடையேயான விளையாட்டு தருகிற சுகம்தான் கவிதானுபவம்' என்கிற மாதிரியான இலக்கியச் சூழல் நிலவி வந்த காலத்தில் எழுத வந்த நீங்கள், ஆழமான சிந்தனையை உள்ளடக்கிய எளிய கவிதைகளை எழுதியதன் பின்னணி என்ன?

எதற்குள்ளும் ஒரு உரையாடல் பொதிந்திருக்கிறது. எதற்குள்ளும் ஆரத் தழுவத் தவிக்கும் கரங்கள் ஒளிந்திருக்கின்றன. எதுவும், தன் மீது நம் கவனம் கோரி அரூபச் சமிக்ஞைகளை வெளிப்படுத்தியபடியே இருக்கிறது; எக்கணமும் பரிமாற்றத்துக்கு ஆயத்தமாக இருக்கிறது. எதுவுமற்று எதுவுமில்லை. நான் மீண்டும் சொல்கிறேன், சர்வ எதார்த்தமான ஒரு ஓவியம் எளிதில் புரிந்துவிடக்கூடும். ஆனால் அதில், எதார்த்தம் என்று அறியப்பட்ட ஒன்று இல்லாத மிகப் பூடக வெளிக்கு, வரையறையற்ற உலகத்துக்கு நம்மை இட்டுச் செல்லக்கூடிய மார்க்கங்கள் இருக்கின்றன. ஒரு அப்ஸ்ட்ராக் ஓவியம் எதுவும் ஈய மறுத்து நம்மை விலக்குவதாகத் தோன்றும். ஆனால் அதில், எதார்த்தத்தின் அத்தனை ஒழுங்குகளுடன் இயங்கும் ஒரு பரப்பிற்கு அழைத்துச் செல்லும் படிக்கட்டுகள் இருக்கின்றன. எல்லாம் நம் அகச் செறிவு தொடர்பானவை. கானகவாசியால், ‘இது புலியின் காலடித் தடம். அது இந்த வழியே சென்று சில நிமிடங்கள்தான் ஆகியிருக்கின்றன’ என்று சொல்ல முடியும். பறவையியலாளர் ஒருவரால், தொலைதூர ஒலித் துணுக்கைக் கொண்டு அது எந்தப் பறவையின் குரல், அதில் என்ன செய்தியிருக்கிறது என்று உணர்ந்துவிட முடியும். உதிர்ந்து கிடக்கும் ஒரு இறகே அவருக்கு, அந்தப் பறவையின் அருமையை அறியத் தந்துவிடும்.

அப்படி அல்லாதபட்சத்தில், அற்புதங்கள் அற்பங்களாக முடிந்துபோகும்; காற்றாடி உலகளந்து காலமெல்லாம் வானில் வாழ்ந்திருந்த அற்புத வண்ண மென் இறகு என்பது காது குடைவதற்கான கருவி மட்டுமே என்பதாக.

என்னால் சில கவிதைகள் எழுதப்பட்டிருக்கின்றன என்பதற்கு அப்பாற்பட்டு அவை குறித்து நான் ஏதுமறிகிலேன். ஆரம்பத்தில் நான் எழுதியவை புரியவில்லை என்று பலர் சொல்லியிருக்கிறார்கள். சிலர் சிலாகித்தும் சிலர் விமர்சித்தும் எழுதியிருக்கிறார்கள், இருண்மைக் கவிதைகள் என்று. தனியே அப்படி ஒன்று இருப்பதாக நான் நம்பவில்லை. ஜலதரங்கக் கிண்ணங்களில் எல்லாம்தான் நிரம்பியிருக்கின்றன. அவற்றில் பட்டுச் செல்லும் அந்தக் கோல், எல்லாவற்றைக்

கொண்டும்தான் இசையெழுப்புகிறது. அவ்வளவு தீர்மானமாக ஒரு வகைப்பாட்டை உறுதிப்படுத்துவதற்கு இயலாது. இன்ன குளத்து மீன் இதுவென்று நாம் ஒன்றை அறுதியிடும்போது, அது நாமறியாத நீர்ச் சுரங்கங்கள் வாயிலாக மற்ற குளத்திலிருந்து தலை நீட்டிப் பார்க்கும். இப்படித்தான் அது பெரும்பாலும் மாறிமாறி எல்லாவற்றையும் ஒன்று கலக்கிறது.

தன் எழுத்தின் மீது தானே கொள்கிற மயக்கம்தான் ஒரு எழுத்தாளனைத் தொடர்ந்து முன்னகர்த்துகிறது. ஒரு எழுத்தாளனது படைப்பை அவனுக்கு முன்பாக வேறு எவரும் படித்து ரசிப்பதற்குரிய சாத்தியங்கள் இல்லை. அந்த விதத்தில் பார்க்கப்போனால், உங்கள் கவிதைத் தொகுப்புகளில் உங்களுக்கு மிகுந்த திருப்தியை அளித்த தொகுதி என்று எதைக் குறிப்பிடுவீர்கள்? அதற்குரிய காரணங்கள் என்ன?

என் எழுத்தின் மீது எனக்கு எந்த மயக்கமும் இல்லை. எழுதுவது என்பது பொதுவாக எனக்கு மிகக் கஷ்டமான காரியம். ஒரு வகை சுய வதை அது. எழுதும்போது மனோரீதியான விஷக் காய்ச்சலால் பீடிக்கப்பட்டவனாகிறேன். அது உடலையும் மனதையும் மிகவும் துவளச் செய்கிறது. எழுத்து எனக்குப் பணி ஏவுகையில், அது என் ஆவியைத் தீர உறிஞ்சி, கனத்த புத்தகத்துக்குள் சிக்கி இறந்து தட்டையாக ஒட்டிக்கொண்டிருக்கும் புழுவுடலின் எச்சம்போல ஆக்கிவிடுகிறது. எழுதுவது ஒரு மணி நேரம் என்றால், அதற்கான மன ஆயத்தம் மேற்கொள்வதற்குப் பல மணி நேரமாகிவிடுகிறது. எழுதும் நேரம் நேர்கையில், அதிலிருந்து எப்படியெல்லாம் தப்ப முடியும் என்று என் சிந்தனை அலைபாய்கிறது. மீண்டும் மீண்டும் தேநீர் குடிப்பது, வெறுமனே உலவுவது, கடைக்குச் செல்ல வேண்டிய வேலை ஏதும் இருக்கிறதா என்று மனைவியிடம் வழக்கமற்ற அக்கறையுடன் கேட்பது, அந்த நேரம்பார்த்து யாரேனும் வந்தால், அவர்களிடம் உரையாடலை நீட்டிக்கொண்டே போவது என்று பல தந்திரங்கள். கடைசியில், என் பிடரியைப் பிடித்துப் பலவந்தமாக நானே தண்ணீருக்குள் மூழ்கடிப்பதான நிலையில், வெளிவந்து உடையும் திணறல் குமிழ்களாகச் சில வரிகள் உருவாகிவிடுகின்றன. இந்த நேர்காணலுக்காக நான் உங்களிடம் எத்தனை வாய்தா வாங்கியிருக்கிறேன் என்று பாருங்கள்!

எழுத்தின் பேருருவை, எறும்பு வாய்க் கவளம்போன்று நான் நுண்ணளவு உணர வாய்த்திருக்கிறது என்பதால், 'எழுத்தாளன்' என்று சொல்லிக்கொள்வதற்கு எனக்குத் திடம் போதாமலிருக்கிறது. என்னைப் பொறுத்தளவு - மிகப்பெரும் பேராழத்தில் சமுத்திரத்தின் பரப்பெங்கும் பரவியிருக்கும் ஒரு வினோதாதிசய உயிரென்று அதைக் கொண்டால், அவ்வப்போது நீர் மட்டத்தின் மேலே அதன் சில பகுதிகள் எனக்குக் காட்சி மின்னி மறைகின்றன. இதுவே என் வாழ்நாளுக்கான தரிசனமாக இருக்கிறது.

என்னால் எழுதப்பட்டவையின் சார்பாக நின்று நான் ஒருபோதும் பேசியதில்லை; ஒருபோதும் வக்காலத்து வாங்கியதில்லை. அவற்றை நான் நிர்க்கதியாக விட்டுவிட்டேன். ஒரு சில கூட்டங்களில் என் படைப்பு குறித்து நான் பேசக்கூடிய கடுங்கட்டாயம் நேரும்போது, சுத்த சூன்ய திக்பிரமையாற் பீடிக்கப்பட்டு வேறு ஏதோ பிதற்றியிருக்கிறேன், அவ்வளவே. நான் குழந்தைகளுக்காக நூல்கள் மொழிபெயர்த்திருக்கிறேன்; குழந்தைகள் பத்திரிகைகள் ஐந்துக்கு ஆசிரியராக இருந்திருக்கிறேன்; 'ரத்த உறவு', 'மஞ்சள் வெயில்' நாவல்களில் குழந்தைகள் நீக்கமற நிறைந்திருக்கிறார்கள். எனவே, குழந்தைகளை மையமாகக் கொண்ட கவிதைகளுடைய, 'சாத்தானும் சிறுமியும்' எனும் சிறிய கவிதை நூலின் மீது எனக்குச் சற்றே பரிவு உண்டு.

சமீபகாலமாக தமிழ் நவீனக் கவிதை உலகில் பெரும் பாய்ச்சலை நிகழ்த்தி இருக்கிற இளம் கவிஞர்களான சபரிநாதன், பெரு விஷ்ணுகுமார், ச.துரை ஆகியோரின் கவிதைகளை வாசித்திருக்கிறீர்களா? அவை பற்றிய உங்கள் அபிப்பிராயம் என்ன?

சபரிநாதனின் கவிதைகளையும் பெரு விஷ்ணுகுமாரின் கவிதைகளையும் வாசித்திருக்கிறேன். ச.துரையின் கவிதைகளை இன்னும் வாசிக்கக் கூடாததற்கு வருந்துகிறேன். தேர்வுக் குழுவின் உள் வட்டத்திலிருந்து அல்லாமல் வெளியிலிருந்து சபரியை யுவ புரஸ்காருக்குப் பரிந்துரைக்க எனக்கு வாய்ப்புக் கிடைத்தது. விஷ்ணுவின், 'மெலிதானவை' எனும் தலைப்பில் அமைந்த,

காற்று பலமான
மரமொன்றை
அசைக்கிறது
காற்று பலமான
மரமொன்றின் சருகுகளை
அசைக்கிறது

புரண்டு படுக்கத்
தெரியாதவர்களின்
கல்லறைகள்
காற்றில் பறந்துவிடக் கூடாதென
எல்லா மரங்களும்
சருகுகளை அவற்றின் மேல்
எடை வைக்கத்தான்
செய்கின்றன

ஆனாலும்
காற்று ஊதி
நகர்த்துவதோ
பலமான மிகவும்
பலமான
சருகுகளையேயன்றி
மெலிதான மிகவும்
மெலிதான
கல்லறைகளையன்று

என்னும் கவிதை உட்பட பலவற்றைச் சொல்ல முடியும். கும்பகோணத்தைச் சேர்ந்த கவிஞர் கண்ணகனின் கவிதைகள் போதிய கவனம் பெறாமல் போனது வருத்தமளிக்கிறது. 'பறவைக்குள் அடையும் கூடு' என்ற ஒரு தொகுப்புதான் இதுவரை வெளிவந்திருக்கிறது. தஞ்சை, அகரம் பதிப்பக வெளியீடு. இன்னும் கையெழுத்துப் பிரதிகளாக நிறைய இருக்கின்றன. சமீபத்தில் வாசித்தவற்றில், கார்த்திக் நேத்தா ('தேனை ஊற்றித் தீயை அணைக்கிறான் திகம்பரன்' – தமிழினி வெளியீடு), ரமேஷ் பிரேதன் ('மனநோயர் காப்பகத்தில் பின்காலனிய நாட்டின் கவிஞன்' – புது எழுத்து வெளியீடு), பொன்முகலி ('தாழம்பூ' – தமிழினி வெளியீடு), சஹானா ('கண் அறியாக் காற்று' – ஆகுதி (மற்றும்) பனிக்குடம் வெளியீடு), ஷக்தி ('மரநாய்' – சால்ட் வெளியீடு), ஸ்டாலின் சரவணன் ('ரொட்டிகளை விளைவிப்பவன்' – உயிர்மை வெளியீடு) முதலியோரின் கவிதைகள் நிறைவளித்தன.

நீங்கள் தீவிர இலக்கியத்துக்கு இணையாகக் குழந்தை இலக்கியத்துக்கு முக்கியத்துவம் அளிக்கிறீர்கள். குழந்தை இலக்கியத்தின் முக்கியத்துவம் மற்றும் தேவை குறித்து உங்கள் அபிப்பிராயம் என்ன? தமிழின் சிறார் இலக்கியத்தின் போதாமையை உங்களது சிறார் இலக்கிய மொழிபெயர்ப்புகள் எந்த அளவுக்குச் சரிசெய்துள்ளதாகக் கருதுகிறீர்கள்?

மிகச் சிறு வயதிலிருந்தே சித்திரக் கதைப் புத்தகங்களும், மாயாஜால நாவல்களும் மற்ற சிறார் நாவல்களும் பத்திரிகைகளும் வாசிக்கும் பழக்கம் இருந்தது. அந்தக் காலத்தில் என் பகுதியிலிருந்த ஒவ்வொரு சிறாரிடமும் கணிசமான புத்தகங்கள் இருக்கும். மாற்றி மாற்றிப் படித்துக்கொள்வோம். இப்போது நினைக்கும்போதும் அந்தச் சூழலின் இனிமையை உணர முடிகிறது. முப்பது காசுக்கு முப்பத்தியிரண்டு பக்க புத்தகம் வாங்கலாம்.

முத்து காமிக்ஸ் என்றால் ஒரு ரூபாய். அது நூற்றுக்கும் மேற்பட்ட பக்கங்களுடன் இருக்கும். அந்த முப்பது காசு புத்தகங்கள் பெட்டிக் கடைகளின் முகப்புகளில் சரம்சரமாகக் கட்டித் தொங்கவிடப்பட்டிருக்கும். அப்படிப் படித்தது

எவ்வளவு புத்தகங்கள்! பாலமித்ராவும், ரத்னபாலாவும், அம்புலிமாமாவும், மணிப்பாப்பாவும், பொம்மை வீடும், பொன்னி காமிக்ஸும், இந்திரஜால் காமிக்ஸும், பூந்தளிரும், மாதவெளியீடாக வரும் சிறார் நாவல்களும் எங்கள் பொழுதுகளிலெல்லாம் நிறைந்திருந்தன. வாசிப்பின் உலகத்திலேதான் எப்போதும் திளைத்திருந்தோம்.

இப்போது அப்படிப்பட்ட வாசிப்புச் சூழல் இல்லை. ஒட்டுமொத்த சிறார் இலக்கியச் சூழல் மிகவும் நலிவு கொண்டிருக்கிறது; இந்தத் துறையில் மிகவும் வறட்சி நிலவுகிறது. பெரியவர்களுக்கான அத்தனைக் கலை இலக்கியத் துறைகளிலும் அசுர வீச்சுகள் நிகழ்ந்துவரும் காலத்தில் சிறார் கலை இலக்கியத்துறை கைவிடப்பட்டுப் பாழடைந்து சிதிலங்களை உதிர்த்துக்கொண்டிருக்கிறது. இப்படி நான் நீண்ட காலமாகவே சொல்கிறேன். இப்படிச் சொல்லும்போதெல்லாம், 'சிறார் இலக்கியம் தற்காலத்தில் பெரும் மகத்துவம் பெற்று விளங்குகிறது. அது அபூர்வக் கனிகள் சொரியும் அற்புதத் தோட்டமாயிருக்கிறது' என்று எதிர்க்கூச்சல் போடுவார்கள். அவர்கள் யார்? சிறார் இலக்கியத்துறையில் இயங்கிக் கொண்டிருப்பவர்கள். நாங்கள் எழுதுகிறோமே, பிறகு எப்படி சிறார் இலக்கியம் வளம்பெறாமல்போகும் எனும் அசாத்திய நம்பிக்கை அவர்களுக்கு. சிறார் இலக்கியம் கோரும் கற்பனையாற்றலையோ, எளிய, அழகிய மொழியையோ, நம்பகத்தன்மையையோ, உயிர்ப்பான உருவாக்கத்தையோ அவர்கள் எழுத்தில் என்னால் பார்க்க முடியவில்லை. அவர்கள் மேலும் பின்னோக்கி இழுக்கிறார்களே தவிர, நல்ல விளைவு ஏதுமில்லை.

பாலசாகித்ய புரஸ்கார் உள்ளிட்ட அங்கீகாரங்களுக்கான மோகம்தான் அவர்களை இயக்குகிறது. பாலசாகித்ய புரஸ்கார் என்பது ஐம்பதாயிரம் ரூபாய் பணப்பரிசு கொண்டது. இதைப் பெறுவதற்காக வருடாவருடம் லட்சங்கள் செலவழித்து அவரை இவரைப் பார்த்துத் 'திருப்திப்படுத்தி'க் காரியம் சாதிக்கப் பேயாகப் புயலாகச் சுழன்று 'களமாடு'பவர்களை நான் பார்க்கிறேன். படைப்பிலக்கியம் பொருட்டல்ல, பெருமை வந்தால் சரி என்றெண்ணும் சீமான்கள் அவர்கள்.

இலக்கியத் திராணியற்று, இன்னது கொண்டு இன்னாரை வசப்படுத்த முடியும் என்று மட்டுமே நன்றாக அறிந்துவைத்திருக்கிறார்கள். இந்தத் துறையில் முற்றிலும் தகுதியற்றவர்கள் முக்கியமான விருதுகள் பெறுகிறார்கள். நான் உண்மையாகச் சொல்கிறேன். விருது கொடுக்கும் நிறுவனங்களுக்கும் அமைப்புகளுக்கும் தனி நபர்களுக்கும்கூட சிறார் இலக்கியம் பற்றிய புரிதல் இல்லை.

தற்காலச் சிறார் இலக்கியப் படைப்பாளர்கள் என்று ஆயிஷா நடராசன், உதயசங்கர், பாலபாரதி, விஷ்ணுபுரம் சரவணன், வள்ளியப்பன், சரவணன் பார்த்தசாரதி போன்ற சிலரைச் சுட்ட முடியும்.

வெகுஜனத் தளத்தில் பல்லாண்டு காலம் வெளிவந்த சிறார் இதழான சுட்டி விகடனும் நின்றுவிட்டது. நான் சிறுவனாக இருக்கும்போதிருந்து வெளிவந்துகொண்டிருந்த கோகுலம் நின்றுவிட்டது. நாளிதழ்களில் வரும் சிறார் இணைப்புகளும் பலவீனப்பட்டிருக்கின்றன. தமிழ்ச் சிறார் பத்திரிகைகளுக்கு இந்த நிலை. தற்காலத்தில் சிறார் இலக்கியத்தில் நல்ல பத்திரிகைகளும், நல்ல எழுத்தாளர்களும் அரிது. 'துளிர்', 'பெரியார் பிஞ்சு', 'தும்பி', 'பஞ்சுமிட்டாய்', 'குட்டி ஆகாயம்' முதலிய சிறார் பத்திரிகைகள் இக்காலத்தில் பெரும் நெருக்கடிகளுக்கிடையிலும் தங்களைத் தக்கவைத்துக் கொண்டிருக்கின்றன. சிவராஜின் 'தும்பி' சிறாரின் கண்ணையும் கருத்தையும் கவரும் விதத்தில் அருமையாக வெளிவந்து கொண்டிருக்கிறது.

வாசிப்புப் பழக்கம் சிறாரின் மனதைப் பண்படுத்தி அறிவை விசாலமாக்குகிறது என்றறிவோம். மனித வாழ்வின் பல்வேறு பரிமாணங்களை, நாகரிகத்தை, விழுமியங்களை, உறவுகளை, உரிமைகளை, இயற்கையை, பிரபஞ்சத்தை, மனிதாபிமானத்தை, நீதியை, சுயகௌரவத்தை, சகோதரத்துவத்தை, விடுதலையை, சக மனிதனைக் குறித்த அக்கறையை, சமத்துவத்தைத் தேன் குழைத்துப் புகட்டுவதற்குச் சிறார் இலக்கியங்களால் எளிதில் இயலும். உள்ளும் புறமுமான அதன் நல் விளைவுகள் எல்லையற்றவை. வாசித்து வளரும் பிள்ளைகள் பேராளுமைகளாகத் திகழ்வார்கள்;

பெருங்கனவுகளை நிறைவேற்றுவார்கள். நான் பலமுறை பகிர்ந்த வார்த்தைகள்தான் இவை. ஆயினும் மீண்டும் மீண்டும் வலியுறுத்த வேண்டியிருக்கிறது, சமூக மாற்றத்தை விரும்புவோமானால் அதற்கான தலையாய பணி சிறார்களிடம் கலை இலக்கியங்களைக் கொண்டு செல்வதுதான். இதன் மூலம்தான் சாத்தியமாக்க முடியும்.

ஆனால் சமூகத்தின் சகல மட்டங்களிலும் சிறார் இலக்கியம் குறித்த அறியாமையும் புறக்கணிப்பும் இறுகியிருக்கிறது. அதற்கு ஈரம் பாய்ச்சி இளக்குவதற்கு மாபெரும் கூட்டுப் பிரயத்தனம் தேவைப்படும். ஒவ்வொருவரும் இதைச் சிந்தனைப் பொருளாகக் கொள்ள வேண்டும். ஒவ்வொரு படைப்பாளியும் சிறார் இலக்கியத்துறைக்குத் தன் சிறந்த பங்களிப்பைச் சேர்க்க வேண்டிய கட்டாயம் இருக்கிறது. ஒவ்வொரு பள்ளியிலும் நூலகம் வேண்டும் என்பதுபோல, ‘ஒவ்வொரு குழந்தைக்கும் நூலகம்’ எனும் முழக்கமும் ஈடேறவேண்டும். ஒவ்வொரு குழந்தைக்கும் நூலகம் என்பதில் பாரதி புத்தகாலயம் தீவிர முனைப்புக்காட்டி வருகிறது.

நான் மலையாளம் கற்றுக்கொள்ள ஆரம்பித்தபோது, பயிற்சிக்காக மலையாளச் சிறார் இலக்கிய நூல்களைப் படிக்க ஆரம்பித்தேன். அப்போது அங்கே தென்பட்ட சில நல்ல படைப்புகளை மொழிபெயர்த்து இங்குள்ள வெறுமையில் முன்னுதாரணங்களாக வைக்க நினைத்தேன். இப்படித்தான் சிறார் இலக்கியம் சார்ந்த என் மொழிபெயர்ப்பு நூல்கள் வெளிவந்தன. சிறிதேனும் சூழல் மாற்றத்துக்கு உதவும் எனும் நம்பிக்கையில், சிறார் இலக்கியப் படைப்பாளர்களிடம் தாக்கம் உருவாக்கக்கூடும் எனும் எதிர்பார்ப்பில் நான் தொடர்ந்து இந்தக் காரியத்தைச் செய்துகொண்டிருக்கிறேன்...

ஒட்டுமொத்தச் சூழலிலேயே, குழந்தைகளின் மீது நிகழ்த்தப்படும் கொடூரங்கள் செய்திகளாக நாளிதழ்களில் பதிவு பெறாத நாட்களே பெரும்பாலும் இல்லை. யுத்தங்களிலாகட்டும், அகதி வாழ்விலாகட்டும், குடும்பச் சூழல்களிலாகட்டும் குழந்தைகளின் இருப்பும் உரிமையும்

முழுமுற்றாக உதாசீனப்படுத்தப்பட்டு, கீரை ஆய்வது போன்று இலகுவாக அவர்களின் உயிர்கள் பறிக்கப்படுவதை, எந்த உலகமும் எந்த மனிதரும் பொறுக்கவே முடியாதபடி அவர்கள் பாலியல் வன்கொடுமைகளுக்கு ஆளாக்கப்படுவதை, அளவற்ற வறுமையில் கண் நிறைந்த பசியேக்கத்துடன் தலை சாய்க்க ஓர் இடமற்று அலைவதை, தங்கள் மீது நிகழ்த்தப்படும் வன்முறைகளைத் தடுக்கும் சக்தியற்றுக் காயத்தின் உதிரங்களை விம்மும் கண்ணீருடன் துடைத்துக்கொள்வதை, கடவுள்களுக்குப் பலி கொடுக்கப்படுவதை, கல்வியும் கதையும் பாட்டும் எட்டா நிலங்களில் குற்றேவல் புரிந்து காலம் கழிப்பதை, வழியெங்கும் இரந்து நடப்பதை, எவரின் காத்திரமான சிந்தனைக்கும் பாத்திரமாகாமல் அவர்களின் பாடுகளெல்லாம் பாழாவதை நாம் பார்த்துக்கொண்டுதான் இருக்கிறோம். எவ்வளவு ஏளனத்தைத்தான் அவர்கள் சுமப்பார்கள், எவ்வளவுதான் புறக்கணிப்புகளையும் இழிவுகளையும் தாங்குவார்கள்! அவர்களின் நிராதரவு சம்மதம்தானா? சில தினங்களுக்கு முன் படித்த செய்தி இது, கணவன் மனைவிக்கு இடையில் ஏற்பட்ட சண்டையில், இரண்டு குழந்தைகளையும் வெளியே அழைத்துச் சென்ற கணவன் போகிற போக்கில் குழந்தைகளை ஆற்றில் எறிந்து செல்கிறான்...

இன்னும், மாற்றுத்திறன் படைத்த குழந்தைகளிடம் சமூகம் அணுகும் முறையைப் பற்றிச் சொல்லவே வேண்டாம். அத்தகைய குழந்தைகள் குறித்தான அவர்களின் மனோபாவத்தில் பைசாசம் குடிகொண்டிருப்பதை நானறிவேன்.

என் மகன் சிறப்புக் குழந்தை என்பதால் எனக்கு வீடு கிடைப்பது சிரமமாக இருந்தது. ஒரே நேரத்தில் பல பத்திரிகைகளுக்கு ஆசிரியராக இருக்கும் ஒருவனை எனக்குத் தெரியும். அவன், 'உன் முன்னோர் செய்த பாவம்தான் இதற்குக் காரணம்' என்று சொன்னான். என் நிச்சயதார்த்தத்தையோ, திருமணத்தையோ, பார்ப்பனர் என்று ஒருவர் நடத்தக் கூடாது என்று பிடிவாதமாக இருந்தேன். அப்படியும் என் நிச்சயதார்த்தத்தை நடத்திக்கொடுப்பதற்கு ஒரு பார்ப்பனப் புரோகிதரை அழைத்து வந்துவிட்டார்கள். குடும்பத்துப் பெரியவர்கள் யாராவது நடத்துங்கள், பார்ப்பனர்

வேண்டாம் என்று நான் தீவிரமாக மறுத்தேன். அவர் அனுப்பி வைக்கப்பட்டு, குடும்பத்தைச் சேர்ந்தவர்களே அதை நடத்தினார்கள்.

பிறகு வெகுகாலம் கழித்து என் மிக நெருங்கிய உறவுக்காரப் பெண்மணி, ‘அன்று நீங்கள் ஐயரை மறுத்ததுதான் உங்கள் குழந்தை இப்படிப் பிறக்கக் காரணம். நீங்கள் அவரை வெளியேற்றியதற்குக் கிடைத்த தண்டனைதான் இது’ என்று சொன்னாள். நான் வெளியே வரும் நேரத்தில் எதிர் வீடுகளிலிருந்து புறப்படுபவர்கள் என்னைக் கண்டதும் உள்ளே சென்றுவிடுவார்கள். இப்படிப்பட்ட குழந்தையின் தந்தையான நான் அவர்களின் பார்வைக்கு ஓர் அபசகுனம். என் மிக நெருங்கிய நண்பனின் சகோதரி பிள்ளை பெற்று வந்திருக்கிறாள் என்றறிந்து பார்க்கப் போகையில், அந்தக் குழந்தை படுத்திருக்கும் அறையின் கதவை அவள் என் முன்னால் பட்டென்று சாத்தினாள். என் பார்வை பட்டால் அந்தக் குழந்தைக்கு ஏதேனும் ஊறு விளைந்துவிடும் என்பது அவள் நம்பிக்கை. இத்தனைக்கும் அவள், மெத்தப் படித்து பல லட்சங்கள் ஊதியம் பெறும் அமெரிக்கவாசி.

குழந்தைகள் வாழ்வின் சகல நிலைகளிலும் நாம் மனதாழ்ந்த கருத்துச் செலுத்தவேண்டியது, அவர்களுக்கு நம்மை முற்றிலும் அர்ப்பணிக்க வேண்டியது எக்காலத்துக்குமான நமது கடமையாகிறது.

இந்த நேரத்தில், சிறாரின் மீதான அளவற்ற வாஞ்சையுடன் அவர்களின் உலகில் தங்களைப் பிணைத்துக்கொண்டு இடையறாது அவர்களுக்காகச் செயல்படும் தும்பி சிவராஜ், இனியன், ஜான் சுந்தர், குப்பு மல்லி யுவன், மகாலட்சுமி, தியாகசேகர், கதைசொல்லி சதீஷ், பாலபாரதி, விஷ்ணுபுரம் சரவணன், சரவணன் பார்த்தசாரதி முதலியோருக்கும், அரசியல் ரீதியாக சிறாருக்கு ஏற்படும் பாதிப்புகளை எதிர்த்து உரத்துக் குரலெழுப்புபவர்களுக்கும், பாரதி புத்தகாலயம், தமிழ்நாடு அறிவியல் இயக்கம் ஆகிய அமைப்புகளுக்கும் என் மறதியின் காரணத்தால் இங்கே பெயர் விடுபட்டுப்போன மற்ற அனேக சிறார் செயல்பாட்டாளர்களுக்கும் என் வணக்கத்தைத் தெரிவித்துக்கொள்கிறேன்.

தமிழில் சிறுபத்திரிகைகள் எல்லாமே இடைநிலை இதழ்களாகிவிட்டன என்ற ஒரு கருத்து உண்டு. கோட்பாட்டு விவாதங்கள் போன்றவை இல்லாமலாகிவிட்டன. நீங்கள் தற்போதைய சிறுபத்திரிகைச் சூழலை எப்படிப் பார்க்கிறீர்கள்? உங்கள், ‘குதிரை வீரன் பயணம்’ சிற்றிதழ் அனுபவத்தைப் பகிர்ந்துகொள்ளுங்களேன்.

கேரளத்திலிருந்து வரும் ‘மலையாளம் வாரிகா’, ‘தேசாபிமானி’, ‘மாத்ருபூமி’, ‘மாத்யமம்’, ‘சந்திரிகா’, ‘மலையாள மனோரமா’ ஆகிய வார இதழ்களையும், ‘பாஷாபோஷிணி’, ‘எழுத்து’, ‘GK AND CURRENT AFFAIRS’ ஆகிய மாத இதழ்களையும் பின்தொடர்ந்துவருகிறேன். மலையாள மனோரமா (இதில் தாமஸ் ஜேக்கப், ‘கதக்கூட்டு’ எனும் தலைப்பில் எழுதிவரும் ஒருபக்கத் தொடர் எனக்கு விருப்பமானது. இந்த ஒரு பக்கத்துக்காகத்தான் இதைத் தொடர்ந்து வாங்கிக்கொண்டிருக்கிறேன்.), GK AND CURRENT AFFAIRS (இதிலும் அருமையான கட்டுரைகள் வெளிவருவதுண்டு. சமீபத்தில் லியனார்டோ டாவின்சி பற்றிய மிக விரிவான ஒரு நல்ல கட்டுரையை இதில் படித்தேன்) தவிர மற்றவை மிகவும் தரமான உள்ளடக்கத்துடனும் கலை தேர்ந்த வடிவமைப்புடனும் வெளிவருகின்றன. நாம் சிறுபத்திரிக்கைத் தரம் என்று கருதும் தன்மையில், பல்லாண்டுகளாக வெகுஜன அளவில் பெரும் எண்ணிக்கையில் அவை வெற்றிகரமாக விற்பனையாகி வருகின்றன. அதனால் அங்கே சிறுபத்திரிகைகளுக்கான தேவை இல்லை. மாத்ருபூமி, தேசாபிமானி, மலையாளம் வாரிகா, சந்திரிகா, மாத்யமம் வார இதழ்போன்று அவ்வளவு சிறப்பான தரத்தில் வெகுஜனத் தளத்தில் நம்மிடம் பத்திரிகைகள் இல்லை. மாத்ருபூமி வார இதழ்போன்று தமிழில் ஒன்று சாத்தியமாகுமா என்று தெரியவில்லை. காத்திரமான படைப்புகளோடும் பார்வையோடும் தமிழில் சில பத்திரிகைகள் சிறிய பரப்பளவில் வெளிந்துகொண்டிப்பதை வைத்து நாம் திருப்திகொள்ள வேண்டியதாகிறது. ‘தடம்’ எனும் நல்ல முயற்சியும் முடிந்துபோனது. தற்காலப் பத்திரிக்கைச் சூழலின் மலினத்துக்கும் கொடும் வறட்சிக்கும் நடுவில் நாம் சி.சு. செல்லப்பாவின் மனநிலை கொண்டு செயல்பட

வேண்டியிருக்கிறது. எவ்வளவு பெரிய பாரம்பரியம் நமக்கு, எத்தகைய மரபு, ஒவ்வொருவரும் மகுடம் வைத்து உலவக்கூடிய அளவுக்கான பெருமிதம்! ஆயினும், பாவிகள், தங்கள் சுயநலத்துக்காக நம்மைப் படுபாதாளத்தில் தள்ளிவிட்டுவிட்டார்கள்!

'குதிரை வீரன் பயணம்' எனற பெயரில் ஒரு சிறு பத்திரிகை நடத்த வேண்டும் என்று எனக்கு வெகுநாளாக விருப்பம் இருந்தது. நண்பர் அமலன் ஸ்டேன்லிக்கும் இதில் ஆர்வம் இருந்தது. அப்போது நாங்கள் இருவரும் எல்டாம்ஸ் ரோடு, சி.பி. ராமசாமி ஐயர் பவுண்டேஷனில் வேலை செய்தோம். அங்கே அவர் அதிகாரி. நான் ஓவியர். ஸ்டான்லியின் சகோதரர் 'வலம்புரிச் சங்கம் டிரஸ்ட்' என்று ஒரு அமைப்பு வைத்திருந்தார். பத்திரிகை நடத்துவதற்கு அதில் நிதியுதவி வாங்கிக்கொடுத்தார் ஸ்டான்லி. நான் சென்னையிலிருந்து திருப்பூர் சென்று இதழ்கள் தயாரித்தேன். திருப்பூரில் என் கல்லூரி நண்பர் அறிவுச்செல்வன் தொழில் செய்து வந்ததுதான் நான் அங்கே இடம் மாறக் காரணம். வலம்புரிச் சங்கம் டிரஸ்ட் நிர்வாகத்துக்குப் பத்திரிகையின் போக்கு உவப்பாக இல்லாததால், சில இதழ்களுக்குப் பிறகு அந்த உதவி தொடரவில்லை. பிறகு வேறு சில நண்பர்களின் ஆதரவு கிடைத்தது. சுந்தர ராமசாமி, பிரம்மராஜன், கோணங்கி, கோபி கிருஷ்ணன், பெருமாள் முருகன், வளர்மதி, சா.தேவதாஸ், சாருநிவேதிதா, மனுஷ்யபுத்திரன், அமலன் ஸ்டான்லி, பிரான்சிஸ் கிருபா, சிபிச்செல்வன், பசலை கோவிந்தராஜன், எம்.கோபாலகிருஷ்ணன், கடற்கரை முதலிய பலர் அதில் எழுதினார்கள். மிகச்சில சந்தாக்கள்தான் வந்தன. முழுக்கவும் அன்பளிப்பாகத்தான் அனுப்பிக் கொடுத்தோம். பிறகு இதழ் வரும் இடைவெளி அதிகரித்தது. கடைசியாக வெளிவந்த பத்தாவது இதழ் சி.மோகன் சிறப்பிதழ். விரைவில் அடுத்த இதழுக்கான முனைப்பில் இருக்கிறோம்.

எழுத்தாளர் யூமா வாசுகி கவிஞர், புனைகதையாளர், மொழிபெயர்ப்பாளர், ஓவியர் எனும் பன்முகத் திறன் கொண்டவர். அவருக்கு எந்த முகம் மிக இயல்பாகப் பொருந்திவருகிறது என்று நினைக்கிறீர்கள்?

என் அம்மா வார இதழ்கள் வாசிக்கும் பழக்கம் கொண்டிருந்தார். அவர் வைத்துவிட்ட பிறகு, சிறுவனாகிய நான் அவற்றைக் கையிலெடுப்பேன். அப்படித்தான் எழுத்துப் பரிச்சயம். அம்மாவின் அண்ணன் மாயூரம் பாலசுப்பிரமணியனும் தம்பி ராதாகிருஷ்ணனும் ஓவியர்கள். அவர்கள் ஓவியம் வரையும்போது பார்த்துக்கொண்டிருப்பது என் சிறு பிராய ஆர்வம். இந்தச் சூழலில் ஓவியத்தின் மீது நாட்டம். பிற்பாடு வெகுகாலத்துக்குப் பிறகு, எழுத்தாளர் ஜெயமோகனின் தூண்டுதலால் மலையாளம் கற்கப்போய், மொழிபெயர்ப்பாளனாக ஆனேன். இந்த வடிவங்களில் எனக்குப் பேதங்கள் இல்லை. இவற்றில் ஏதாவது ஒன்றில் ஈடுபட்டிருப்பதில் எனக்கு மகிழ்ச்சி. ஆயினும் தலைச்சன் மகவுக்கென்று ஒரு மகத்துவம் இருக்கும் அல்லவா, அந்தளவில் நான் என்றென்றும் கவிஞனாகவும் கவிதை உபாசகனாகவும் இருக்க வாய்க்கும்படி வாழ்வை இறைஞ்சுகிறேன்.

மலையாளத்தில் நீங்கள் கொண்ட காதல், கசாக்கின் இதிகாசத்தை சாகித்ய அகாதெமி விருது மேடைவரை கொண்டு நிறுத்தியது. கசாக்கின்டெ இதிகாசத்தை எழுதிய ஓ.வி. விஜயனைப் பற்றியும் உங்களுக்கும் மலையாளத்துக்குமான நெருக்கத்தைப் பற்றியும் சொல்லுங்கள்.

நான் ஒருமுறை திருவனந்தபுரம் சென்றபோது 'கசாக்கின்டெ இதிகாசம்' மலையாள நாவலின் இருபதாம் பதிப்பை வாங்கி வந்தேன். சாவகாசமாகப் படித்துப்பார்த்தபோது அது என்னை மிகவும் கவர்ந்தது. மிகப் புதிய நூதனமான வாசிப்பு அனுபவமாக இருந்தது அது. பிறகு அந்த நாவலில் வரும் கதாபாத்திரங்களையும் நிகழ்ச்சிகளையும் பற்றிப் பலரிடமும் பேசி வந்தேன். பிறகு ஒரு இரண்டாண்டுகளுக்குப் பிறகு அதை மீண்டும் வாசித்தேன். முன் வாசிப்பில் ஏற்பட்ட வியப்பும் மகிழ்ச்சியும் நாவல் முடியும்போதான காவியத் துயரும் சற்றும் மங்கவில்லை. எப்போதேனும் நினைத்து அசைபோடும் ஒன்றாக அது மாறிய காலத்தில் காலச்சுவடு கண்ணன் அந்த நாவலைத் தமிழில் மொழிபெயர்க்க முடியுமா என்று கேட்டார். நான் மகிழ்ச்சியுடன் இசைந்தேன்.

ஆனால், மொழிபெயர்ப்பு வேலையைத் தொடங்கிய பிறகுதான், சுதந்திரமாக வாசிப்பதற்கும், மொழிபெயர்ப்பதற்காக வாசிப்பதற்கும் இடையிலுள்ள பிரச்சினைகளைப் பூதாகரமாக அறிந்தேன். மூலமொழியில் நம் மனம் நன்கு தோய்ந்து உணரும் வார்த்தைகளைத் தமிழில் பெயர்க்கும்போது, சற்றும் எதிர்பாராத சிக்கல்கள் பலவற்றை எதிர்கொள்ள வேண்டியிருக்கிறது. அந்த மொழிநடை, பாலக்காட்டில் வழங்கிவரும், மலையாளமும் தமிழும் கலந்த மொழிநடை. அபாரமான வட்டார வழக்குச் சொல்லாட்சி. குன்றிமணி குன்றிமணியாகத் தங்கம் நிறுத்துப் போடுவதுபோன்ற மொழிப் பிரயோகம். ஒரு வார்த்தையில் பல சொற்கள் கலந்திருகினவோ என்று மயங்கும் சந்தர்ப்பங்களும் உண்டு. அதன் மொழிக் கட்டமைப்பும் பலரால் மிகச் சிறப்பாகக் குறிப்பிடப்படுவதைப் படித்திருக்கிறேன்.

எனவே, பல இடங்களை எனக்கு முற்றிலும் திருப்திகரமான முறையில் கடக்க இயலாமல்போனது. இந்த மொழிபெயர்ப்புக்காக நான் மிகவும் அல்லல்பட்டேன் என்றால் அதைப் பலரால் புரிந்துகொள்ள முடியாது. இதில் ஈடுபட்டுத் தினந்தோறும் வெந்து தணிபவர்களுக்குத் தெரியும். சில நிலைகளில், அத்தனைச் சிந்தனைகளுக்கும் அத்தனை விசாரணைகளுக்கும் ஆட்படாமல் ஒன்று பூடகம் காட்டி நிற்கும். அப்போதெல்லாம் அழுகை முட்டிவரும் தருணம்தான். இன்னதுதான் அது என்று ஐயமற வரையறுப்பதற்குள் ஆவி சோர்ந்துவிடும். மலையாள மொழித்துறை விரிவுரையாளர் பிஜு விஜயன் என் நண்பர். அவருடன் பல நாட்கள் உரையாடியது எனக்குச் சற்றுத் தெளிவைத் தந்தது. மேலும், பலர் எனக்கு உதவினார்கள். கசாக்கின் இதிகாசம் தமிழ்ப் பதிப்பில், மொழிபெயர்ப்பில் உதவிய அத்தனை பேருக்கும் நான் நன்றி அறிவித்திருக்கிறேன்.

இறுதியில் எனக்குப் பூரண திருப்தியுடன், விஜயனின் மகத்துவங்கள் சற்றும் குறைவுபடாத வண்ணம், நாவலின் அதே மொழிப் பிரக்ஞையைத் தமிழிலும் கடைப்பிடித்துப் பணியை நிறைவு செய்தேன்.

இந்த நாவலை விஜயனே ஆங்கிலத்தில் மொழிபெயர்த்திருக்கிறார். ஆனால், மலையாளத்தில் உள்ள விவரணைகள் பல அதில் விடுபட்டிருக்கின்றன. மூலமொழியின் ஜீவன் தொனிக்கவில்லை. அந்த ஆங்கில மொழிபெயர்ப்பு கடும் விமர்சனங்களுக்கு உள்ளாகியது. அவர் அந்த மொழிபெயர்ப்பைச் செய்திருக்க வேண்டாம் என்பதுதான் பரவலான அபிப்பிராயம். அந்தப் பறவைக்கு ஏற்றதொரு இன்னொரு மொழிக்கூடு தமிழ்தான் என்று கருதுகிறேன்.

ஓவியர் ராமானுஜனின் வாழ்க்கையை மையமாக வைத்து சி. மோகன் எழுதிய, 'விந்தைக் கலைஞனின் உருவச் சித்திரம்' எனும் நாவலின் முன்னுரையில், 'ஓவியத்தைக் குறியீடாகக் கொண்டு சகல உயர் கலைகளின் உன்னதங்களின்பால் நம் மனம் விழைய இறைஞ்சுகிறது' என்று எழுதியிருக்கிறீர்கள். உங்களுக்குள் இருக்கும் ஓவியன்தான் பிற கலை வடிவங்கள் மீதான விழைவை நிலைபெறச் செய்பவனாக இருக்கிறானா? உங்கள் ஓவியப் புத்தகமான 'மஞூனிங் திக்கட்ஸ்' நூலில் நீங்கள் கையாண்ட ஓவிய பாணி மற்றும் உத்திகள் குறித்து கூறுங்கள்?

சென்னை வந்த ஆரம்பத்தில் நான் கணையாழியில் வேலை செய்தேன். அங்கே மகிழ்ச்சியான வேலைச் சூழல். ஆனால், ஊதியம் குறைவு. சி.அண்ணாமலை அப்போது கணையாழியின் பொறுப்பாசிரியராக இருந்தார். கஸ்தூரிரங்கன் ஆசிரியர். அப்போது இந்திரா பார்த்தசாரதி, தினமணியில் பணியாற்றிய திருப்பூர் கிருஷ்ணனுக்கு என்னைப் பற்றி ஓர் அறிமுகக் கடிதம் கொடுத்தார். அதைப் படித்துப்பார்த்த திருப்பூர் கிருஷ்ணன், அருகிலிருந்த ஓவியர் தாமரையிடம் என்னைக் குறித்துச் சொன்னார். தாமரை முதன்முதலாக எனக்கு ஒரு கவிதை கொடுத்தார். அதற்கு படம் வரைந்து கொண்டு போய்க் கொடுத்தேன். பிறகு தொடர்ந்து தினமணி வெளியீடுகளில் எனக்குப் படம் வரைய வாய்ப்புக் கொடுத்தார் அவர். அவர் பணி ஓய்வு பெற்றுப் போன பிறகு பரீக்ஷா ஞாநியும், அண்ணாச்சி ராஜமார்த்தாண்டனும், எஸ். சிவக்குமாரும், செல்லப்பாவும், இளையபெருமாளும், மனோஜும் எனக்கு அங்கே தொடர்ந்து வரையும் வேலை இருக்கும்படி பார்த்துக்கொண்டார்கள். படைப்புகளை

வாங்கிச் சென்று அடுத்த நாள் வரைந்து வந்து கொடுப்பதைத்தான் வருடக்கணக்காக நான் செய்துகொண்டிருந்தேன். தினமணியில் உதவியாளராக (Peon) கண்ணன் என்பவர் பணிபுரிந்து வந்தார். அவர்தான் முதன்முதலில் எனக்கு வங்கிக் கணக்கு ஆரம்பித்துக் கொடுத்தவர். தினமணியில் எனக்குக் காசோலை எதுவும் வராத நேரங்களில் பணம் கொடுத்து (கடனாக அல்ல) உதவுபவரும் அவரே. அவர் இப்போது இல்லை. ஆதரவற்றோர் இல்லத்தில் வளர்ந்தவர் அவர். அவருக்கு மிகக் குறைவான சம்பளம்தான் ஆயினும் என்னிடத்தில் தயாளம் காட்டினார்.

பிறகு நான் பல பத்திரிகைகளில் வரைந்து வந்தேன். அவற்றில் தனக்குப் பிடித்திருந்த சில படங்களைத் தேர்ந்து அண்ணாச்சி வசந்தகுமார் ஓவியத் தொகுப்பாகக் கொண்டு வந்தார். லலித்கலா அகாடமியின் பிராந்திய ஓவியக் காட்சிகளில் இடம்பெற்ற கோட்டுச் சித்திரங்களும் அவற்றில் உண்டு.

சி.மோகனின், 'விந்தைக் கலைஞனின் உருவச்சித்திரம்' மிக அரியதொரு படைப்பு. அதை முதலில் வாசிக்கும் வாய்ப்பை அவர் எனக்குக் கொடுத்தார். நாவல் எனக்கு மிகவும் நிறைவளித்தது. புது வகைப்பாடு அது. என்னைப்போன்று பலருக்கும் அந்த நாவல் நெருக்கமானதாக இருந்தாலும், அதைப் பற்றிப் பலர் வெளிப்படையாகப் பேசத் தயங்கினார்கள். இது எதனால் என்று தெரியவில்லை. அது பரவலான கவனத்துக்கு ஆட்படும் என்று நம்பினேன்.

'அமுத பருவம் வலம்புரியாய் அணைந்ததொரு சங்கு' கவிதைத் தொகுப்பில் உள்ள வரிகளில் பெண்களைப் பற்றிய நினைப்பில் ஆன்மப்பூர்வமான வழிபடுதலும் இறைஞ்சுதலும் இருந்தன. 'மனிதனின் ஆன்மிக விடுதலையை பெண்களால்தான் கொடுக்க முடியும் என்று தீர்மானமாக நம்பினேன்' என்று நீங்களே ஒருமுறை சொல்லி யிருக்கிறீர்கள். அதே தொகுதியை இன்று எழுதியிருந்தால் பெண்களைப் பற்றிய உங்கள் பார்வை என்னவாக இருக்கும்?

எந்த அளவிலும் மாறியிருக்க வாய்ப்பில்லை. அந்தத் தொகுப்புக்குப் பிறகு வெகுகாலம் கடந்த பிறகும் அதே

மனநிலைதான். அது அப்படியே மேலும் மேலும் கிளைத்தபடியும் செழித்தபடியும்தான் இருக்கிறது.

'ரத்த உறவு' எனும் உங்களது நாவலைப் பற்றிச் சொல்ல வேண்டுமானால், குடும்பத் தலைவரின் எதேச்சாதிகாரப் போக்கினால் உருவாகிற உளவியல் மற்றும் வாழ்வியல் சிக்கல்களை மிகக் கவனமாகக் கையாண்டிருக்கிறது இந்தப் பிரதி. அடுத்து, 'மஞ்சள் வெயில்' நாவலோ, தன் காதலை ஏற்காத காதலியை வாழ்த்தி விலகிச் செல்லும் காதலனின் நேர்மையான அன்பைச் சித்திரிக்கிறது. மறுதலிக்கப்பட்ட காதலின் புனித பிம்பம் என்று இந்த நாவலைச் சொல்லலாம். இந்த இரண்டு நாவல்களிலும் களம் வேறு. என்றாலும் இரண்டிலுமே மிகையுணரச்சிதான் கலையாக மாறி இருக்கிறது. மிகையுணர்ச்சியைக் கலையாக மாற்றுகிற ரசவாதத்தை எப்படி நிகழ்த்துகிறீர்கள்?

நான் சிறுகதைகளாக எழுத வேண்டும் என்று கருதிச் சில சம்பவங்களை மனதில் வைத்திருந்தேன். ஒரு சந்தர்ப்பத்தில் அண்ணாச்சி வசந்தகுமாருடன் (தமிழினி பதிப்பகம்) பேசிக்கொண்டிருக்கும்போது இந்த விஷயங்களைச் சொன்னேன். அவர், 'இவை சிறுகதைகளுக்கான விஷயங்கள் அல்ல. நாவலாக எழுதப்பட வேண்டியவை. நீங்கள் கொஞ்சம் காலம் சென்னையில் இருக்க வேண்டாம். ஊருக்குச் செல்லுங்கள். நாவலாக எழுதி முடித்துவிட்டு மீண்டும் இங்கே வரலாம்' என்று என்னை ஊருக்கு அனுப்பினார். ஊரில் என் செலவுகளுக்கான பணம், எனக்குத் தேவையான புத்தகங்கள் என அவ்வப்போது அனுப்பிக்கொண்டிருந்தார். ஒவ்வொரு இரவிலும், 'இன்று எத்தனை பக்கம் எழுதினீர்கள்?' எனும் அவரது விசாரிப்பு தொடரும். அந்த நாவலை எழுதி முடிக்கும்படி அவர் எனக்கு மிகப் பெரிய அளவில் அழுத்தம் கொடுத்தார். அதன் மீது பேரார்வம் காட்டினார். நாவல் பாதி முடிவுற்ற நிலையில் பட்டுக்கோட்டைக்கு வந்து சில தினங்கள் தங்கியிருந்து படித்து, நாவல் நடைபெறும் சில இடங்களைப் பார்த்துச் சென்றார். நான் மொத்தம் இருபத்து மூன்று அத்தியாயங்கள் எழுதினேன். எழுதிய பக்கங்களை எடுத்துக்கொண்டு சென்னை சென்று, ராயப்பேட்டை நாகராஜ் மேன்ஷன், அண்ணாச்சி ராஜமார்த்தண்டன் அறையில் இருந்தேன். உடனடியாக அங்கு வந்து சேர்ந்தார் வசந்தகுமார்.

பிறகு மிச்சமுள்ள பக்கங்களைப் படித்து, மொத்த நாவலையும் ஐம்பதுக்கும் மேற்பட்ட அத்தியாயங்களாகப் பிரித்தார். சில இடங்களை விரிவாக எழுதித்தரும்படிக் கேட்டார். அவர் சொன்னபடி செய்தேன். இந்த நாவல் வெளிவருவதற்கான ஒவ்வொரு கட்டத்திலும் பெரும் ஈடுபாட்டுடனும் ஆசையுடனும் அவர் செயல்பட்டார். ரத்த உறவு நாவல் உருவாகி வெளிவருவதற்கும், அது சிலரின் அபிமானத்தைப் பெற்றதற்கும் அண்ணாச்சி வசந்தகுமார்தான் காரணம்.

மஞ்சள் வெயில் நாவலையும் பட்டுக்கோட்டை யிலிருந்துதான் எழுதினேன். ஏறத்தாழ நாற்பது நாட்களுக்குள் எழுதப்பட்டது இது. சில பத்திரிகைகளில் பணியாற்றியபோதான சில சம்பவங்களைக் கொண்டு புனையப்பட்டது. இதனை முதன்முதலில் படித்துப்பார்த்து, பிரசுரிக்கும்படி ஆலோசனை சொன்னவர் ஓவியர் டிமாதிகநாதன் அவர்கள். பிழை திருத்தும் பணியில் கவிஞர் கூத்தலிங்கம் உறுதுணையிருந்தார். நண்பர் பஷீர் அகமது, தன் அகல் பதிப்பகம் வாயிலாக வெளியிட்டார். இது சிலருக்கு முற்றிலும் பிடிக்கவில்லை. சிலர் முத்தமிட்டுக் கொண்டாடினார்கள்.

நவீன இலக்கிய உலகம் கொண்டாடித் தீர்க்கிற பொது மைய வெளியை உங்கள் படைப்புகள் அடைந்திருக்கின்றன. எனினும் உங்கள் படைப்புகள் மீது எதிர்மறையான விமர்சனங்களை முன்வைத்தவர்கள் இருக்கிறார்களா? அந்த விமர்சனங்களை நீங்கள் எவ்விதம் எதிர்கொண்டீர்கள்? 'யூமா வாசுகியிலிருந்து சமுத்திரம்வரை' எனும் வெங்கட் சுவாமிநாதனின் விமர்சனக் கட்டுரைத் தொகுப்பில் உங்கள் ரத்த உறவு நாவலின் மீதான கருத்துகளுக்கான உங்கள் எதிர்வினை என்னவாக இருந்தது?

ரத்த உறவும் மஞ்சள் வெயிலும் சிலரின் சிலாகிப்புக்குப் பாத்திரமாயின. சிலர் அவற்றை விமர்சித்தார்கள். விமர்சனங்களுக்கு நான் முற்றிலும் மனம் கொடுக்கிறேன். கவனமாகக் கிரகிக்கிறேன்; இதற்கு, எல்லாவற்றையும் ஏற்றுக்கொள்கிறேன் என்று பொருளல்ல. ஆனால், அவர்களின் குற்றச்சாட்டுகளுக்கான மறுமொழியாக என் படைப்பின் சார்பில் நான் எதுவும் எப்போதும் சொன்னதில்லை. என் தரப்பை முன்வைத்து அவர்களுடன் உரையாடியதில்லை.

என்னை விமர்சிப்பவர்களின்மீது நான் ஒருபோதும் அந்நியம் கொண்டுவிடலாகாது என்றுதான் அஞ்சுகிறேன். என் நூல் ஒன்றின் வெளியீட்டு விழாவில் ஒரு கவிஞர் அதைப் பற்றி மிக எள்ளல் ஏளனமாகத்தான் கருத்துரைத்தார். அந்த இரவு எனக்கு பெரும் துக்க இரவாக இருந்தது. கடுமையான மழை! அந்தக் கவிஞர் மீது எனக்குக் கடும்பகை கூடிக் கூடி வந்தது. என்னிடமிருந்த அவரது புகைப்படம் ஒன்றைத் தேடி எடுத்தேன். அதைப் பார்த்து வரைய ஆரம்பித்தேன். படம் வரைந்து முடியவும் மழை விடவும் மனம் தெளியவும் சரியாக இருந்தது! பிறகு அந்தப் படம் ஒரு பத்திரிகையில் பிரசுரமானது.

யூசுப், மாரிமுத்து, வாசுகி ஆகிய மூவர் பெயரின் கூட்டிணைப்பான உங்கள் புனைபெயரில், உங்களுக்கு முன்னும் பின்னுமாய் இருப்பவர்களைப் பற்றிச் சொல்லுங்களேன்.

முகம்மது யூசுப் என் பால்யகால நண்பர். அந்த வயதில் வயல் வரப்புகளில் அலைவதும், கால்வாய் தண்ணீரில் கால் நனைத்தபடி கதை பேசுவதும், வெட்டவெளியென்றும் வனாந்திரமென்றும் நேரம்காலமற்று சஞ்சரிப்பதும், புத்தகங்கள் வாங்கிப் படிப்பதும், ஏறத்தாழ இருபது இருபத்தைந்து கிலோமீட்டர்தொலைவுள்ள ஊர்களுக்கெல்லாம் பேசியபடியே நடந்து செல்வதும், எங்கெங்கும் ஒரே சைக்கிளில் சுற்றுவதுமான காலம் அது. இரவு உலாக்களின்போதான நட்சத்திரங்களும் நிலவும் குளிர்காற்றும் சில நேரங்களில் விடிவதுவரை துணையிருக்கும். அவர் குடும்பத்தில் உள்ள அத்தனை பேரும் என் மீது அதிகப் பிரியமாக இருந்தார்கள். பெரும்பாலும் அவர்கள் வீட்டில்தான் என் மதிய உணவு இருக்கும். அந்தக் குடும்பத்தின் தூரத்து உறவினர்களுக்கும்கூட என்னைத் தெரியும். ரம்ஜான் மாதத்தில் அவர்கள் அதிகாலையில் நோன்பு தொடங்கும்போதும் முடிக்கும்போதும் சேர்ந்து உண்பதற்கு நான் இருப்பேன். அந்தக் குடும்பத்தின் இன்ப துன்பங்களில் எல்லாம் நானும் கலந்திருந்தேன். இஸ்லாமியப் புனித ஸ்தலங்களுக்கு அவர்கள் யாத்திரை செல்லும்போது உடனிருந்தேன். எந்தப் பாகுபாடும் இல்லாததொரு நேசம் நிலவிய காலம் அது. அந்த நட்பின்

பெயரால்தான் அவர் பெயரின் முதலெழுத்தை என் புனைபெயருடன் இணைத்துக்கொண்டேன்.

யூசுப், இலக்கியத்தின் மீது நாட்டம் கொண்டவர். சரளமான ஆங்கிலப் புலமையும் உண்டு. 'யூசுப் ராஜா' எனும் பெயரில், காலித் ஹுசைனியின் 'பட்ட விரட்டி' (எதிர் வெளியீடு) எனும் நாவல் உட்பட சில நூல்கள் மொழிபெயர்த்திருக்கிறார்.

என் அம்மா ரமணியம்மாளுக்கும் அப்பா தினகரனுக்கும் நான்கு குழந்தைகள். மூத்த அக்கா வாசுகி (இப்போது திருமதி வாசுகி திருஞானம்). அடுத்ததாகப் பிறந்த ராமதுரை, சின்னஞ்சிறு வயதில் இறந்துபோனார். பிறகு என் தமையனார் மாதவன், கடைசியாக நான். தந்தை சிறுவயதிலேயே காலமானதால் என்னையும் அண்ணன் மாதவனையும் வளர்க்க வேண்டிய பொறுப்பு அக்காவைச் சேர்ந்தது. அவர் காட்டிய கனிவின் பேரில் எங்களுக்கும் மண்ணும் விண்ணும் உண்டாயிற்று. அந்த நன்றியின் பொருட்டு நான் வைத்துக்கொண்ட பெயர்தான் வாசுகி.

- படைப்பு - தகவு (செப்டம்பர், அக்டோபர் - 2019)

புவியாழத்தில் வேர்விட்டு வானளாவிச் செழிக்கட்டும் குழந்தைகள்

உரையாடல் : கனியப்பா

யூமா வாசுகி, தமிழின் குறிப்பிடத்தக்க நவீன எழுத்தாளர், மொழிபெயர்ப்பாளர், ஓவியர், கவிதை, சிறுகதை, நாவல் என இலக்கியத்தின் சகல வடிவங்களிலும் தன் முத்திரையை அழுத்தமாகப் பதித்தவர். தமிழ்ச் சிறார் இலக்கியத்திற்கு மிகச்சிறப்பான பிறமொழி படைப்புகளைக் கொண்டுவந்து சேர்க்கும் முதன்மையான ஆளுமை இவர். தனது மனம் திறக்கிறார்.

தீவிரமான இலக்கிய உலகில் இயங்கிக்கொண்டிருந்த நீங்கள் சிறார் இலக்கியத்தின் பக்கம் எப்படி நுழைந்தீர்கள்?

என் பாலபருவத்தில் சிறார் இலக்கியம் அதிகம் வாசித்தேன். வளர்ச்சியின் ஒரு கட்டத்தில் அது நின்றுவிட்டது. பிறகு, மலையாளம் கற்றுக்கொள்ளும் ஆர்வம் ஏற்பட்டது. இந்த ஆர்வம் ஏற்படக் காரணம், எழுத்தாளர் ஜெயமோகன். அவர் இதற்கு என்னை ஊக்கப்படுத்தினார். அப்புறம் நான் பலகாலம் மலையாள அரிச்சுவடி பயின்றேன். எழுத்துக்கூட்டி வாசிக்கப் பழகினேன். மலையாளத்தின் தாய் தமிழ் என்றாலும், அந்த மொழியில் தமிழின் சாயல் அதிகம் உண்டு என்றாலும், மலையாளத்தில் சமஸ்கிருதக் கலப்பு அதிகமாக ஆக, அதைப் புரிந்துகொள்வது கடினம். அது தமிழோடு நெருங்கி வருகையில் (தமிழோடு வெகு இணக்கம் கொண்ட மலையாளத்தை 'பச்ச மலயாளம்' என்கிறார்கள்) நாம் அதை எளிதில் விளங்கிக்கொள்ளலாம். இரண்டாவது, பிராந்தியந்தோறும் மாறுபடும் வட்டார வழக்குகளையும் அணுகுவது கடுமையான சிரமம். இதைப் புரிந்துகொள்ள

பல்வேறு முயற்சிகள் தேவைப்படும். பலரின் உதவியும் போதுமான காலமும் கூர்ந்த அவதானிப்பும் அவசியப்படும். இதற்கு ஒரு உதாரணம் சொல்கிறேன். பாரேம்மாக்கல் கோவர்ணதோர் மலையாளத்தில் எழுதிய இந்தியாவின் முதல் பயண விவரண நூலான ‘ரோமாபுரி யாத்திரை’ யை (சந்தியா பதிப்பக வெளியீடு, அச்சில் 448 பக்கங்கள்) வெகுவேகமாக எந்தத் தடங்கலும் இன்றி மிகக் குறுகிய காலத்தில் மொழிபெயர்த்து முடித்தேன். தமிழை அப்படியே வேறு எழுத்துகளில் எழுதியது போன்று இருந்தது அதன் மொழி. அப்புறம் பலகாலத்துக்குப் பிறகு ஓ.வி.விஜயனின் ‘கசாக்கின் இதிகாசம்’ நூலை மொழிபெயர்க்க ஆரம்பித்தேன். (காலச்சுவடு வெளியீடு, அச்சில் ஏறத்தாழ 200 பக்கங்கள்) அதன் உரையாடல்கள் எல்லாம் முழுக்கவும் வட்டார வழக்கால் நிரம்பியவை. இந்த வேலையை முடிப்பதற்கு எனக்கு ஏறத்தாழ இரண்டு வருட காலம் ஆயிற்று. இதற்குச் சில நண்பர்கள் உதவினார்கள்.

நான் மலையாளம் கற்றுக்கொள்ள ஆரம்பித்த காலத்தில், மொழியை சுலபமாக உள்வாங்கிக்கொள்வதற்கு நான் முதலில் மலையாள சிறார் இதழ்களை, சிறார் புத்தகங்களை வாசிக்கத் தொடங்கினேன். அது எனக்கு மொழி அறிமுகமாகவும், மலையாள சிறார் இலக்கியத்தின் நல்ல படைப்புகளை வாசிக்கவும் உதவியது. அப்படிப்பட்ட நல்ல சிறார் இலக்கியங்களை இங்கே கொண்டுவர விரும்பினேன். அவை சிறந்த வகைமாதிரியாக, முன்மாதிரியாக இருக்கும் என்று நம்பினேன்.

உங்களுடைய பள்ளிப் பருவத்தோடு இன்றைய சூழலை ஒப்பிட்டுப் பார்த்துச் சொல்லுங்கள். சிறார் கதைகளில் ஏற்பட்டுள்ள மாற்றம் எத்தகையது?

இப்போது இருக்கும் சூழ்நிலைக்கு நேர் எதிரானது அந்தக் காலம். தொலைக்காட்சியோ, போன் வசதியோ மற்ற தொழில்நுட்ப வளர்ச்சிகளோ இல்லாத காலம். ஆனால் அது மிகவும் அழகானது. எங்கள் பிராந்தியத்தில் இருக்கும் பெரும்பாலான சிறுவர்கள், சிறார் புத்தகங்கள் வாசிப்பதில் தீவிர ஆர்வம் கொண்டு அலைந்துகொண்டிருந்தோம்.

அதாவது, பெரும்பாலும் ஆறிலிருந்து எட்டு வகுப்பு வரையிலான மாணவர்கள். நாங்கள் புத்தகங்களைப் பரிமாறிக்கொள்வது பெரிய குழு நடவடிக்கை போன்று இருக்கும். சிலர் படக்கதைகள் வாங்குவார்கள், சிலர் மாயாஜாலக் கதைகள் வாங்குவார்கள், சிலரிடம் சிறார் இதழ்கள் கிடைக்கும், சிலர் துப்பறியும் நாவல்களும் பேய்க் கதைகளும் சேகரிப்பார்கள். நான் என் நண்பனிடம் ஒரு படக்கதைப் புத்தகத்தைக் கொடுத்துவிட்டு அதற்கு மாற்றாக அவனிடமிருந்து ஒரு மர்ம நாவலை வாங்குகிறேன் என்றால், இன்னொருவரிடம் மாயாஜால நாவலை வாங்கிக்கொண்டு அதற்குப் பதிலாக மர்ம நாவலைக் கொடுப்பேன். இப்படிப் பல வகையான புத்தகங்கள் பலரிடமும் மாறிமாறி இடையறாது பயணித்துக்கொண்டிருக்கும்.

என் நண்பர்கள் பெரும்பாலோர் வீட்டில் மின் வசதி இருக்காது. அவர்களெல்லாம் இரவுகளில் சிம்னி விளக்கு வெளிச்சத்தில் படிப்பதை வழக்கமாக வைத்திருந்தார்கள். புத்தகங்கள் வாங்க சிலருக்கு பெற்றோர் காசு கொடுப்பார்கள். சிலர் புத்தகங்கள் வாங்குவதற்காக உண்டியலில் காசு சேர்ப்பார்கள். இதற்காக வீட்டில் சில்லறைக் காசுகள் திருடுபவர்களும் உண்டு. அரிதாக, ஒன்றிரண்டு அம்மாக்களும் அக்காக்களும் எங்களிடமிருந்து புத்தகங்கள் வாங்கிப் படிப்பார்கள்.

பத்திரிகைகளில் வரும் தொடர்கதைகள் சேகரித்து பைண்டு செய்யப்பட்டு சுற்றுக்கு வரும். கையெழுத்துப் பிரதிகள் நடத்தினோம். எங்களின் புத்தக வாசிப்புக்கு ஆதரவும் இருந்தது, எதிர்ப்பும் இருந்தது. எதிர்ப்பு இருக்கும் இடங்களில் பரிமாற்றம் வெகு ரகசியமாக இருக்கும்.

அப்போது சிறுவர்களுக்கு நிறையப் பத்திரிகைகள் வந்தன. ரத்னபாலா, பாலமித்ரா, அம்புலிமாமா, பொம்மை வீடு, மணிப்பாப்பா, நந்தாவிளக்கு, பூந்தளிர், கோகுலம், கண்ணன், பொன்னி காமிக்ஸ், முத்து காமிக்ஸ், இந்திரஜால் காமிக்ஸ், நாவல் பண்ணை காமிக்ஸ், பாப்பா மலர் முதலிய பத்திரிகைகளும் பல வகைப் புத்தகங்களும் நிறைய வெளிவந்தன. நூற்றம்பது பக்கமுள்ள ஒரு மாயாஜால கதைப்

புத்தகம் ஒரு ரூபாய் ஐம்பது காசுக்குக் கிடைத்தது. குறைந்த அளவு பக்கமுள்ள சிறார் புத்தகங்களை கடைகளில் கிளிப் மாட்டி, சரம் சரமாகத் தொங்கவிட்டிருப்பார்கள். ஒரு புத்தகம் முப்பது பைசா, ஐம்பது பைசாதான். அந்தக் காலத்தை இப்போது நினைத்துப் பார்க்கும்போது வியப்பாக இருக்கிறது. எந்த வசதியும் இல்லாத வறிய குழந்தைகள் கதைப் புத்தகங்கள் வாசிப்பதில்தான் எவ்வளவு ஆர்வம் கொண்டிருந்தார்கள்! வாசிப்பதில் அவர்கள் எவ்வளவு மலர்ச்சியையும் மகிழ்ச்சியையும் அனுபவித்தார்கள்! வாசிப்பின் வழியாக அவர்கள் எல்லையற்று புதிது புதிதாக அறிந்துகொண்டே இருந்தார்கள். புத்தகம் இரவல் பெறுவதற்காக நெடுந்தூரம் நடக்கவும் வெகுநேரம் காத்திருக்கவும் தயாராக இருந்தார்கள்.

இப்போது அப்படிப்பட்ட சூழல் இல்லை. சிறுவர்கள் புத்தகங்களிலிருந்து அந்நியப்படுத்தப்பட்டிருக்கிறார்கள். குழந்தைகள் வாசிக்க வேண்டியதன் அவசியம் குறித்த பிரக்ஞை இல்லை. புத்தகங்கள் இருக்க வேண்டிய சிறுவர்களின் கரங்களில் இப்போது திறன்பேசிகள் இடம்பிடித்திருக்கின்றன. குழந்தைகள் பிறந்த அக்கணமே தனக்கான திறன்பேசியைத் தேடி கைகளால் துழாவும் காலம் வந்துவிடுமோ என்று அஞ்ச வேண்டியிருக்கிறது. இது மிக அபாயகரமானது. திறன்பேசிகளால் குழந்தைகளுக்கு வரக்கூடிய ஆபத்துகள் அனேகம். நேர்மையற்ற வர்த்தகமும் அதிகபட்ச லாபமுமே முதலும் முற்றிலுமான நோக்கமாகக் கொண்ட இந்த உலகில், சிறாரின் ஆளுமைச் சிதைவைப் பற்றியோ, அவர்களுக்கு உண்டாகக்கூடிய மனச் சீர்கேடு பற்றியோ சிந்திப்பவர் வெகு குறைவு.

என் பாலபருவத்தில், சிறார் படைப்புகள் வாசிக்கும் குழந்தைகளிடையே பெருக்கெடுக்கும் கற்பனையை நான் பார்த்திருக்கிறேன். ஒரு கதை படித்துவிட்டு அதையே மாற்றி வேறு வேறு விதங்களில் சொல்லும் பழக்கமும் இருந்தது. ஹாஜா எனும் சிறுவன் தன் கீச்சுக் குரலால் கதை சொல்ல ஆரம்பிக்கும்போது அவனைச் சுற்றி நாங்கள் பத்துப் பதினைந்துபேர் கூடியிருப்போம். அவன் கதை நீண்டு நீண்டு

போக வேண்டும் என்றும் அது ஒருபோதும் முடிந்துவிடக் கூடாது என்றும் நாங்கள் மனம் பதைக்கக் கேட்டுக்கொண்டிருப்போம்.

இக்காலக் குழந்தைகளிடையே இதுபோன்று பார்க்க முடியவில்லை. தமிழர் ஒவ்வொருவரின் தலைக்கு மேலும் ஒரு அரூப ஒளிவட்டம் இருப்பதாக நான் எண்ணுவதுண்டு. அந்தளவு கலாசார, பாரம்பரிய, இலக்கியப் பெருமை கொண்டிருப்பவர்கள் நாம். அந்தளவு அற்புதமும் அதிசயமும் மிக்கது நம் மொழி. ஈடற்ற மகத்துவம் கொண்டிருந்தது தமிழர் வாழ்க்கை. ஆனால் இப்போது நம் குழந்தைகளுக்கு என்று நல்லதொரு பத்திரிகை, ஒரு புத்தாக்கமான (Creative – Innovative Magazine) பத்திரிகை இல்லை. இது அளவிடற்கரிய துயர். பன்னெடுங்காலமாக வந்துகொண்டிருந்த கோகுலத்தையும் நிறுத்திவிட்டார்கள். மிகப் பெரிய நிறுவனமான ஆனந்த விகடன் குழுமத்திலிருந்து வந்துகொண்டிருந்த சுட்டி விகடனையும் நிறுத்திவிட்டார்கள். அவர்களுக்கு லாபம் மட்டுமே வேண்டும். மேலும் மேலும் மேலும் லாபம்...

இப்போது வெளிவந்துகொண்டிருக்கும் சிறார் இலக்கியப் படைப்புகளை நான் கவனித்துவருகிறேன். நான் இப்படிச் சொல்வதால் இன்று சிறார் படைப்பாளிகளாக இருக்கும் பலருக்குக் கோபம் வரும், இன்று, நல்ல சிறார் இலக்கியப் படைப்புகளைத் தரும் எழுத்தாளர்கள் ஒருசிலரே! சட்டையைக் கிழித்துக்கொண்டு, நெஞ்சுத் தோலையும் வகிர்ந்துகொண்டு, ஓங்கி ஓங்கி ஆவேசமாக மார்பில் அறைந்து, 'நான்!', 'நான்!' என்று அறைகூவி தங்களை முன்னிலைப்படுத்தப் பிரம்மப் பிரயத்தனம் செய்யும் பல சிறார் இலக்கியக்காரர்களின் படைப்புகள் மிகவும் பரிதாபகரமாக உள்ளன. அவர்கள் குறித்து நான் இரக்கப்படுகிறேன். அவர்கள் மனந்திரும்புதலுக்கு ஆளாகி, சிறார் படைப்பின் தரம், கற்பனை, கவித்துவம், மொழி, சரளம், ஈர்ப்பு முதலியவை குறித்தெல்லாம் கருத்துச் செலுத்த வேண்டும் என்று விரும்புகிறேன்.

சிறிய அளவில் வெளிவந்து பெரிய தாக்கத்தை

ஏற்படுத்திக்கொண்டிருக்கும், ‘தும்பி’, ‘பஞ்சு மிட்டாய்’, ‘குட்டி ஆகாயம்’, வெகுகாலமாக தடையற்று வந்து கொண்டிருக்கும் சிறார் அறிவியல் இதழான ‘துளிர்’ முதலிய பத்திரிகைகளுக்கு என் வணக்கத்தையும் வாழ்த்துகளையும் தெரிவித்துக்கொள்கிறேன். இந்தக் காலகட்டத்தில் இதுபோன்ற பத்திரிகைகளின் தேவை மிகப் பெரிது. அதே நேரத்தில், தற்கால தமிழ்ச் சிறார் இலக்கிய உலகில், ஆயிஷா இரா. நடராசன், உதயசங்கர், யெஸ்.பாலபாரதி, விஷ்ணுபுரம் சரவணன் ஆகியோரின் எழுத்துகள் உவகையளிக்கின்றன; நம்பிக்கையூட்டுகின்றன. இவர்களைப் போன்று இன்னும் மிகப் பலர் உருவாகி வர வேண்டும்.

பக்கத்து மாநிலமான கேரளத்தோடு ஒப்பிடும்போது, தமிழ் சிறார் இலக்கியம் எப்படி உள்ளது?

கேரளத்தில் நம்மைவிட சிறார் இலக்கியம் பன்மடங்கு மேலோங்கியுள்ளது. அங்கே குழந்தைகளுக்கான நல்ல பத்திரிகைகள் வருகின்றன. இந்தப் பத்திரிகைகளை வெளியிடுபவர்கள், லாபம் என்பதற்கு அப்பாற்பட்டு சமூகக் கட்டுப்பாட்டு உணர்வுடனும் சிறார் பத்திரிகைகளை பல்லாண்டுகளாக நடத்தி வருகிறார்கள். பெரியவர்களுக்காக எழுதும் பல முன்னோடி எழுத்தாளர்கள் சிறார் இலக்கியத்திலும் தங்களின் பங்களிப்பைச் செய்கிறார்கள். சமூகத்தில் பல்வேறுபட்ட துறையில் மேதைமை கொண்டவர்கள் தங்கள் அறிவை, ரசனையை, அனுபவத்தை குழந்தைகளிடம் பகிர்வதில் அக்கறை கொண்டிருக்கிறார்கள். இந்த விஷயத்தில் கேரளத்தோடு தமிழ்நாட்டை ஒப்பிடுகையில் மிகவும் விரக்தி ஏற்படுகிறது.

நான் பலமுறை இதைச் சொல்லியிருக்கிறேன் என்றாலும் மீண்டும் மீண்டும் பேச வேண்டிய அவசியம் இருக்கிறது. கேரளத்தில் சிறார் இலக்கிய அரசு நிறுவனம் (பாலசாகித்ய இன்ஸ்டிட்யூட்) திருவனந்தபுரத்தில் பல்லாண்டுகளாகச் செயல்படுகிறது. அந்த நிறுவனம் உருவத்திலும் உள்ளடக்கத்திலும் மிகுதரம் கொண்ட சிறார் நூல்களை வெளியிட்டுவருகிறது. அங்கிருந்து வெளிவரும் ஒரு சிறார் பத்திரிகைதான் ‘தளிர்.’ இதைப்போன்ற சிறார் இலக்கிய அரசு

நிறுவனம் இன்னும் நமக்கு ஏன் சாத்தியமாகவில்லை? ஆட்சியில் உள்ளவர்கள் ஏன் இன்றளவும் இதுகுறித்து சிந்திக்கவில்லை.

நம் 'தமிழ்நாடு அறிவியல் இயக்கம்' போன்று அங்கு இருக்கும் பெரிய அமைப்பான 'கேரள அறிவியல் இலக்கியப் பேரவை' (கேரள சாஸ்திர சாகித்ய பரிஷத்) குழந்தைகளுக்காக எண்ணற்ற நூல்களை வெளியிடுகிறது. கலையின் துணை கொண்டு சிறாரிடையே அறிவியல் பரப்பும் பணியை அர்ப்பணிப்புடன் மேற்கொள்கிறது. கேரளத்தில் தலித் இலக்கியம், பெண்ணியம், சூழலியல்போன்ற தளங்களில் இயங்குபவர்கள் கலை இலக்கிய வடிவில் தங்கள் கருத்துகளை குழந்தைகளிடம் கொண்டு சேர்க்கிறார்கள். அதுபோன்ற செயல்பாடுகளுக்கெல்லாம் ஆதாரமாகத் தேவைப்படுவது குழந்தைகள்பாற்பட்டு, அவர்கள் அறிவு – பார்வை – கலையுணர்வு மேம்பாடு குறித்த, அவர்களின் – இப்புவியின் எதிர்காலம் பற்றிய அக்கறை. இதைச் சாத்தியமாக்க, இந்த நோக்கத்தை அடிப்படையாகக் கொண்ட ஒட்டுமொத்த மனோபாவம் அவசியமாகிறது. இது அவர்களுக்கு இருக்கிறது. நமக்கு குழந்தைகள் என்றால் அற்பப் பிறவிகள்தான், நம் இரக்கத்தை யாசிக்கும் பலவீனச் சிற்றுயிர்கள்தான்.

பொதுவாக அனேக பெற்றோர். பாடநூல் தவிர்த்த இதர நூல்களை வாங்கிக் கொடுப்பதில்லை. பிள்ளைகளுக்கு கதைப் புத்தக வாசிப்பு ஏன் அவசியம்?

பெற்றோர் பாவம். அவர்கள் ஏதுமறியமாட்டார்கள். அவர்கள் தங்கள் குழந்தைகள் படித்து, பெரிய பெரிய மதிப்பெண்கள் வாங்கி, முதலுக்கும் முதலான முதல் வகுப்புப் பெற்று, அதிகாரமும் பணமும் செல்வாக்கும் குவிந்துகிடக்கும் பதவிகளின் அரியணையில் அமர வேண்டும் என்றுதான் விரும்புகிறார்கள். இதைத் தவிர அவர்களுக்கு வேறு நோக்கம் இல்லை. தங்கள் பிள்ளைகள் மனிதம் உணர்ந்தவர்களாக வளர வேண்டும், மானுடத் தோழமை கொள்ளவேண்டும், அவர்கள் தங்களை பிரபஞ்சக் குடும்பத்தின் அங்கங்கள் என உணரவேண்டும், கலை இலக்கியங்களில் ஆளுமை பெறவேண்டும், அரியவற்றைத் தவறவிடாது அறிந்தனுபவித்து ரசிக்கத் தெரிய வேண்டும் என்றெல்லாம்

பெற்றோர் அறிய மாட்டார்கள். பாடப் புத்தகங்களுக்கு அப்பாற்பட்டு, மதிப்பெண்களைத் தாண்டி அற்புத உலகங்கள் எண்ணற்றவை உண்டு என அவர்களுக்குக் காட்டுபவர்கள் யார்?

சிறார் இலக்கியப் படைப்புகளை குழந்தைகள் வாசிப்பது என்பது, அவர்களுக்கான புதுப்புது உலகங்களைத் திறந்து கொடுக்கிறது. அறிந்திராத அனுபவங்களைச் சேர்க்கிறது. அறிவு, ரசனையின் எல்லைகள் விரிகின்றன. பற்பல வாழ்க்கைகளும், அந்த வாழ்க்கைகளின் எண்ணற்ற உணர்வு அடுக்குகளும் அறிமுகமாகின்றன. கவிதையின் ஊற்று உதயமாகிறது. மனம் கனிந்து அகண்டு, பார்வை கூர்மையாகிறது. தேடல்கள் தோன்றுகின்றன, அதன் அடிப்படையிலான பயணங்கள் தொடங்குகின்றன, அந்தப் பயணங்களில் எல்லாம் அன்பு செழிக்கிறது. தொடர்ந்த புத்தக வாசிப்பு, கலை இலக்கிய நுகர்ச்சி கொண்ட சிறுவர்கள், உலகத்தைத் தன் உள்ளத்தில் கொண்ட மனிதர்களாக மாறுவார்கள். அவர்கள் எதிர்காலத்தை மாற்றியமைப்பார்கள். புத்தக வாசிப்பு, குழந்தைகளின் மனதை பல்லாயிரம் பரிமாணப் பட்டைகள் ஒளிரும் ஒரு வைர விகாசமாக மாற்றுகிறது.

இன்றைய பல கதைகள் மந்திர தந்திரங்களாகவே நிறைந்துள்ளன. இவற்றைப் படிக்கும் குழந்தைகள் அவற்றை நிஜம் என்று நம்பி வளரமாட்டார்களா?

மாயாஜாலக் கதைகள் குழந்தைகளின் வாசிப்பு ஆர்வத்துக்கு அமுதம்தான்! உலகச் சிறார் இலக்கியக் களஞ்சியத்தில் பெருங் கவித்துவமும் அசாத்திய கற்பனை வளமும் கொண்ட மாயக் கதைகள், வாசித்தாலும் வாசித்தாலும் தீராதவை. மாயாஜாலக் கதைகளைப் பொறுத்தவரை ஒரு கோணத்திலிருந்து, கனவில் சர்வநிஜமெனும் நம்பகத்தில் நிகழ்பவை – நிகழும் நேரத்தில் நம்மைப் பலவித உக்கிர உணர்ச்சிகளின் கலவையாக ஆக்குபவை, கனவு கலைந்ததும் கரைந்துபோவதைப்போல்தான் என்று சொல்லலாம். வாழ்வில் மேலேறும் படிகள் ஒவ்வொன்றும் ஏதேனும் ஒரு புதிரை அவிழ்த்தபடியே உள்ளன. தன் மீது பாதம் பதிக்கும்

சிறுமியிடம் ஒரு படி சொல்லும்: 'மாயக் கம்பளத்தில் பறப்பதெல்லாம் உண்மை என்று நம்பிக்கொண்டிருந்தாயே? இப்போது அது பொய் என்று தெரிகிறதா?' அதற்கு அவள் பதில் சொல்வாள்: 'அது கற்பனை என்று இப்போது அறிகிறேன். ஆனால் அந்த மாயக் கம்பளத்தில் பறந்து பறந்து நான் கொய்தெடுத்த கவிதைக் கதிர்கள் எண்ணற்றவை. இன்னமும் அவற்றின் மணம் நுகர்கிறேன். காற்றசைவில் உலையும் எழில் பார்க்கிறேன், அவற்றில் அமர்ந்த பறவைகளின் பாடல் கேட்கிறேன். அவை என் வாழ்வை உருவாக்கிய அம்சங்களில் ஒன்று!'

சிறிய வகுப்பில் படிக்கும்போது என் நண்பன் என் வலது கையில் ஒரு கருப்புக் கயிறு கட்டிவிட்டுச் சொன்னான்: 'இது மந்திரக் கயிறு. எப்போதும் உன் கையில்தான் இருக்க வேண்டும். தப்பித்தவறி இந்தக் கயிறு தரையில் பட்டுவிட்டால் அத்துடன் உலகம் அழிந்துவிடும்.'

ஒரு நாள் அந்தக் கயிறு இற்றுப்போய் அறுந்து தரையில் விழத்தான் செய்தது. அப்போது உலகம் அழியவில்லை! நான் அடைந்த வியப்புக்கு அளவில்லை. மந்திரக் கயிறு அறுந்து விழுந்தும் உலகம் அழியவில்லையே! ஆனால் இந்த நிகழ்வு, என் மனதில் உள்ள அற்புத சேகரக் குடுவையில் முக்கியமான ஒன்றாக இப்போதும் இருக்கிறது. நினைத்த மாத்திரத்தில் மனமலர்ந்து புன்னகை தோற்றுவிப்பது. என் இதயத்தை நெய்த இழைகளில் ஒன்று, என் கற்பனையின் வேர்களில் ஒன்று.

இன்று பல்வேறு தரப்பிலும் குழந்தைக் கதைகளில் அறிவுரையோ, நீதிபோதனையோ வேண்டாம் என்ற குரல்கள் ஒலிக்கின்றனவே? இதனை எப்படிப் பார்க்கிறீர்கள்?

படைப்பிலக்கியங்கள் யாவற்றிலுமே ஒரு குரல் உண்டு. தொனி, தரப்பு, அரசியல் உண்டு. முற்படும் முனைப்பு உண்டு. சிலவற்றில் அந்தக் குரல், மற்ற அனேகத்துடன் கலந்து மறைந்திருக்கும். படைப்பின் ஏதேனும் ஒரு அடுக்கில், பாறையடியில் உறையும் ஜீவராசிகளைப்போல உயிர்த்திருக்கும். சிலவற்றில் அது பெரும் மௌனத்தின்

குரலாக உரத்து ஒலிக்கும். நம் வாசகப் புரிதலின் பங்கேற்புடன் தன்னை உருவாக்கிப் பிறப்பித்துக்கொள்ளும் நோக்கமும் உண்டு. இந்த நோக்கம் பிரக்ஞையுடனும், படைப்பெழுச்சியின் போக்கில் பிரக்ஞையற்ற தன்மையுடனும் உருப்பெறலாம். ஒரு படைப்பு என்பது, படைப்புச் செயல்பாட்டில் துணை வரும் ரத கஜ துரக பதாதிகளுடனான படைப்பாளியின் ஆளுமைப் பகிர்வு என்றும் சொல்லலாம். படைப்பின் திசைவழியில் பூடகமாகவும் வெளிப்படையாகவும் ஆளுமையின் தடங்களைக் காண்கிறோம்.

குழந்தைகள் அதிநுட்பமான புரிதல் கொண்டவர்கள். அறிவுரையும் நீதிபோதனையும் சிறார் கலை இலக்கியங்களில் மிகவும் முக்கியமானவை. அவற்றிற்கு தவிர்க்க முடியாத இடம் உண்டு. ஆனால் அந்தக் கருத்து, வலுவற்ற படைப்பின் மீது வலிந்து தெளிக்கப்படும் வெறும் வறட்டு நெடியாக அல்லாமல், ரோஜாவின் அழகுடன் கலந்திருக்கும் நறுமணமாக அமைய வேண்டும். பேரழகான அந்த ரோஜாவால் இயல்பாக ஈர்க்கப்பட்டு, அதை மனந்தழுவி முத்தமிடும் குழந்தை, அந்த நறுமணத்தையும் ஆழச் சுவாசிக்கிறது. அதைத் தன் இதயத்தின் ஆழத்தில் பிரதிஷ்டை செய்கிறது. பிறகு வாழ்வில் ஒருபோதும் அந்த நறுமணம் அதன் நெஞ்சைவிட்டு அகல்வதில்லை. மலர் உதிர்ந்தாலும் மணம் ஊடுருவி திசுக்களில் நிலைபெற்றுவிடுகிறது. செல்லுமிடந்தோறும் அந்த மணமும் உடன் வருகிறது; சூழலில் சுகந்தம் பரவுகிறது. ஆனால், ஜீவனற்ற தங்கள் படைப்புகளின் மீது தங்கள் அத்தர் புட்டிகளைக் கொட்டிக் கவிழ்த்து அவற்றை மகிமை பெறச்செய்ய முயலும் சிறார் இலக்கியப் படைப்பாளிகள்தான் தற்போது அதிகமாக இருக்கிறார்கள். உயரிய இலக்கிய ஆசான்கள் என்று நாம் கருதும் சிலர் இவர்களை விதந்தோதுவதைப் பார்க்கும்போது பெரும் சோர்வு கவிழ்கிறது.

நிக்கலாய் நோசவ் எழுதிய 'விளையாட்டுப் பிள்ளைகள்' (சோவியத் சிறார் கதைத் தொகுப்பு) படித்திருப்பீர்கள். இதில் முதல் கதை, 'தோல்யாவின் வினோதங்கள்.' நாம் போகும் வழியில் பூனை குறுக்கே சென்றால் அபசகுனம், போகும்

காரியம் விளங்காது என்றெல்லாம் சொல்கிறார்கள் அல்லவா, அந்த மூட நம்பிக்கைக்கு எதிரான ஒரு அழகுக் கதை இது.

'நான்காம் வகுப்பு மாணவனான தோல்யா கிலியூக்கின் வீட்டிலிருந்து புறப்பட்டு, ஒரு சந்துக்குள் திரும்பி, அவனது நண்பன் ஸ்லாவாவின் வீட்டை நோக்கிச் சென்றுகொண்டிருந்தான்...' என்று தொடங்குகிறது கதை. அப்போது அவன் செல்லும் வழியில் ஒரு பூனை குறுக்கே சென்றுவிடுகிறது. பிறகு அவன் அந்த வழியில் தொடர்ந்து செல்லாமல் வேறு வழியில் செல்கிறான். பிறகு அவனுக்கு என்னென்ன அனுபவங்கள் ஏற்படுகின்றன என்பதுதான் கதை. இந்தக் கதையில் மூடநம்பிக்கைக்கு எதிரான ஒரு கருத்து சொல்லப்படுகிறது. ஆனால் அது அற்புதமான கலைத் தன்மையுடன், யாவரையும் வசீகரிக்கும் விதத்தில் அமைந்திருக்கிறது. சிறார்கதையில் கருத்து வெளிப்பாட்டிற்கான சிறந்த முன்மாதிரி இது. இதுபோன்று இன்னும் நிறைய உதாரணங்களைச் சொல்ல முடியும்.

நீங்கள் சிறுவர் இலக்கியத்தில் நேரடிக் கதைகள் குறைவாகவும் மொழிபெயர்ப்புப் பணிகளை அதிகமாகவும் கொண்டிருப்பதன் ரகசியம் என்ன?

நான் மலையாளத்தில் ஒரு கதை படிக்கிறேன். எனக்குப் பிடிந்திருந்தால் உடனே அதை மொழிபெயர்க்கும் வேலையில் ஈடுபடுகிறேன். சிறார் இலக்கியத்தில் நல்ல மொழிபெயர்ப்புக் கதைகள் நமக்கு மேலும் மேலும் தேவைப்படுகின்றன. இது என் முக்கியமான ஆர்வமாகவும் மிக விரும்பிச் செய்யும் முதன்மைப் பணியாகவும் இருக்கிறது. நம் சிறார் இலக்கியச் சூழலில் இதுபோன்ற கதைகள் தாக்கத்தை ஏற்படுத்தும் என்பது நம்பிக்கை. வெகுகாலமாக நான் சிறார் இலக்கியங்களை மொழிபெயர்த்து வருகிறேன். சமீப காலமாகத்தான் சிறுவர் கதைகள் சிலவற்றை எழுதிப்பார்க்கத் துணிந்திருக்கிறேன். தற்போது நான் சிறார் கதைகள் எழுதிவருவதற்கான முக்கியமான தூண்டுதல், தமிழ்நாடு அறிவியல் இயக்கத்தைச் சேர்ந்த தோழர் மோகனா, நண்பர்கள் சரா சுப்பிரமணியம் ('றெக்கை' சிறார் இதழ் ஆசிரியர்), ஓவியர் கலைச்செல்வன் ஆகியோரிடமிருந்து கிடைத்தது.

எந்த வயதில் இருந்து புத்தக வாசிப்பை அறிமுகப்படுத்தலாம்?

கேரளத்தில் நர்சரி குழந்தைகளுக்காக ‘மின்னாமின்னி’, ‘களிக்குடுக்க’ முதலிய வார இதழ்கள் வெளிவருகின்றன. அவற்றில் நர்சரிக் குழந்தைகளுக்கான கதைகள், கவிதைகள், பழமொழிகள், கட்டுரைகள், புதிர்கள், விநோதங்கள், படக்கதை, வரைதல், வண்ணம் தீட்டுதல், வார்த்தை விளையாட்டு என எல்லாமும் உண்டு. இந்த வண்ணமய இதழ்களில் மனம் கவரும் சித்திரங்கள் முக்கிய இடம் பெறுகின்றன. வாசகங்கள் குறைவு. அங்கே பெருமளவில் விற்பனையாகும் பத்திரிகைகள் இவை. எத்தனை வழிகள் உண்டோ, அத்தனை வழிகளில் குழந்தைகளின் உளவியலை அணுகி, நுணுகி ஆராய்ந்து அழகாகப் பயிற்றுவிக்கும் இதழ்கள் அவை. அவை மிகவும் கற்பனை ஆற்றலுடன் உருவாக்கப்படுகின்றன.

குழந்தைகளிடம் வாசிப்புப் பழக்கம் தொடர, பெற்றோர் என்ன மாதிரியான நடவடிக்கைகளை மேற்கொள்ளலாம்?

ஆட்சியாளர்கள், ஆசிரியர்கள், பெற்றோர்கள் சிறார் இலக்கியத்தின் முக்கியத்துவத்தையும் தேவையையும் அறிய வேண்டும்.

அரசு, சிறார் இலக்கியத்துக்காக ஓர் அமைப்பை உருவாக்க வேண்டும். அந்த அமைப்பிலிருந்து உலக சிறார் இலக்கியங்கள் தமிழில் செம்பதிப்பாக மொழிபெயர்க்கப்பட்டும், தமிழ் சிறார் இலக்கிய, இளையோர் இலக்கியப் புத்தகங்களும் வெளியிடப்படவேண்டும். கேரள அரசு சிறார் இதழ் வெளியிடுவதைப்போல இங்கும் சாத்தியமாக வேண்டும்.

ஆசிரியர் பயிற்சியின்போது ஆசிரியர்களுக்கு தற்கால இலக்கியப் போக்கு பற்றியும் சிறார் கலை இலக்கியம் பற்றியும் போதிக்கப்பட வேண்டும்.

ஒவ்வொரு குழந்தைக்கும் ஒரு நூலகம் என்பதை அதிமுக்கிய நடவடிக்கையாக மேற்கொள்ள வேண்டும். குறைந்தபட்சம் ஐம்பது புத்தகங்கள் கொண்ட ஒரு அலமாரியேனும் ஒரு குழந்தையின் வீட்டில் இருக்க

வேண்டும். பள்ளிகளில் நூலகச் செயல்பாடுகள் கட்டாயமாக்கப்பட வேண்டும்.

ஊடகங்கள் இதில் கவனம் கொண்டு சிறுவர்களின் வாசிப்பை ஊக்கப்படுத்த வேண்டும்.

பெற்றோர் ஆசிரியர் கூட்டங்களின்போது, சிறார் கலை இலக்கியமும் ஒரு பொருளாக வேண்டும்.

பள்ளிகளில் சிறார் கலை இலக்கியம் ஒரு பாடமாக நடத்தப்பட வேண்டும்.

குழந்தை வளர்ப்பு பற்றி?

இந்த இடத்தில், கேரளத்தின் கிறிஸ்தவ மதகுரு, மார் கிரிஸோஸ்டம் சொன்ன ஒரு கதை பொருத்தமாக இருக்கும். ஒரு நேர்காணலின்போது அவரிடத்தில், 'குழந்தைகளைப் பற்றிய விஷயத்தில் மிகவும் அக்கறை கொண்டிருப்பவர்கள் பெற்றோர். குழந்தைகளை எப்படி வளர்க்க வேண்டும் என்று நீங்கள் சொல்கிறீர்கள்?' என்று கேட்கப்பட்டது. அவர் சொன்ன பதில் இது:

'நான் திருமணம் செய்யாததால் எனக்குக் குழந்தைகள் பிறக்கவில்லை. குழந்தைகள் இல்லாததால் அவர்களை எப்படி வளர்க்க வேண்டும் என்று எனக்குத் தெரியவில்லை. ஆனால், நான் கேள்விப்பட்டவற்றின் அடிப்படையில் ஒரு கதை சொல்கிறேன்.

ஒருமுறை இரண்டு நண்பர்கள் உலவப் புறப்பட்டார்கள். அப்போது வழியோரத்தில் ஒருவர் நல்ல மாங்கன்றுகள் விற்றுக்கொண்டிருந்தார். இருவரும் ஒவ்வொரு மாங்கன்று வாங்கி வந்து வீட்டு வாசலில் நட்டுவைத்தார்கள். அவர்களில் ஒருவர் அந்த மாங்கன்றை நன்றாகப் பராமரிக்கத் தொடங்கினார். தேவைக்கு அதிகமாகத் தண்ணீர் ஊற்றினார், பார்க்கும்போதெல்லாம் உரம் போட்டார். அந்த மாங்கன்று நன்றாக செழித்துப் பருத்து வளர்ந்து வந்தது. மற்றொருவர் தான் வாங்கிய செடிக்கு அப்படி ஒன்றும் பெரிய கவனம் கொடுக்கவில்லை. தன் செடி வாடிக் கருகிப் போகாதிருப்பதற்கான அளவு மட்டும் அவர் தண்ணீர்

ஊற்றினார். அப்படி இரண்டு மாமரங்களும் வளர்ந்துவந்தன. ஒரு மாமரம் நன்றாகப் பருத்து பெரிய கிளைகளுடன் வளர்ந்தது. மற்றொரு மாமரம் வாடி மெலிந்து நின்றது.

அப்படி இருக்கும்போது பெரிய புயலும் கடும் மழையும் ஏற்பட்டன. அந்தப் புயலில், செழித்துப் பருத்து நன்றாக வளர்ந்திருந்த மரம் வேருடன் விழுந்துவிட்டது. வாடி வதங்கி மெலிந்திருந்த மரம் அப்படியே நின்றது.

பிறகு இரண்டு நண்பர்களும் சந்தித்தபோது பேசிக்கொண்டார்கள். ஒருவர் சொன்னார்: நான் இவ்வளவு கவனமாகவும் அக்கறையாகவும் பராமரித்தும் என் மரம் விழுந்துவிட்டதே!

அப்போது இன்னொருவர் சொன்னார்: தேவைக்கு அதிகமாக தண்ணீர் ஊற்றி உரம் போட்டு உன் மரத்தை நீ வளர்த்தாய். அதுதான் பிரச்சினை. அதனால் உன் மாமரத்தின் வேர்கள் பூமியின் அடியில் சென்று பலப்படவில்லை. ஆனால் நான் கொஞ்சம் தண்ணீர் மட்டுமே ஊற்றியதால் என் மாமரத்தின் வேர்கள் தண்ணீரைத் தேடி பூமிக்கு அடியில் வெகு ஆழமாகச் சென்று உறுதிப்பட்டிருந்தன. அதனால்தான் என் மரம் புயலில் விழவில்லை.

இன்றைய காலத்தில் பெற்றோர் தேவைக்கு அதிகமாக தண்ணீரும் உரமும் கொடுத்து பிள்ளைகளைப் போஷிக்கிறார்கள். அப்படியான குழந்தைகள், அனுபவத்தின் வேர்கள் பூமிக்குள் ஆழ்ந்து இறங்காத மரங்கள்போலத்தான். சிறியதொரு காற்றைக்கூட தாங்குவதற்கான திறமை அந்தக் குழந்தைகளுக்கு ஏற்படுவதில்லை. ஆனால், இல்லாமையிலும் வறுமையும் வளரும் குழந்தைகள் அனுபவத்தின் வேர்களை ஆழத்தில் செலுத்தி தங்களை வலுப்படுத்திக்கொள்கிறார்கள்.

தாய்தந்தையர் அனுபவிக்கும் துன்பங்கள் எதுவாக இருந்தாலும் அது பிள்ளைகளுக்கும் தெரிய வேண்டும். அப்படி இருந்தால்தான் வாழ்க்கையைப் பற்றிய யதார்த்த பிரக்ஞை அவர்களுக்கு ஏற்படும். வாழ்க்கை எனப்படுவது, பலவிதமான அனுபவங்களின் ஊடே கடந்து செல்லும் ஒன்று என்று குழந்தைகளுக்கு உணர்த்த வேண்டும். 'தீயில் துளிர்த்தது

வெயிலில் வாடாது' என்று நாங்கள் பழைய மனிதர்கள் சொல்வது உண்டு. அனுபவங்களின் தீயில் துளிர்த்த குழந்தைகள் எப்படிப்பட்ட வெயிலிலும் துவண்டுபோக மாட்டார்கள். இப்படிப்பட்ட கல்விமுறை நம்மிடம் இல்லாததால்தான், சிறிய பிரச்சினைக்குக்கூட பிள்ளைகள் தற்கொலைகூட செய்துகொள்கிறார்கள். குழந்தைகளுக்கு அளவுக்கு அதிகமாக செல்லமும் சௌகரியங்களும் செய்து கொடுப்பதால்தான் பெற்றோர்கள் அவர்கள் விஷயத்தில் அதிகம் கவலைப்பட வேண்டி வருகிறது. புகழ் பெற்றவர்களின் வாழ்க்கை வரலாறுகளைப் பார்த்தோமானால், அவர்களுடைய குழந்தைகள் அப்படியொன்றும் உயர்த்தப்படவில்லை என்பதைப் பார்க்கலாம். தீமைகளின் சூறாவளி எப்போதும் சுழன்றடிக்கும் ஒரு சமூகத்தில் நிற்கும் நம் குழந்தைகளின் வேர்கள் ஆழத்தில் ஊடுருவிச் சென்றிருந்தால் மட்டுமே அவர்கள் வீழாதிருப்பார்கள்.'

- செல்லமே (மே - 2020)

துலக்கத்திற்கான பாடுகள்

உரையாடல் : எம்.கோபாலகிருஷ்ணன்

கவிதை, சிறுகதை, நாவல் எல்லாவற்றிலும் மொழியை மிகுந்த தீவிரத்துடன் பயன்படுத்துகிறீர்கள். அதிகமும் தமிழில் பிறர் பயன்படுத்தாத ஆனால் அர்த்தச் செறிவுள்ள சொற்களைத் தெரிவு செய்கிறீர்கள். மொழியின் மீதான கவனம் இயல்பாகவே அமைந்ததா, அல்லது பயிற்சியின் விளைவா?

நாம் ஒன்றைக் குறித்து சொல்ல விழைகிறோம். அப்போது நம்மையறியாது அதற்கான வழிமுறைகளைத் துழாவுகிறோம். பதற்றம் வந்து சேர்கிறது. மனவெளியின் ராஜபாட்டைகளிலும் இடுக்குப் பாதைகளிலும் பொந்துகளிலும் சருகுகளின் கீழேயும்கூட தேடுகிறோம். ஒரு மணல்துகள் புரளும்போது அங்கே அது தொடங்கக்கூடும் என்று ஏக்கம் பெருக நாம் சஞ்சரிக்கிறோம். அப்போது நம் உதவிக்கு வந்து நிற்கும், அல்லது மறைந்து நின்று நமக்கு சமிக்ஞையளிக்கும் எதுவும் நமக்கு நிறைவளிக்கவில்லை. அவற்றையெல்லாம் நம் பிரக்ஞையில் எடுத்துப் போட்டுக் கொண்டு மேலும் போகிறோம். இப்போது நமக்குக் கொஞ்சம் வன்மம் ஏற்படுகிறது, பிடிவாதம் கூடுகிறது. கையில் வருவன ஏமாற்றம் தருவனாக இருந்தாலும் நாம் வலையை இன்னும் எட்டி, முடிந்தவரை ஆழத்தில் சென்று கவியும்படி வீசுகிறோம். இந்த நொடியில் நமக்கு இசைந்து போகும் ஒன்று அருளப்படலாம். நாம் அதனுடன் பொருந்திக்கொண்டு நகரலாம். இது, இதவொளியில் இளங்காற்றில் நிகழும் ஏகாந்த ஆலாபனையினூடே தெறித்து வந்தடையும் படைப்பூக்கச் சிலிர்ப்பல்ல; என்னைப் பொறுத்தவரை, ஆரவாரமும் அதீத நெருக்கடிப் பரபரப்பும் நிறைந்த ஒரு

சந்தையில் கடும் வாக்குவாதச் சச்சரவின் பேரில் நமக்குரியதை மீட்டுக்கொண்டு வருதலாகும். எனக்குப் பெரும்பாலும் இப்படித்தான் அமைகிறது. சொற்களின் அர்த்தச் செறிவு என்று சொல்கிறீர்களே, அது அந்த பிரயத்தனத்தின் பாற்பட்டது. பிரயத்தனமே என் இயல்பாகிறது.

குதிரைவீரன் சிற்றிதழ் உங்கள் முதல் அடையாளம். தமிழ் இலக்கியத்தில் சிற்றிதழ் வழியாகவே முக்கியமான படைப்பாளிகள் உருவாகி இருக்கிறார்கள். தீவிர இலக்கியத்துக்கான கணிசமான பங்களிப்புகள் அவற்றின் மூலமாகவே வெளிவந்துள்ளன. இன்றைய சூழலில் சிற்றிதழ்களின் தேவை உள்ளதா? அல்லது உருமாறியிருக்கிறதா?

ஒரு சிறுபத்திரிகை தொடங்கவேண்டும் என்று எனக்கு ஆர்வம் இருந்தது. அப்போது நண்பர் அமலன் ஸ்டேன்லியும் நானும் சென்னை எல்டாம்ஸ் ரோடு முனையில் உள்ள சி.பி.ஆர் சுற்றுச்சூழல் மையத்தில் பணி செய்தோம். அங்குதான் அவர் எனக்கு அறிமுகம். என் ஆர்வத்துக்கு அவர் பொருளாதார ஆதரவளித்தார். சென்னையில் ஆரம்பித்த இந்தப் பத்திரிகை, பிறகு நான் திருப்பூர் வந்த பிறகும் தொடர்ந்தது. திருப்பூரில்தான் நான் உங்களுடன் அறிமுகமாகிறேன். கடந்த பத்தாம் இதழ் குதிரைவீரன் பயணம் சி.மோகன் அவர்களுக்கான சிறப்பிதழாக வந்தது. இதைத் தொடர வேண்டுமென்று ஆசை. தேவையும் உண்டு. இந்த இதழ் குறித்து கடந்தகாலத்தின் சில நல்ல நினைவுகள் இருக்கின்றன. அதற்கு மாறானவையும். முதல் இதழுக்கு நான் அணுகியவர்களுள் சுந்தர ராமசாமியும் ஒருவர். அதற்கு முன்பே நான் அவரது 'ஒரு புளியமரத்தின் கதை' நாவல் படித்திருந்தேன். சந்தர்ப்பவசமாக எனக்கு, அந்த நாவலின் முதல் அத்தியாயத்தையும் கடைசி அத்தியாயத்தையும் இணைத்து எடிட் செய்து ஒரு சிறுகதையாக்கலாம் என்று தோன்றிவிட்டது. நான் 'குதிரைவீரன் பயணம் முதல் இதழில் உங்கள் நாவலின் அத்தியாயங்களை இப்படி, ஒரு சிறுகதை வடிவில் பயன்படுத்தலாமா?' என்று கேட்டு சுந்தர ராமசாமிக்கு கடிதம் எழுதினேன். அவர் மறு கடிதத்திலேயே அதற்கு அனுமதி கொடுத்தார். அப்போது அது எனக்கு சாதாரண விஷயமாகத் தோன்றியது. எனக்கு வயது

ஆகஆகத்தான், அப்போது புத்திளைஞனாக இலக்கியத்தை மோகித்திருந்த என் மீது அவர் எவ்வளவு வாஞ்சையுடன் பெருந்தன்மை காட்டினார் என்பது புரிந்தது. அவர் இடத்தில் வேறு எந்த இலக்கிய ஆசிரியராவது இருந்திருந்தால், அனுமதி கொடுப்பது இருக்கட்டும் - என் இந்தக் கேள்விக்கே ஆயுள் முழுக்க என் மீது தீராப் பகை கொண்டிருப்பார். தன்னை அவமதித்து விட்டதான ஒரு எண்ணம் அவருக்கு நீங்காதிருக்கும். சுந்தர ராமசாமி, சூத்ரதாரி (எம்.கோபாலகிருஷ்ணன்), பெருமாள் முருகன், சிபிச்செல்வன், பசலை கோவிந்தராஜன், பிரம்மராஜன், கோணங்கி, நாகார்ஜுனன், அமலன் ஸ்டேன்லி உட்பட பலர் பங்களிப்புச் செய்தார்கள்.

நம் சிறுபத்திரிகை மூதாதைகள் தியாகித்து, பொருள் சார்ந்த வாழ்வாதாரங்களைத் தம் ஆர்வத்துக்குப் பலியிட்டு பெரும் அர்ப்பணிப்புடன் இதுவொன்றே தம் உலகென்று ஏற்று சிறுபத்திரிகை இயக்கத்தை மேற்கொண்டார்கள். எறும்பூரக் கல்லும் தேயும் என்பதாக அந்த இடையறாப் பெரும்பாடுகளின் விளைவு திரண்டு இன்று நவீன இலக்கியத்துக்கான சிறு வெளியை நம் பாறைப்பரப்பில் உருவாக்கியிருக்கிறது. கைக்குக் கை கருவியை மாற்றிக் கொண்டு தொடர்ந்து செயல்பட வேண்டிய தேவை, இப்போதும் உறுதியாக இருக்கிறது. நாம் சிறுபத்திரிகைகளைக் கொண்டுதான் வெகுஜன இலக்கியப் பேராகிருதி மனநிலையில் சில சிகிச்சைகளை மேற்கொள்ள வேண்டிய கட்டாயம்.

வெகுமக்கள் அளவில் பல்லாண்டுகளாக வந்து கொண்டிருக்கும் மலையாள வார இதழான 'மாத்ருபூமி' போன்று அல்லது 'சந்திரிகா' 'மாத்யமம்', 'சமகாலிக மலையாளம்' 'கலாகௌமுதி' போன்று நல்ல பத்திரிகைகள் கணிசமாகப் பரந்து பட்டிருக்கும்போது அங்கே சிறுபத்திரிகைகளின் இடம் கேள்விக்குறியதாகும். ஆனால், இன்னமும் நமக்கு குமுதம், குங்குமம்தானே. என்னைப் பொறுத்தவரை நமது இடைநிலைப் பத்திரிகைகளைவிட, வர்த்தகத் தளத்தில் வெற்றிகரமாக நடைபெறும் மாத்ருபூமி வார இதழின் உள்ளடக்கம் தீவிரமானது. வடிவ நேர்த்தியிலும் மிகுதரம் கொண்டது. இதைப் புரட்டும்போது என் ஏக்கம்

சொல்லி மாளாது. ஒப்பிடுதலில் ஏற்படும் விரக்தியின் கைப்பு சகிக்க முடியாதது. இப்படி ஒரு பத்திரிகை நம்மிடம் ஏன் இப்போதுகூட சாத்தியமில்லை?

வெகுமக்கள் தளத்தில் நம்மிடம் ஒரு சிறார் பத்திரிகைகூட இல்லை. ஆனால் 'துளிர்', 'தும்பி', 'குட்டி ஆகாயம்', 'பஞ்சு மிட்டாய்' முதலிய சிறார் பத்திரிகைகள் முட்டிமோதி சிறு அளவில் வெளிவந்து கொண்டிருக்கின்றன. இவற்றை நான் மாற்றத்தை முன்னறிவிக்கும் சிறு நட்சத்திரங்களாகப் பார்க்கிறேன். சிறுபத்திரிகையும், அந்தப் புறாவின் அலகிலிருக்கும் ஆலிவ் இலைக்கொத்துதானே!

ஓவியம், கவிதை, புனைவு இலக்கியம், மொழிபெயர்ப்பு, இதழாக்கம் என பல்வேறு துறைகளில் நீங்கள் விருப்பத்துடனும் உளமாரவும் ஈடுபடுவது எதில்? இவை அனைத்தும் ஒன்றுக்கொன்று ஈடுசெய்யும் தன்மை கொண்டவையா? சில சமயங்களில் நெருக்கடியின் பொருட்டு சில வேலைகளைச் செய்ய நேரிடுவதுண்டு. அதற்காக வருத்தப்பட்டதுண்டா?

இதுவரையிலான என் வாழ்க்கை தற்செயல்களால் ஆனது. ஓவியக்கல்லூரியில் சேர்வதற்கு முன்பு நான் நண்பரின் உதவியாளாக வீடு வீடாகப் பத்திரிகை விநியோகிக்கும் வேலை செய்தேன். இதனால் பத்தாம் வகுப்பில் எந்தப் பாடத்திலும் தேர்ச்சிபெற முடியாமல் போய்விட்டது. பிறகு, ஒன்றிரண்டு பத்திரிகைகளுக்கு முகவராகச் செயல்பட்டேன். அப்புறம், பிழைப்புக்காக தையல் தொழிலைக் கற்றுக்கொள்ளலாமா என்று தீவிரமாகப் பரிசீலித்தேன். பிற்பாடு, டாக்ஸி ஓட்டக் கற்றுக்கொண்டு லைசன்ஸ் எடுத்து வாடகைக் கார் ஓட்டுநராகத் தொழில் புரிவதுதான் நல்லது என்று தோன்றியது.

பட்டுக்கோட்டையில் வர்த்தக விளம்பரங்கள், போர்டுகள் எழுதும் 'ரபீக் ஆர்ட்ஸ்' இடம் உதவியாளராகப் பணிபுரிந்தேன். அவர் ஸ்டூல் மீது ஏறி நின்று சுவற்றில் எழுதும்போது, அவர் தொடுவதற்கு ஏதுவாக பெயிண்ட் டப்பாவை உயர்த்திப் பிடித்துக் கொண்டிருப்பதுதான் என் வேலை. அடுத்து ஓவியர் பிரசன்னாவிடம் உதவியாளராக வேலை. இவர் கும்பகோணம் ஓவியக் கல்லூரியில் வண்ண ஓவியக்கலை (Painting) பயின்று

முடித்தவர். அப்புறம் பெட்டிக்கடை பணியாள். பேராவூரணி மாலி போட்டோ ஸ்டூடியோவில் சில மாதம் வேலை செய்து ஒளிப்படத்தொழில் பழகினேன். அப்போது, ஒரு ஸ்டூடியோ வைப்பதுதான் காலத்துக்கு ஏற்றது என்று நினைத்தேன்.

பல திருமணங்களுக்கு, வேறு பல நிகழ்ச்சிகளுக்கு ஒளிப்படக்காரனாக இருந்திருக்கிறேன். பிறகுதான் கும்பகோணத்தில் ஓவியக் கல்லூரி இருக்கிறது என்று தெரிய வருகிறது. அதற்கான குறைந்தபட்ச தகுதி பத்தாம் வகுப்பு தேர்ச்சி பெற்றிருக்க வேண்டும். இதற்காக சில தனிப்பயிற்சி நிலையங்களில் பயின்று இரண்டு தவணைகளாக எழுதி பத்தாம் வகுப்பில் தேர்ச்சி பெற்றேன்.

ஓவியக் கல்லூரியில் சேர்வதற்கு நேர்முகத் தேர்வு எழுத வேண்டும். மனித உருவத்தை வரைதல், அசையாப் பொருட்களை (ஸ்டில் லைஃப்) பார்த்து வரைதல் என்று சில தேர்வுகளில் வென்று வந்தால் இடம் கிடைக்கும். அப்போது ஓவியர் பிரசன்னா எனக்கு நேர்முகத் தேர்வுக்காகப் (பட்டுக்கோட்டையில்) பயிற்சி அளித்தார். தொந்தரவில்லாமல் வரைந்து பயில அறை எடுத்தால்தான் நல்லது என்று என் ஆசிரியர் சொன்னார். அப்படியே நான் அறை எடுத்தேன். எழுது பொருட்கள் வாங்கினேன். நிற்க வைத்தோ, உட்கார வைத்தோ வரைவதற்கு ஆள் தேடிக் கொண்டு வருவதுதான் கஷ்டமாக இருந்தது. உங்களை உட்கார வைத்துப் பார்த்து வரையப் போகிறோம். வாருங்கள், அந்தப் படத்தை உங்களிடமே கொடுத்து விடுவோம் என்றெல்லாம் ஆசைகாட்டிக் கெஞ்சினாலும் வர மறுத்தார்கள். அவர்களுக்கு ஏதோ அச்சம், தயக்கம். பாலபருவத்தில் என்னுடன் படித்த நண்பர்கள் எனக்கு ஒத்துழைத்தார்கள். என்னுடன் விடுதி அறைக்கு வந்தார்கள். ஆசிரியர் அவர்களை எனக்கு வரைந்து காட்டினார்.

இப்படிப் பல நாட்கள். பிறகு வெளிப்புறக் காட்சிகளை வரைவதற்கு வயல்வெளிகளுக்குப் போவோம். தினமும் ஒரு குறிப்பிட்ட நேரத்து வெயிலில் ஒரு குட்டிப் பனைமரத்தை அவர் நீர்வண்ணத்தில் வரைந்து காட்டியது இன்றும் என் நினைவில் இருக்கிறது. அபாரமான ஓவியம் அது. பிறகு

நான் தனியே பெரிய நோட்டும் பென்சிலுமாக எங்கெங்கும் அலைந்து ஸ்கெட்ச் செய்தேன். ஆட்களை வரைந்து பழகினேன். நீர் வண்ணத்தை பயன்படுத்தக் கற்றேன். நேர்முகத் தேர்வுக்கான நாள் வந்தது. தேர்வில் என் செயல்பாடுகள் எனக்கு நம்பிக்கை அளிப்பதாகத்தான் இருந்தது. முடிவுக்குக் காத்திருந்தேன். ஒன்றிரண்டு மாதங்கள் கடந்திருக்கும். இடையில் என் ஓவிய ஆசிரியர் பிரசன்னா கும்பகோணம் ஓவியக் கல்லூரிக்குச் சென்றிருந்தார். அங்கே ஆசிரியர்களாகப் பணியாற்றும் தன் நண்பர்களிடம் என்னைக் குறித்து விசாரித்தார். அவர் தெரிந்து கொண்டதை என்னிடம் வந்து சொன்னார்: 'உங்களுக்கு இந்த வருடம் இடம் கிடைக்கவில்லை. அங்கே என் நெருங்கிய நண்பர்கள் சொன்னார்கள். மனம் தளரவேண்டாம். அடுத்த வருடம் முயற்சி செய்வோம்!' இதைக் கேட்டு எனக்கு ஒரு விதமான மரத்துப்போன உணர்வு ஏற்பட்டது. அடுத்து என்ன செய்வது என்று ஓயாத சிந்தனை.

பிறகு ஒரு நாள், கல்லூரியில் வந்து சேரச் சொல்லி கடிதம் வந்தது. அடுத்த நாளே அங்கே சென்றேன். அன்றைய தினத்தில் கும்பகோணத்தில் மழை. நான் ஒரு சைக்கிளில் நனைந்துகொண்டே கல்லூரிக்குச் சென்று பணம் கட்டிச் சேர்ந்தேன்.

மொத்தப் படிப்புக் காலம் ஐந்து ஆண்டுகள். என் பெரியப்பா மகள் வான்மதி அவர்களின் வீட்டில்தான் முதல் மூன்றாண்டுகள் தங்கிப் படித்தேன். அவர் கணவர் பெயர் லெட்சுமணன். அந்தக் குடும்பம் அப்போது மிகவும் வறுமைப்பட்டிருந்தது. அத்துடன் மனப்பூர்வமாக என்னையும் தங்களுடன் இணைத்துக் கொண்டார்கள். பிறகு, கல்லூரித் தோழன் அறிவுச்செல்வனின் அறையில் கடைசி இரண்டு ஆண்டுகள் தங்கிப்படித்தேன். படிப்பு முடிந்த பிறகு அறிவுச்செல்வன் திருப்பூரில் பனியன் டிசைன் கம்பெனி தொடங்கினார். அங்கே சென்று சேர்ந்து கொண்டேன்.

பிறகு, திரைப்படத்தில் செயல்பட வேண்டும் என்று ஆர்வம். திரைப்படத்துறையை நோக்கமாகக் கொண்டுதான் சென்னை வந்தேன். ஆனால் அங்கே போன பிறகு

உயிர்த்திருப்பதற்கு ஒரு வேலை அவசியப்பட்டது. சி.பி.ஆர். (சி.பி.ராமசாமிஐயர்) சுற்றுச்சூழல் மையத்தில் கார்டூனிஸ்டாக வேலை. கணையாழியில் பணி. தினமணி இணைப்புகளிலும் பிற பத்திரிகைகளிலும் படங்கள் வரைவது. சிற்றறையில் இரவின் தனிமை அகாலத்தில் கதையும் கவிதையுமாய் எழுதிப் பார்ப்பது. அதீத வறுமை. வாடகையாக சிறுதொகை கொடுக்கவும் முடியாத நிலை. பேச்சலராக பல அறைகள் மாற்றியிருக்கிறேன். இந்தக் காலத்தில் முன்றில் புத்தக மையம், எழுத்தாளர் மா.அரங்கநாதன், அவர் மகன் மகாதேவன் (தற்போது உயர்நீதிமன்ற நீதிபதி), சி.மோகன், வசந்தகுமார் (தமிழினி), சேஷையா ரவி, ரவி இளங்கோவன், பஷீர் (அகல்), தினமணி சிவக்குமார், ராஜமார்த்தாண்டன், ஜெயமோகன், சச்சிதானந்தம் முதலிய பலரின் தோழமை பெற்றவனாகிறேன். என் முதல் கவிதை நூலை (உனக்கும் உங்களுக்கும்) நண்பர் அறிவுச்செல்வன் வெளியிட்டார். இரண்டாம் கவிதை நூலை (தோழமை இருள்) அலைகள் அச்சகம், அண்ணாச்சி சிவம் அவர்கள் வெளியிட்டார்கள். பிறகு அனைத்தையும் அண்ணாச்சி வசந்தகுமார் அவர்கள் வெளியிட்டார்கள்.

என் கடந்தகால வாழ்வின் சுருக்கவிளக்கம் இதுதான். இப்படித்தான் நான் ‘ஆகி’ வந்திருக்கிறேன். நான் அறிந்தவை இவைதான். இவற்றால் ஆனதுதான் என் வாழ்க்கை. என்னளவில் ஓவியத்துக்கும் கவிதைக்கும் கதைக்கும் இதழ் உருவாக்கத்துக்கும் வேற்றுமையொன்றும் இல்லை. இவை அனைத்திலும் விருப்பத்துடனும் உளமாரவும்தான் ஈடுபடுகிறேன். முற்றிலுமாகத்தான் அர்ப்பணிக்கிறேன். நெருக்கடியின் பொருட்டுச் செய்ய வேண்டிய வேலைகளும் சிறு பிசிறுமற்றுத் துலக்கமாக அமைய நான் பாடுகொடுக்கிறேன். தற்போது பணிபுரியும் பள்ளியில் சில நேரங்களில் நான் துப்புரவுப் பணியில் ஈடுபடுவதுண்டு. இதையும் நான் விருப்பத்துடன் அந்தப் பணியின் மீதான நேசத்துடன்தான் செய்கிறேன்.

உங்களுக்கென சில தார்மீக அடிப்படைகளை வகுத்துக் கொண்டதுண்டு. தேவையின் பொருட்டு சமரசங்களை ஏற்றுக்கொண்டதில்லை. ஒரு

கலைஞன் என்ற நிலையில் அது சரியானதுதான். லௌகீக வாழ்வில் உள்ள ஒரு குடும்ப மனிதன் என்ற நிலையில், அப்படிப்பட்ட சமரசங்களுக்காக வருந்தியதுண்டா?

ஒரு பெரிய பத்திரிகையின் இணைப்பிதழாக வாரம் ஒருமுறை சிறார் பத்திரிகை வரும். அதற்கு நான் பொறுப்பாசிரியராகப் பணியாற்றினேன். நான் வருவதற்கு முன்பு அந்த இணைப்பிதழை யாருமே பொருட்படுத்தியதில்லை. பணி ஓய்வு பெற்று வீட்டிலிருக்கும் பெரியோர்கள் சிறார் கதைகள் எனும் பெயரில் சிலவற்றை எழுதிப் பார்ப்பதற்கான களமாகத்தான் அது இருந்தது. மிகவும் வறட்டுத்தனமான, உணர்ச்சியற்ற அச்சுக் காகிதங்களாகத்தான் இருந்தன அந்தப் பக்கங்கள். நான் அதை எனக்குப் பிடித்த வகையில் மாற்றி அமைத்தேன். சில மாதங்களிலேயே அது பரவலான கவனத்தை எட்டியது. பாதசாரி, கி.ராஜநாராயணன் உள்ளிட்ட பலர் இந்த மாற்றத்தில் மகிழ்ந்து கடிதம் மூலம் வாழ்த்துகள் தெரிவித்தார்கள். அந்த இணைப்பிதழ் குறிப்பிடத்தக்க வரவேற்பைப் பெற்ற சூழல். அந்தப் பத்திரிகையில் வேறு துறையில் பணியாற்றும் ஒரு இளைஞர். 'நான் இங்குதான் பல்லாண்டுகளாக வேலை செய்கிறேன். இதற்கு முன்பு இந்த இணைப்பிதழை வாசிக்க முயன்று எரிச்சலடைந்திருக்கிறேன். பிறகு தொட்டும் பார்த்ததில்லை. நீங்கள் வந்த பிறகுதான் எங்கள் வீட்டில் இதை விரும்பி வாசிக்கிறோம்.' என்று சொன்னார்.

இந்த வாரத்திற்குரியது ஒரு வாரம் முன்னதாகவே அச்சாகிவிடும். ஒருநாள் காலையில் சீக்கிரம் வந்து அச்சகத்துக்குச் சென்று பார்த்தேன். இதழ் தயாராக இருந்தது. ஒன்றை எடுத்துப் பின்னட்டையைப் பார்க்கையில் அதிர்ச்சியாக இருந்தது. அது குழந்தைகள் பத்திரிகை. அதன் பின்னட்டை விளம்பரத்தில் தடித்த எழுத்துகளில் ஒரு வரி, 'வெண்புள்ளிகளுக்கும் பாலியல் நோய்களுக்கும் மருந்து கொடுக்கப்படும்' என்று இருந்தது. நான் அதை எடுத்துக் கொண்டு போய் என் சக ஊழியர்களிடம் காட்டி, 'குழந்தைகள் பத்திரிகையில் பாலியல் நோய்க்கான மருந்து விளம்பரம் எப்படி இடம் பெறலாம்' என்று கேட்டேன். அவர்கள்

‘இதைக் கண்டுகொள்ளாமல் விட்டுவிடுங்கள்’ என்று எனக்கு ஆலோசனை சொன்னார்கள். நான் ஏதும் கேட்கப்போய், என் வேலை போய்விடுமோ எனும் அச்சம் அவர்களுக்கு.

ஆசிரியர் அங்கே இல்லை. நான் தொலைபேசியில் அவரைத் தொடர்பு கொண்டு நடந்த அசம்பாவிதத்தை கடுமையான தொனியில் சொன்னேன். அவர் உடனே என் மீது திருப்பிக் கொண்டார். ‘இதற்கு நீங்கள்தான் காரணம். வந்த விளம்பரத்தை சரிபார்த்திருக்க வேண்டும்’ என்றார். அவர் சொன்னது மகா அபத்தம். நான் சொன்ன அந்தக் குற்றம் மனதிலுறைத்த திகைப்பில் என்ன சொல்வது என்று தெரியாமல் இப்படி உளறிக்கொட்டினார். அந்த விளம்பரம் அந்தப் பத்திரிகைக்கான விளம்பரத்துறையிலிருந்து வருவது. அந்தப் பத்திரிகையின் சகோதரப் பத்திரிகைகள் மூன்று நான்கு உண்டு. அனைத்துக்கும் சேர்த்து ஒரே விளம்பரத்துறை. விளம்பரத்துறையிலிருந்து பக்க வடிவமைப்பாளருக்கு செய்தி வரும், ‘இந்தப் பத்திரிகையில் இவ்வளவு இடம் விட வேண்டும். ஒரு விளம்பரம் இருக்கிறது.’ வடிவமைப்பாளர், கேட்ட இடத்தை வெற்றாக விட்டுவிட்டு மற்ற பக்கங்களில் மேட்டரை நிரப்புவார். பக்க வேலையெல்லாம் அச்சுக்கு போவதற்கு முன்பாகத்தான் விளம்பரங்கள் அவற்றிற்குரிய இடத்தில் வைக்கப்படும். இதுதான் வழமையாக இருந்தது. விளம்பரத்துறை இறுதி செய்து கொடுப்பதை அப்படியே அந்த இடத்தில் வைக்க வேண்டும். அதுதான் வேலை. விளம்பரங்களைக் கண்காணிப்பது பொறுப்பாசிரியருக்கு பணிக்கப்பட்டதல்ல.

மறுநாள் ஆசிரியர் வந்து, ‘நீங்கள் மன்னிப்புக் கடிதம் எழுதிக் கொடுத்துவிட்டு பணியில் தொடரலாம்’ என்றார். நடந்த பெரிய தவறொன்றை சுட்டிக்காட்டியவன் நான். எதற்கு மன்னிப்புக் கடிதம் கொடுக்க வேண்டும் என்று தெரியவில்லை. ராஜினாமாக் கடிதம் கொடுத்துவிட்டு வெளியே வந்தேன்.

மிகப்பெரிய அதிகாரி ஒருவர் இருக்கிறார். அவர் ஒரு நாவல் எழுதி மிகப்பெரிய பதிப்பகத்துக்குக் கொடுத்தார்.

அப்போது நான் அந்தப் பதிப்பகத்தில் மொழிபெயர்ப்பு வேலை செய்து கொண்டிருந்தேன். அந்த நாவலை எடிட் செய்யும் பொறுப்பு எனக்கு வழங்கப்பட்டது. இரு பாகங்களாக எழுதப்பட்டிருந்த இருநூறுக்கும் மேற்பட்ட பக்கங்களில், 'நாவல்' என்பதற்கான எந்த அடையாளமும் இல்லை. அதில் இருக்கும் பிரச்சினைகள் பற்றி அவரிடம் பேசினேன். அதிகாரி, 'நீங்கள் சுதந்திரமாக எடிட் செய்யுங்கள்' என்றார். இந்த வேலையில் ஆர்வமூட்டுவதற்காக எனக்கு விருந்தளித்தார். ராயப்பேட்டை பீட்டர்ஸ் காலனி பத்திரிகையாளர் குடியிருப்பில் எனக்கு ஒரு வீடு ஏற்பாடு செய்வதாகவும், உடல்நலமற்ற என் மகனுக்கு உயர்தரமான நீர் சிகிச்சை செய்ய உதவுவதாகவும் மேலும் பல வாக்குறுதிகளும் கொடுத்தார். அவர் எழுத்தின் முதல் பாகத்தை நான் என் நோக்கில் முற்றிலும் மாற்றினேன். அதைப் படித்து அவர் மகிழ்ச்சியடைந்தார். இரண்டாம் பாகத்தையும் அப்படியே ஆதியோடு அந்தமாகப் புரட்டிப் போட்டுச் செப்பனிட்டு அவரிடம் கொடுத்தேன். அவர் சொன்னார்:

'முதல் பகுதி நன்றாக வந்திருக்கிறது. அதை அப்படியே வைத்துக் கொள்கிறேன். இரண்டாம் பகுதியில் என் நோக்கம் சற்றும் இடம்பெறவில்லை. எனவே நீங்கள் திருத்திய முதல் பகுதியையும், திருத்தப்படாத இரண்டாம் பகுதியையும் இணைத்து புத்தகமாக்குவோம். அந்தப் புத்தகத்தை நான் உங்களுக்கே சமர்ப்பணம் செய்வேன்.' என்றார்.

'விலங்கின் உடலில் பறவையின் தலையை ஒட்ட வைப்பது போலத்தான் இது இருக்கும். என் வேலையை நான் ரத்து செய்து கொள்கிறேன்' என்றேன். அத்துடன் உறவு முடிந்து போயிற்று. அவர் ஆரம்பத்தில் கொடுத்த வடிவத்திலேதான் புத்தகம் வந்தது.

ஒரு பத்திரிகை நிறுவனத்தில் பணி செய்தேன். ஒரு இதழில் இரண்டு பக்கத்தில், ஒருவர் மீதான அவதூறுச் செய்தியைப் பிரசுரிக்க வேண்டும் என்று நிர்வாகிகள் கொடுக்கிறார்கள். அவர் எனக்கு மிகவும் நெருக்கமான

நண்பர். அந்த செய்தியைப் பிரசுரிப்பதில் சற்றும் உடன்பாடில்லை. நியாயம், நண்பரின் தரப்பில் இருக்கிறது. நான் பல கட்டங்களாக, அந்தச் செய்தியைப் பிரசுரிக்க மறுப்புக் கூறினேன். அதற்கான காரணங்களைச் சொன்னேன். அந்தச் செய்தி வெளிவராமல் தடுக்க இயன்றவரை முயன்றேன். முடியவில்லை. அதை அவர்கள் வெளியிட்டே ஆகவேண்டும் என்று பிடிவாதம் செய்தார்கள்.

என்னால் வேறு ஒன்றும் செய்யமுடியவில்லை. நான் நண்பரிடம் தனிப்பட்ட முறையில் அறிவித்தேன். 'உங்களைப் பற்றி இப்படி ஒரு செய்தி வரவிருக்கிறது. என்னால் அதைத் தடுக்க முடியவில்லை. என் மீது வருத்தம் கொண்டுவிடாதீர்கள்.' செய்தி பிரசுரமானதும் வெளியே பெரும் பிரச்சினையாயிற்று. நிர்வாகத்தின் 'அறம்' கேள்விகளால் குதறப்பட்டுவிட்டது.

– பிறகு என்ன நடந்தது?

நிர்வாகம் ஒரு மீட்டிங் ஏற்பாடு செய்தது. அதற்கு என்னை அழைக்கவில்லை. என் தரப்பைக் கேட்கவில்லை. அவர்களாகவே கூடிப் பேசினார்கள். நடந்த தவறுக்குக் காரணம் நான்தான் என்றும், நான்தான் அந்தச் செய்தியை வெளியிட்டேன் என்றும் 'தீர்மானம்' போட்டு, என்னைப் பத்திரிகைப் பொறுப்பிலிருந்து விலகிக்கொள்ளும்படியும், மற்றபடி மொழிபெயர்ப்பு வேலைகள் தொடர்ந்து செய்யலாம் என்றும் என்னிடம் தெரிவித்தார்கள். அப்போதும் நான் ஒரு ராஜினாமாக் கடிதம் கொடுத்துவிட்டு வெளியேறினேன். இப்படிப் பல விஷயங்கள் சொல்வதற்கு இருக்கின்றன. இதனால் ஏற்படும் பாதிப்புகளையெல்லாம் என் மனைவி என் மீது எந்தப் புகாரும் இல்லாமல்தான் சகித்துக் கொள்கிறார்.

கும்பகோணம் ஓவியக்கல்லூரியில் பயின்றுள்ளீர்கள். ஆனால் உங்கள் படைப்புகளில் காவிரிக்கரையின் சுவடுகளே இல்லை. என்ன காரணமாக இருக்க முடியும்?

நான் சார்ந்த நிலத்தை மிகவும் போற்றி ஆராதித்து நுணுகி ரசிப்பவன் நான். சென்னையிலிருந்து பட்டுக்கோட்டைக்கு வந்து ஒரு வருட காலம் தினமும் மாலை நேரங்களில்

கால்நடையாக வெகுநேரம் மெல்ல நடந்து ஊரைச் சுற்றுவதுதான் என் வேலையாக இருந்தது. ஏறத்தாழ முப்பதாண்டு சென்னை வாசத்துக்குப் பிறகு ஊர் திரும்பியவனின் ஏக்கம். ஒவ்வொரு மனிதரும் தெருவும் தெருமுனையும் வயல்வெளிகளும் கடைத்தெருக்களும் வீடுகளும் தெருவோர வியாபாரிகளும் சந்தைக் கூட்டமும் பருவநிலையும் சாலையில் திரியும் கால்நடைகளும் மண்ணும் புழுதியும் கால்வாய்களும் ஆறுகளும் கட்டாந்தரையும் சேற்று நிலமும் புல் பூண்டு புழு பூச்சி பறவைகளும் இன்னபிற ஜீவராசிகளும் மன் கூர்ந்த அவதானிப்பில் உண்டு. இந்த மண் மீது எனக்குத் தீரா வாஞ்சை. என் எழுத்துகளில் இந்த ஊரின் நிலக்காட்சிகள் பற்றிய விவரணை இருக்கிறது. இந்த ஊரில் முக்கியமானவை என்று தோன்றும் விஷயங்களை நூறு ஓவியங்களாக உருவாக்கும் எண்ணமும் வலுவாக உண்டு. ‘ரத்த உறவு’ நாவலில் வரும் ஆறு, அகண்ட காவிரியின் பரிவாரங்களுள் ஒன்றுதானே. கதை நிகழும் இடமும் காவிரியின் நிலவெளியின் பகுதிதான். இந்தக் காலத்தில், அதாவது பட்டுக்கோட்டைக்கு வந்த பிறகான இந்த ஒரு வருடத்தில் மனதில் உருவான ஒரு நாவலில் ஒரு பெருநதி வாழ்கிறது. அது சற்றே சித்தம் பிறழ்ந்த பரிசலோட்டக்காரனை, தன் நடுவில் இருக்கும் பாறைத்திட்டில், நிலவு நிசிகளில் போதையில் பாடவைத்து அழகு பார்த்துச் சீராட்டிக்கொண்டிருக்கிறது. இதை மனதிலிருந்து காகிதங்களில் இறக்கி வைக்க காலம் என் மீது கனிவு காட்டும் என்று நம்புகிறேன். இதில் காவிரியின் புன்னகை மிளிர்ந்து, வெயில்போல பக்கங்களில் பரவிக்கிடக்கும்.

குழந்தைகளின் உலகை எழுதுவதில் விருப்பம் உள்ளவர் நீங்கள். பல கவிதைகளில் இதை மிகச் சிறப்பாக உருவாக்கியிருக்கிறீர்கள். தமிழில் சிறார் பருவம் நுட்பமாகவும் செறிவாகவும் எழுதப்பட்டுள்ளதா? யாரெல்லாம் எழுதியிருக்கிறார்கள்?

என் எழுத்துகளில் சில இடங்களில் குழந்தைகளின் பிரசன்னம் ஏற்பட்டிருக்கிறது. ‘ரத்த உறவு’, ‘மஞ்சள் வெயில்’ ஆகிய நாவல்களிலும் சில கவிதைகளிலும் ஒரு சில கதைகளிலும் இது நிகழ்ந்திருக்கிறது. தமிழில் சிறார் பருவம்,

குழந்தைகள் மன உலகம் திரைப்படம், நாடகம், கவிதை உள்ளிட்ட வடிவங்களினூடாக அனேகம் பதிவாகியிருக்கின்றன. சட்டென்று மனதில் ஓடி வருவது, கு.அழகிரிசாமி குழந்தைகள் பால் கொண்ட கனிவு; அது அவரின் ‘அன்பளிப்பு’ ‘ராஜா வந்திருக்கிறார்’ ஆகிய கதைகளின் மூலம் நிலைபெற்றிருப்பது. சுந்தர ராமசாமியின் ‘பக்கத்தில் வந்த அப்பா’ ‘ஸ்டாம்ப் ஆல்பம்’, சேஷையா ரவியின் ‘சுபாவம்’, ‘பத்தனின் கதை’ பவா செல்லதுரையின் ‘ஓணான்கொடி’ பாமாவின் ‘மஞ்சள்நிற வண்ணத்துப்பூச்சி’, பிரபஞ்சனின் ‘அடி’, ஷாஜஹானின் ‘காகிதத் தீவுகள்’, ச.தமிழ்ச்செல்வனின் ‘பாவனை’ அழகிய பெரியவனின் ‘விலங்கு’, ‘கறி’ ஆகிய சிறுகதைகள், கி.ராவின் ‘பிஞ்சுகள்’ குறுநாவல், பெருமாள் முருகனின் ‘கூளமாதாரி’ நாவல் என நிறைய சொல்லிப் போகலாம். இதோடு கூடவே, அந்த்வான்த் செந்த் எக்சுபெ ரியின் ‘குட்டி இளவரசன்’, அந்தோன் செகாவின் ‘வான்கா’, விளாதிமிர் கொரலேன்கோவின் ‘கண் தெரியாத இசைஞன்’, லெஓனீத் பன்திலேயெவ் எழுதிய ‘ஓடத்திலே’ கதை, யூ.நகீபின் எழுதிய ‘அவனது ரகசியம்’ கதை. அலெக்சாண்டர் ரெக்கெம்சூக் எழுதிய ‘பாட்டிசைக்கும் பையன்கள்’ நாவல், வேரா பானாவோ எழுதிய ‘ஸெர்யோஷா’ நாவல், எரிஹ் காஸ்ட்னர் எழுதிய ‘பறக்கும் வகுப்பறை’ நாவல், அலெக்ஸி டால்ஸ்டாய் எழுதிய ‘நிகிதாவின் இளம்பருவம்’ முதலியவற்றையும் நினைவு கூர்கிறேன்.

தற்போது நடராஜ குருவின் சீடரான, அமரர் நித்ய சைதன்ய யதி அவர்களின் வாழ்க்கை வரலாற்றை மொழிபெயர்த்து வருகிறேன். அதில் அவரது பாலபருவம் பற்றிய பதிவில், குழந்தை மனநிலையின் கவித்துவச் செறிவு ததும்பி நிறைந்திருக்கிறது. அதிலிருந்து சிறு பகுதி:...

சூழ்நிலையெல்லாம் பட்டென்று மாறிவிட்டது. பெரியப்பாவை வெளியே பார்க்க முடியவில்லை. அம்மாக்களெல்லாம் மிகவும் சோர்வுற்றுக் காணப்பட்டார்கள். வீட்டின் முக்கியப் பகுதிக்குப் போக குழந்தைகளை அனுமதிக்கவில்லை. அடிக்கடி, ‘அப்போத்திக்கிரி’ (அலோபதி மருத்துவர்) என்றொரு ஓசை கேட்கிறது. யார் யாரோ முதியவர்கள் வந்து ரகசியக் குரலில் காதில் விஷயத்தைச்

சொல்கிறார்கள். தினமும் சாப்பாட்டுக்கு பெரிய கூட்டம் இருக்கிறது. சில நேரங்களில், குழந்தைகளான எங்கள் விஷயத்தை முற்றிலும் மறந்துபோய் விடுவார்கள். பகலிலும் இரவிலும் கூட்டம் ஒரே போன்றிருக்கும். மூன்று நான்கு பேர் அமர்ந்து என்னென்னமோ எழுதிக் கொண்டிருக்கிறார்கள். அவர்களைச் சுற்றி இருபது முப்பது பேர் மிகவும் கம்பீரத்துடன் உட்கார்ந்திருக்கிறார்கள். யாரோ ஒரு பெரிய மனிதரை 'படிகட்டி' (ஊதியம் கொடுத்து) கொண்டு வருவதாகப் பேசிக் கொண்டார்கள். அந்த ஆள் வந்ததாகத் தெரிந்தது. 'படி கட்டியதைக்' காண்பதற்காக நான் அவர் அருகே சென்றேன். உயரமான படியுள்ள அறைக்குப் பக்கத்தில்தான் அவரது நாற்காலி இடப்பட்டிருந்தது என்றாலும் அது முன்பே அவருக்காகக் கட்டப்பட்டிருந்ததா என்று தெரியவில்லை. 'அப்போத்திக்கீரி' எனும் ஜந்துவைப் பார்ப்பதற்கு எனக்கு மிகவும் ஆசை. அந்தப் பிரதேசத்தில் கீரிகள் நிறைய இருந்தன என்றாலும் 'அப்போத்திக்கீரி' கோன்னியிலிருந்து வருவதாகச் சொன்னதால் சாலைக்குச் சென்று அதன் வரவுக்காகக் காத்திருக்க வேண்டுமென்று தோன்றியது. ஆயினும் எல்லோரும் ஏதோ அறியாததொரு துக்கத்தின், ஆபத்தின் இருளில் அகப்பட்டுத் தவிப்பதாகக் காணப்பட்டதால் யாரிடமும் எதுவும் பேசவும் தோன்றவில்லை. 'படிகட்டி' வரவழைத்த உத்தியோகஸ்தர் போனதற்கு அடுத்த நாள் மதியம் அதிபயங்கரமான ஒரு அலறல் கேட்டு நான் பயந்து நடுங்கினேன். எல்லோரும் வடக்கு அறைக்குப் பாய்ந்து செல்கிறார்கள். நானும் நுழைந்து புகுந்து அங்கே சென்றேன். அம்மாக்களில் சிலர் நெஞ்சில் ஓங்கி ஓங்கி அறைந்துகொண்டு வாய்விட்டு அழுகிறார்கள். வாமாக்ஷியம்மா ஒரு சுவரில் சாய்ந்து நின்று தேம்பி அழுகிறாள். எனக்கு ஒன்றும் புரியவில்லை. அம்மாக்களை யாரெல்லாமோ பிடித்து தரையில் படுக்க வைக்கிறார்கள். அவர்கள் மீண்டும் துள்ளி எழுந்து அலறுகிறார்கள். தலைமுடியைப் பிய்த்துக்கொள்கிறார்கள். நெஞ்சில் ஓங்கி அடித்துக்கொள்கிறார்கள். தரையில் தலையை மோதுகிறார்கள். வாமாக்ஷியம்மா அப்படி ஒன்றும் செய்யாதது குறித்து எனக்கு நிம்மதி. ஆனால் இப்படியெல்லாம் நடக்கும்போது, எல்லோரும் பயப்படும் என் பெரியப்பா எந்த

சத்தமும் இல்லாமல் தூங்குவது போலப் படுத்திருப்பது எனக்கு அதிசயமாக இருந்தது. யாரோ என்னையும் மற்ற பிள்ளைகளையும் கையைப் பிடித்து வெளியே கொண்டு வந்தார்கள். வண்டிக்காரரர் யோகன்னான்தான், 'குழந்தையே, பெரியப்பா செத்துப் போய்விட்டார்' என்று முதன்முதலாகச் சொன்னார். 'போய்விட்டார்' எனும் வார்த்தை எனக்குச் சிக்கலாக இருந்தது. பெரியப்பா அங்கே கட்டிலில் படுத்திருப்பதை நான்தான் பார்த்தேனே! இவர் சொல்கிறார், செத்துப் போய்விட்டார் என்று. எங்கே போய்விட்டார்? பெரியவர்கள் பேசும்போதெல்லாம் இப்படி பொய்யும் மிகையும் கலந்தே பேசுவார்கள். நான் அப்போது தூங்கிக் கொண்டிருக்கும் பெரியப்பாவைப் பற்றி நினைக்கவில்லை. 'பொய் சொன்னால் உன் நாக்கை வெட்டி இலையில் வைப்பேன்' என்று உறுதியாகச் சொல்லியபடி என்னை முறைத்துப் பார்க்கும் பெரியப்பாவின் முகத்தை என் முன்னால் கண்டு நான் அதிர்ந்து நின்றேன். ஒரு வாழை இலைத்துண்டில் என் நாக்கை வெட்டி வைத்திருப்பதாகவும், துண்டுபட்ட அந்த நாக்கு இலையில் கிடந்து, அறுந்த பல்லி வால்போலத் துடிப்பதாகவும் நான் தெளிவாகப் பார்த்தேன்.

சற்று நேரத்துக்குப் பிறகு பெரியப்பாவை, வாசலில் இரண்டு வாழை இலை போட்டு அதில் படுக்க வைத்திருப்பதைப் பார்த்தேன். வாய் சற்றுத் திறந்திருக்கிறது. உடலின் மீது வேட்டி விரித்திருக்கிறார்கள். இரண்டு இரண்டு பேராகச் சென்று ஏதோ சொல்லிக்கொண்டு மீண்டும் மீண்டும் உடலின் மீது வேட்டி விரிக்கிறார்கள். சிலர் சிவப்புப் பட்டு விரிக்கிறார்கள். சிலர் ஜரிகைத் துண்டு, சிலர் வெள்ளை வேட்டி. என் கையாலும் ஒரு வேட்டியை விரிக்கச்செய்த பிறகு, முடி வெட்டும் பணிக்கர் கொஞ்சம் அரிசியை என் கையில் கொடுத்து, பெரியப்பாவின் திறந்த வாயில் இடும்படிச் சொன்னார். எல்லோரும் பார்த்து நிற்கிறார்கள். இது ஒரு அபத்தமான ஏற்பாடு. கோழிக்குத்தான் இப்படி அரிசி போடுவார்கள். பெரியப்பா சோற்றில் மோர்க்குழம்பு ஊற்றித்தான் சாப்பிடுவார். ஆயினும் பெரியவர்களின் முட்டாள்தனத்தை நான் எதிர்க்க முற்படவில்லை. அப்போதும்

அம்மா அழுது கொண்டிருந்தாள். பிறகு பெரியப்பாவை வீட்டு வளாகத்தின் தெற்குப் பகுதிக்கு எடுத்துச் சென்று கொஞ்சம் விறகின் மீது படுக்க வைத்தார்கள். விறகில் தீ வைத்தார்கள். அது மிக மோசமான காரியமாக எனக்குத் தோன்றியது. இனி பெரியப்பா எப்படி கீழே இறங்கி வருவார்? மற்றொருமுறை அம்மாக்கள் தரையில் விழுந்து அழத் தொடங்கினார்கள். அப்போது பெரியதொரு ஓசை கேட்டது. 'தலை உடைந்துவிட்டது' என்று யாரோ சொன்னார்கள். பெரியப்பாவின் தலை உடைந்துவிட்டது. தீயில் வைத்தபோதுதான் உடைந்தது. எதற்காகத் தீயில் வைத்தார்கள்? ஒன்றும் புரியவில்லை. இந்தப் பெரியவர்கள் இப்படித்தான் ஏதாவது புதிய காரியங்கள் செய்து கொண்டிருப்பார்கள். எதற்கும் அர்த்தமில்லை.

எனக்குக் கொஞ்சம்கூட தூக்கம் வரவில்லை. நான் தீ எரிவதைப் பார்த்துக் கொண்டு வீட்டின் தெற்குத் திண்ணையில் இருந்தேன். புள்ளிநாய் தீயைப் பார்த்துக்கொண்டு உரத்த குரலில் ஊளையிடுகிறது. மிகவும் இருட்டிய பிறகும் காளைகள் உறுமுகின்றன. இடையிடையே அம்மாக்களில் யாரேனும் அழத் தொடங்குவார்கள். நாயின் ஓலம், தாங்கமுடியாத ஏதோ ஓர் உணர்ச்சியில் என்னை ஆழ்த்துவது போலத் தோன்றியது. அடுத்த நாள் காலையில் தீ எரிந்த இடத்துக்குச் சென்று பார்த்தேன். அங்கே பெரியப்பா இல்லை. அப்போதும் புள்ளிநாய் அங்கேயே கிடந்து துயரத்துடன் ஏதோ ஓசை எழுப்பியபடி உறுமுகிறது. சந்திரவன் குறவன் எனும் முதிய வேலைக்காரனும் அந்த சாம்பலையே பார்த்துக் கண்ணீர் வடித்து தேம்பிக் கொண்டிருந்தார். பெரியப்பா அறையில் படுத்திருப்பார். அங்கே போய்ப் பார்க்க வேண்டும் என்று தோன்றியது. எதனாலோ, அங்கே போய்ப் பார்க்கக் கூடாதென்றும் அதில் ஏதோ ஓர் தவறு இருக்கிறது என்றும் தயக்கம் ஏற்பட்டது.

எட்டு மணி ஆனபோது முடிவெட்டும் முதியவர் வந்து குழந்தைகளையெல்லாம் ஓடைக்கு அழைத்துச் சென்று குளிப்பாட்டினார். அன்று யாரும் தலை துவட்டக் கூடாது என்றும் வேட்டியை நனைத்து ஈரமாக உடுத்துக் கொண்டுதான்

வீட்டுக்குச் செல்ல வேண்டும் என்றும் சொன்னார். இப்படி ஒவ்வொரு நாளும், என்ன நோக்கம் என்று சொல்லாமல் குழந்தைகளுக்கு ஒருபோதும் புரியாத விஷயங்களைச் செய்ய வைப்பதில் எனக்கு சகிக்க முடியாத வெறுப்பு ஏற்பட்டது.

இவர் எங்களையெல்லாம் பெரியப்பாவை தீயில் வைத்திருந்த இடத்துக்கு அழைத்துச் சென்று வரிசையாக உட்கார வைத்து சிறிய இலைத்துண்டுகள் வெட்டி கையில் கொடுத்தார். ஒரு உலோகப் பாத்திரத்தில் வைத்திருந்த பச்சரிசிச் சோற்றில் தயிர் ஊற்றிக் கலக்கி ஒவ்வொரு பெரிய உருண்டை உருட்டி ஒவ்வொருவரின் இலையிலும் வைத்தார். அவற்றில் கொஞ்சம் எள்ளும் தெச்சிப்பூவும் கிள்ளிப்போட்டார். எங்கள் அனைவரின் கரத்திலும் ஒவ்வொரு தர்ப்பைப்புல்லும் கொடுத்தார. அதைக் கையில் பிடித்து முனையால் உருளையைத் தொடும்படிச் செய்தார். அபத்தம்! அபத்தம்! அம்மா உணவு தருவது இப்படி அல்ல. அதில் மோர்க்குழம்பு ஊற்றுவாள். சுட்ட இறைச்சியோ அயிலை மீனோ கிள்ளித்தான் உருளையின் மீது வைப்பாள். இவர் என்னெல்லாமோ குப்பையைக் கிள்ளி உருளையின் மீது வைத்திருக்கிறார். இதை எப்படிச் சாப்பிடுவது? அதைப் பார்த்துக் கொண்டிருக்கும்போதே எனக்கு மிகவும் அருவருப்பாக இருந்தது. அந்த நேரத்தில் முடிவெட்டுபவரின் கக்கத்தில், அழுக்குத்துணியில் பொதிந்து கட்டிய கத்தியும் கத்திரியும் இல்லை. அவர் வேட்டியைக் காலின் கீழே சுற்றிக் கட்டியிருப்பதைப் பார்த்தபோது எனக்குச் சிரிப்பு வந்தது.

அவர் ஏதோ ஓசையெழுப்பினார். அதுபோன்று செய்யும்படி ஒவ்வொருவரிடமும் சொன்னார். நான் எதுவும் பேசாமல் பார்த்துக் கொண்டிருந்தேன். அதன் பிறகு அவர் சோற்று உருளையையும் இலையையும் எடுத்து எங்கள் தலையில் வைத்தார். அதைப் பிடித்துக்கொண்டு தீ எரிந்த குழியைச் சுற்றிலும் நடந்து வடக்குப் பக்கம் வந்து முகத்தை தெற்கே திருப்பி நிறுத்தினார். இலையையும் உருளையையும் கீழே வைக்கச் செய்தார். ஒரு குடத்திலிருந்த தண்ணீரை அவர் என் தலையில் ஊற்றினார். இவர் என்னவெல்லாம் செய்கிறார்? செய்ய வைக்கிறார்? கை தட்டும்படி என்னிடம் சொன்னார்.

அவரும் கை தட்டினார். அவர் தலையில் ஊற்றிய தண்ணீரும் தரையில் கிடந்த மண்ணும் தெறித்து அந்த உருளையில் விழுந்தன. இனி என்னால் அதைச் சாப்பிட முடியாது. இவர் சாப்பிடும்படி கட்டாயப்படுத்துவாரோ? என்னை அவர் தூரமாகத் தள்ளி நிற்க வைத்தார். அதன் பிறகு நான் செய்தது போன்றே மற்ற எல்லாப் பிள்ளைகளும் செய்தார்கள். அந்த நேரத்தில் மூன்று நான்கு காகங்கள் பறந்து வந்து சோற்று உருளைகளைக் கொத்தித் தின்றன. 'காக்கா சோறு தின்கிறது' என்று நான் உரக்கச் சொன்னேன். 'காக்கா அல்ல பெரியப்பாதான் காக்காவாக வந்திருக்கிறார்' என்று திவாகரன் அண்ணன் சொன்னார். உண்மைதானா? அப்படியென்றால் பெரியப்பா வடக்குப்பக்க அறைக்குப் போகவில்லை. நேற்று தீ வைத்த பிறகு எங்கோ போய்விட்டார். இரவானதால் என்னால் பார்க்கமுடியவில்லை. ஆனால் காக்காவாக மாறி மரத்தில் சென்று இருந்தது எனக்குத் தெரியாது. ஆனால் இவற்றில் எந்தக் காக்கா பெரியப்பா? அவர், 'அந்தக் காக்கைகளில் தலைநிமிர்ந்து தோரணையாகப் பார்க்கும் பெரிய காக்காவை' சுட்டிக் காட்டி அதுதான் பெரியப்பா என்று சொன்னார்.

சிரிக்க வேண்டும் என்றும் அழ வேண்டும் என்றும் எனக்கு ஒரே நேரத்தில் தோன்றியது. நாக்கை வெட்டி இலையில் வைப்பேன் என்று சொன்ன பெரியப்பாவை நினைத்துப் பார்த்தேன். தலையில் ஒரு துண்டைக் கட்டிக்கொண்டு வயலுக்கெல்லாம் போய்வந்து பெரிய சாய்வு நாற்காலியில் அமர்ந்து வெற்றிலைப் பெட்டியிலிருந்து வெற்றிலை எடுத்து அதில் சுண்ணாம்பு தேய்க்கும் பெரியப்பாவின் நினைவு வந்தது. அந்தப் பெரிய மனிதர் இப்படி ஒரு சிறிய காக்காவாக ஆனது எப்படி? இந்தக் காக்காதான் பெரியப்பா என்றால் அது ஏன் திண்ணைக்கு வந்து சாய்வு நாற்காலியில் உட்காரவில்லை? அம்மாக்கள் நல்ல இலை போட்டு சோறும் பருப்புக்கூட்டும் ஒன்றும் கொடுக்காமல், முடிவெட்டுபவரைக் கொண்டு இப்படி கொல்லைக்கு எடுத்துச் சென்று கிழிந்த இலையில் சோற்று உருளை கொடுக்கச் செய்வது மிகவும் மோசமான நடவடிக்கையாகத்தான் எனக்குத் தோன்றியது.

நான் அந்தக் காக்கையின் வாயையே பார்த்துக் கொண்டிருந்தேன். அது ஏதாவது பேசுமா? திடீரென்று அதன் உருவம் மாறி அதிலிருந்து பெரியப்பா வெளியே வருவாரா? 'அது காக்கை அல்ல, பெரியப்பா. காக்கைப் பெரியப்பா, பெரியப்பா காக்கை.' என் மனதும் நினைவும் காக்கை எனும் இந்த வெளிப்படையான பொருளுக்கும் பெரியப்பா எனும் நினைவுக்கும் இடையில் அதிவேகமாக ஊசலாடிக் கொண்டிருக்கிறது. முடிவெட்டுபவர் இலையையும் காக்கை கொத்தி சிதறடித்த சோற்றையும் எடுத்து தலையில் வைக்கச் செய்து ஓடைக்கு நடத்திச் சென்றார். இப்படி வரிசை வரிசையாக நடப்பதும் தலையில் இலையைப் பிடித்திருப்பதும் எங்களுக்குப் பெரிய தமாஷாகத் தோன்றியது. அவற்றையெல்லாம் ஓடையில் எறியச் செய்து மீண்டும் எங்களைத் தண்ணீரில் முக்கினார். ஒருவர் எனக்கு காற்சட்டை தந்தார். இந்தமுறை தலையைத் துவட்ட வேண்டும் என்று கட்டளையிடப்பட்டது. குளித்த பிறகு தலையைத் துவட்டக் கூடாது என்று சற்று முன்புதான் சொல்லிக் கொடுத்தார்கள். இந்தப் பெரியவர்களுக்கு எந்த உறுதியும் இல்லை. நான் எதிர்த்துப் பார்த்தேன். பயன் இல்லை. தலையைத் துவட்டினேன்.

இந்தச் சடங்குகள் இப்படியே பதினான்கு நாட்கள் தொடர்ந்து கொண்டிருந்தன. அதில் மிகவும் மகிழ்ச்சி ஏற்படுவது கைதட்டுவதிலும் அப்போது காக்கையாகிவிட்ட பெரியப்பா வருவதிலும்தான். ஆனால் இந்தக் காக்கையும் மற்ற காக்கைகளுடன் பறந்து தென்னையில் போய் அமர்கிறது. வடக்கு அறைக்குச் சென்று கட்டிலில் படுப்பதில்லை. ஏதோ மர்மமான ரகசியத்தை எங்களிடமிருந்து மறைத்து வைத்திருப்பதாகத் தோன்றியது.

தாழத்தேதில் வீட்டில் மீண்டும் பெரிய கூட்டம். நான்கைந்து பெரிய குழிகள் வெட்டியிருக்கிறார்கள். அவற்றிலெல்லாம் விறகுகள் வைக்கிறார்கள். பெரிய செம்புத் தவலைகளையும் அண்டாக்களையும் அவற்றில் வைத்து சோறு சமைக்கிறார்கள்.

சிலவற்றில் பாயசம் வைக்கிறார்கள். கிழக்குப்பக்க வாசலில் பெரிய பந்தல் போட்டு பாய் விரித்தார்கள். பெரிய மனிதர்கள், பெண்கள், குழந்தைகள்... எத்தனை பேர் என்று கணக்கில்லை.

எங்களையும் பாயில் அமரவைத்து இலைபோட்டு 'சாப்பாடு' கொடுத்தார்கள். 'அடியந்திரம்' (கருமாதி) என்று நான்கு நாட்களாகக் கேள்விப்படுகிறேன். 'அடியந்திரம்' எப்போது? நான் ஒவ்வொருவரிடமும் கேட்டுக் கொண்டிருந்தேன். 'இதுதானே அடியந்திரம்' என்று சிலர் சொன்னார்கள். எங்கே? எங்கே? என்று கேட்டுக்கொண்டு நாற்புறமும் பார்த்தேன். யாரும் அடிக்கவில்லை. மற்றொருமுறை பெரியவர்கள் அர்த்தமற்ற ஒரு வார்த்தையைச் சொல்லி இருக்கிறார்கள்.

அனைவரும் சாப்பிட்டுக் கொண்டிருக்கும் போது ஒரு பாம்பாட்டி வந்தார். மகுடி ஊதத் தொடங்கினார். ஒரு கூடையிலிருந்து பெரியதொரு பாம்பு வெளியே வந்து தலையாட்டவும் பாம்பாட்டி ஊதும் மகுடியில் கொத்தவும் தொடங்கியது. இந்தப் பாம்பும் பெரியப்பாதானா? திவாகரன் அண்ணன் எங்கே? அவருக்குத்தான் தெரியும். அவரைக் காணவில்லை. நான் அந்த விஷயத்தை மற்றவர்களுக்குச் சொன்னேன். சும்மா அப்படிச் சொல்ல வேண்டுமென்று தோன்றியது. விலாசினியிடம்தான் சொன்னேன். நான் என்ன சொன்னாலும் அவளுக்குச் சம்மதம்தான். ஆனால் அந்த நேரத்தில் அங்கே ஒரு காக்கை வந்தது. விலாசினியிடம் சொன்னது பொய்யாகிவிட்டது என்று எனக்குத் தோன்றியது. பொய் சொன்னால் பெரியப்பா நாக்கை வெட்டி இலையில் வைப்பார். அது இலையில் துடித்துக் கொண்டிருக்கும். பெரியப்பா காக்கா அல்லவா? காக்கா நாக்கை வெட்டுமா? காக்கா பறந்து சென்றது. அது நல்லதாகி விட்டது. விலாசினி காக்கையைப் பார்க்கவில்லை. அவள் பாம்பைப் பார்த்துக் கொண்டு நிற்கிறாள்...

இந்தப் பதிலின் இறுதி, ஜான் சுந்தரின் 'சொந்த ரயில்காரி' கவிதைத் தொகுப்பிலிருந்தான ஒரு கவிதையாகட்டும்.

பென்சிலின் நுனியில் உலகத்தின் நிறம்

பள்ளிக்கூடத்துக்கு
அப்பாவுடன்
போகும்போது
கதை சொல்லும்படிக்
கேட்டுக்கொண்டது
குழந்தை.

ஒரு ஊரில் ஒரு யானை
இருந்ததாம் என்றார்
அப்பா.

குழந்தை கைகளைத்
தட்டிச் சிரித்தது.
மோட்டார் சைக்கிளின்
பக்கவாட்டில்
ஒரு யானை ஓடிவரத்
தொடங்கியது.

குட்டி யானையா என
குழந்தை ஆர்வமாகக்
கேட்டதும், வினாடியில் குட்டியாகி
ஓட்டத்தைத்
தொடருகிறது யானை.

யானைக்குட்டி என்ன
நிறத்திலிருக்கும்?
கருப்பு நிறம் என்று
சொன்னதை மறுத்து,
பிங்க் கலர் என்றது
குழந்தை.

அப்பாவும்
ஒப்புக்கொண்டார்.
இப்போது இளஞ்சிவப்பு
நிறத்தில் அழகாக
இருக்கிறது.

அது என்ன சாப்பிடும்?
கரும்பு...
சாக்லேட் பிடிக்காதா?
பெரிய சாக்லேட் துண்டை
வாயில்
திணித்துக்கொண்டிருக்கிறது பிங்கி.

பற்கள்
சொத்தையாகிவிடுமே!
ஆமோதித்து
சாக்லேட்டைத்
துப்பிவிட்டு
துதிக்கையால் துடைத்துக் கொள்கிறது.

பள்ளிக்கூடத்தின்
வாசலில் இறக்கிவிட்டார்
அப்பா.
அப்பாவுக்கு டாட்டா
சொல்லி
வகுப்பறைக்குப்
போகிறது குழந்தை.

அப்போதே
பறந்துவிட்டார் அப்பா.
வகுப்பறையின்
வாசலருகே
கால் மடக்கிக்
காத்திருக்கிறது பிங்கி.

> எப்போது
> வேண்டுமானாலும்
> வரலாம் அழைப்பு,
> குழந்தையிடமிருந்து.

மொழியாக்கத்தின் பொருட்டு மலையாள மொழியின் இலக்கியங்களை சிறார் எழுத்தைத் தொடர்ந்து வாசிப்பவர் நீங்கள். மலையாள இலக்கியத்தின் இன்றைய நிலை என்ன?

சிறார் இலக்கியச் செயல்பாடுகளிலும் மொழிபெயர்ப்பிலும் அவர்கள் நம்மைக் காட்டிலும் தீவிரம் கொண்டிருக்கிறார்கள். இந்த இரண்டு விஷயங்களிலும் பெருமளவு சாதனைகளும் அங்கே நிகழ்ந்திருக்கின்றன. உலக இலக்கிய மேதைகளின் பெரும்பாலான முக்கியப் படைப்புகள் எல்லாம் வெகுகாலத்துக்கு முன்பே மலையாள வாசகர்களின் கரங்களுக்கு வந்துவிட்டன. ஒரு நல்ல படைப்பு ஏற்கனவே மொழிபெயர்க்கப்பட்டிருந்தாலும்கூட மேலும் காலந்தோறும் அதற்கு வேறு மொழிபெயர்ப்புகளும் வந்தபடியிருக்கின்றன. சிறுவர்களுக்கான நல்ல பத்திரிகைகளும் சிறார் நூல்களுக்கான பெரிய வெளியீட்டு அமைப்புகளும் இருக்கின்றன. வெகுஜன அளவில் நமக்கு நல்ல சிறார் பத்திரிகை ஒன்றுகூட இல்லை. 'துளிர்', 'தும்பி', 'குட்டி ஆகாயம்', 'பஞ்சுமிட்டாய்' போன்ற சிறுமுயற்சிகள்தான் நமக்கு நம்பிக்கையும் ஆறுதலும் அளிக்கின்றன. 'மாத்ருபூமி' 'மாத்யமம்', 'சந்திரிகா', 'கலாகௌமுதி' 'தேசாபிமானி' 'சமகாலிக மலையாளம்' முதலிய வர்த்தக ரீதியான வார இதழ்கள் ஒப்பீட்டளவில் மிகவும் தரமாக வெளிவந்து கொண்டிருக்கின்றன.

அங்கே புத்தக விற்பனையும் அதிகம். திருவனந்தபுரத்தில் சில ஞாயிற்றுக் கிழமைகளில், புத்தகக் கடைகளில் குழந்தைகளும் பெண்களும் ஆண்களும் பாதிரியார்களும் என கணிசமானோர் பார்த்துப் பார்த்து புத்தகங்கள் வாங்குவதைக் கண்டிருக்கிறேன். இங்கே நம் மக்கள் நம் எழுத்தாளர்களைப் பற்றி ஏதுமறியமாட்டார்கள். இது ஒரு பக்கம் இருந்தாலும், சில பதிப்பாளர்களே எழுத்தாளர்களைப் பற்றி மிகவும்

தரக்குறைவாக, ஏளனமாக மற்றவர்களிடம் பேசிக் கொண்டிருப்பதை நான் பலமுறை பார்த்திருக்கிறேன். ஆனால் அவர்கள் யார் குறித்து சுவாரஸ்யமாக அவதூறு பேசினார்களோ, அவர்கள் புத்தகங்களை வருந்தி வருந்தி கேட்டு வாங்கி பதிப்பித்து விற்பார்கள். ஏறத்தாழ கேரளா முழுக்கவும் பயணித்திருக்கிறேன். நூற்றுக்கணக்கான எளிய மனிதர்களிடம் உரையாடியிருக்கிறேன். பஷீர், தகழி, சக்கரியாவிலிருந்து இன்றைய சந்தோஷ் ஏச்சிக்கானம் வரையில் அவர்கள் அறிந்திருக்கிறார்கள். படித்திருக்கிறார்கள். அவர்களின் படைப்புகளைப் பற்றிப் பேசுகிறார்கள். அரசியலைத் தீவிரமாக அவதானிக்கிறார்கள். நல்ல எழுத்தாளர்களுக்கு உரிய மதிப்பு இருக்கிறது. அந்த மக்கள் கலைஞர்களைக் கைவிடுவதில்லை. அவர்களைப் போற்றுகிறார்கள். எழுத்தாளர்கள் இங்கே இருப்பது போல் ஆதரவற்று அலையும் அற்ப பிராணிகள் அல்ல அங்கே. அவர்களுக்கு சமூகத்தில் உரிய ஸ்தானம் இருக்கிறது. அவர்களின் குரல் செவிமடுக்கப்படுகிறது, இருப்பும் செயல்பாடும் அங்கீகரிக்கப்படுகின்றன.

திருச்சூரில் நான் ஒரு இலக்கியக் கூட்டத்தில் கலந்துகொண்டேன். அங்கே ஒரு முதிய மனிதர் வந்தார். நடுத்தர வகுப்பு இஸ்லாமியர். என்னைப் பற்றி விசாரித்துத் தெரிந்துகொண்டு, தூரத்தில் நிற்கும் இளைஞரைச் சுட்டிக்காட்டிச் சொன்னார். "அதோ நிற்கிறார் பாருங்கள், அவர்தான் என் மகன்!" பிறகு என் முகத்தைப் பார்த்து மகிழ்ச்சியாகச் சிரித்தபடி, "அவர் ஒரு கவிஞர்!" என்று பெருமையாகச் சொன்னார்.

பிறகு அந்தக் கூட்டம் முடிவதற்குள், அவர் என்னிடம் சொன்னதுபோன்றே மேலும் சிலரிடம் தன் மகனைச் சுட்டிக்காட்டி உவகையும் பெருமையும் பொங்க அகம் மலர்ந்து, "அவர் என் மகன். அவர் ஒரு கவிஞர்!" என்று சொன்னார். அந்தக் காலம், அவர் மகன், அந்த இளங்கவிஞர் எழுதத் தொடங்கிய காலம். இப்போது அவர் மகன் கேரளத்தின் புகழ்பெற்ற கவிஞர். ஆற்றூர் ரவிவர்மாவின் மாணவர்களில் ஒருவர். ஆற்றூரைப் பற்றி ஆவணப்படமும்

எடுத்திருக்கிறார். அவர், கவிஞர் அன்வர் அலி. தன் மகன் கவிஞன் என்பதில் புளங்காகிதம் கொள்ளும் அந்தத் தந்தையின் மனநிலை இங்கு சாத்தியமா? என் உறவினர்களில் ஒருவர்கூட என்னை கவிஞனாக அங்கீகரித்ததில்லை. காசு கொடுத்து இவ்வளவு புத்தகம் வாங்கி வைத்திருக்கிறாயே, இந்தக் காசுக்கு ஒரு வீடு கட்டியிருக்கலாமே என்று கேட்பார்கள். எனக்கு வீடு இல்லை. பணம் இல்லை என்றெல்லாம் வாய்ப்புக் கிடைக்கும் போதெல்லாம் குத்திக்காட்டுவார்கள். எனக்குள் அது தொடர்பான குற்ற உணர்ச்சியைத் தூண்டிவிட மிகு பிரயத்தனம் கொள்வார்கள். நான் ஒரு 'தோத்தாங்குளி' என்று நிரூபிப்பதில் அவர்களுக்கு எல்லையற்ற ஆர்வம், மகிழ்ச்சி. மற்றவர்களுக்கு முன்னால் என் லௌகீக இயலாமையைக் குறிப்புக்காட்டி, பெருத்த கல்லாப்பெட்டியின் முன் ஆணவத்துடன் அமர்ந்து கொண்டு ьன்னை ஏளனம் செய்யவும் அவர்கள் தயங்கியதில்லை. 'உன்னிடம் பணம் இருந்தால் வைத்துக் கொண்டு சந்தோஷமாக இரு. உனக்கு சர்வமங்களமும் உண்டாகட்டும். என்னைத் தொந்தரவு செய்யாதே. என்னை இருக்க விடு.' நான் கேட்பதெல்லாம் இதுதான். 'என்னை இருக்கவிடு'.

சென்னை வாழ்வில் பழவந்தாங்கல், ராயப்பேட்டை, முகப்பேர் எனப் பல்வேறு இடங்களில் வசித்திருக்கிறீர்கள். புயல், மழை, வெள்ளம் போன்ற இடர்பாடுகளையும் சந்தித்திருக்கிறீர்கள். புத்தகம், நண்பர்கள், வேலை என்று அலைந்திருக்கிறீர்கள். இன்று சென்னையைவிட்டு நீங்கிய பின் அந்த வாழ்வை எப்படிப் பார்க்கிறீர்கள்?

நான் திருமணம் செய்தது நாற்பது வயதில். என் அக்காவுக்கு எனக்குக் கல்யாணம் செய்து பார்க்க வேண்டும் என்று தோன்றிவிட்டது. அதற்கான ஏற்பாடுகளில் இறங்கினார். அப்போது எனக்கு வேலை ஒன்றுமில்லை. வெகுகாலம் சென்னையில் வசித்திருந்து, பிறகு ஒரு கட்டத்தில் ஊர் திரும்பியிருந்த காலம் அது. திருமணம் முடிந்தது. ஒருசில வாரங்களுக்குப் பிறகு என் மனைவியின் அண்ணன் (பெரியம்மா மகன்) புதுமணத் தம்பதியரைப் பார்க்க வந்தார். அவரிடம் என் மைத்துனர் (என் அக்காவின் கணவர்) 'மாப்பிள்ளை வேலைவெட்டி எதுவும் இல்லாமல் இருக்கிறார்.

நீங்கள் வேண்டுமானால் உங்கள் வேலைக்கு உதவியாக வைத்துக் கொள்ளுங்கள். நன்றாகப் படம் வரைவார்!' என்று போகிறபோக்கில் இடம் பொருள் தெரியாமல் பேசிவிட்டார். அது உடனடியாகப் பற்றி, பெரும் எரிமலைக் குமுறலைப்போல் சிதறித் தெறித்தது.

என் மனைவியின் அண்ணன் ஊர் திரும்பி, 'அறியாமல் தெரியாமல் பெண் கொடுத்துவிட்டோம். மாப்பிள்ளைக்கு வேலை இல்லையாம்! என்ன செய்வது, நம் பெண்ணின் வாழ்க்கை இப்படிப் பாழாய்ப்போயிற்றே!' என்று உற்றார் உறவினரைக் கூட்டிக் கதறி அழுதிருக்கிறார். (உண்மையிலேயே கதறி அழுதிருக்கிறார்). பிறகு இந்த விவகாரம் பெரும் பேச்சாகிவிட்டது. ஏமாற்றிக் கல்யாணம் செய்து விட்டார்கள் என்று பழி. அங்கும் இங்கும் ஒரே களேபரம். அவதூறு. போக்குவரத்து இல்லை.

'நான் சும்மா யதார்த்தமாகத்தான் சொன்னேன்' என்று சொல்லிவிட்டு எளிதில் அதைக் கடந்துபோனார் என் மைத்துனர். நான் நடப்பதையெல்லாம் வேடிக்கை பார்த்துக் கொண்டிருந்தேன். என்ன செய்வதென்று தெரியவில்லை. என் மனைவி என்னைப் புரிந்துகொண்டு என்னை திடப்படுத்தினார். அவருக்கு என் மீது நம்பிக்கையிருந்தது.

பைசாவுக்கு மிகவும் கஷ்டமான சூழல். அந்த நேரத்தில் சென்னையிலிருந்து அகல் பஷீரும், தமிழ்நாடு அறிவியல் இயக்கத்தைச் சேர்ந்த மோ.சீனிவாசனும் பேசினார்கள். சீனி அப்போது 'எய்டு இந்தியா'வில் பணியாற்றிக் கொண்டிருந்தார். அந்த அலுவலகம் ராயப்பேட்டையில் இருக்கிறது. "உடனே புறப்பட்டு சென்னை வாருங்கள். இங்கே எய்டு இந்தியாவில் கார்டூனிஸ்ட் வேலை இருக்கிறது" இதுதான் செய்தி. நான் மனைவியுடன் சென்னை செல்வதாக முடிவெடுத்தேன். என்னுடன் கும்பகோணம் ஓவியக்கல்லூரியில் படித்த நண்பர் அறிவுச்செல்வன் அப்போது ஆவடி அண்ணனூரில் குடும்பத்துடன் வசித்து வந்தார். அப்போது அவர் தன் வீட்டுக்குப் பக்கத்தில் ஒரு வீடு பார்த்துக் கொடுத்தார். நாங்கள் சென்னைக்குக் குடிபெயர்ந்தோம்.

எனக்கு மாதம் ரூ.3000/ ஊதியம். அண்ணனூர் ரயில் நிலையத்தில் ரயிலில் ஏறி சென்ட்ரல் நிலையம் வந்து இறங்கி, அங்கிருந்து ராயப்பேட்டைக்கு பஸ் பிடித்து பணிக்கு வருவேன். போகும் போதும் இப்படித்தான். அவ்வப்போது என் அக்கா பொருளாதார ரீதியாக உதவி செய்துவந்தார். ஆயினும் வீட்டு வாடகை கொடுக்கவும் குடும்பத்தை நடத்தவும் சிரமம்தான். அப்போது என் மகன் பிறந்திருந்தான். எய்டு இந்தியாவில் என் ஊதியத்தை 3000 ரூபாயிலிருந்து 5000 ரூபாயாக உயர்த்தினார்கள். இந்தக் காலத்தில் சீனியும் பஷீரும் சேர்ந்து பிரிண்டிங் வேலைகள் எடுத்துச் செய்து வந்தார்கள். என் கஷ்டப்பாடுகளைப் பார்த்து என்னையும் அவர்களுடன் மூன்றாவது பங்குதாரராகச் சேர்த்துக் கொண்டார்கள். நான் ஏதும் வேலை செய்ய வேண்டியதில்லை. நான் எய்டு இந்தியாவில் பணிக்குச் சென்று வந்தால் போதும். அவர்கள் ஆர்டர் எடுத்து செய்து கொடுக்கும் அச்சு வேலைகளுக்காக வரும் வருமானத்தில் எனக்கும் ஒரு பங்கு. மூன்றிலொன்று. இப்படி அவர்கள் எனக்கு மாதம் பத்தாயிரம், பதினைந்தாயிரம் என்றெல்லாம் பல மாதங்கள் கொடுத்தார்கள். அதனால்தான் ஆரம்பகாலத்தில் என்னால் சென்னையில் தாக்குப்பிடித்து இருக்க முடிந்தது.

நண்பர்கள் இதுவரையிலும் என்னை ஆற்றித் தேற்றிக் கொண்டு வந்திருக்கிறார்கள். அவர்கள் என் மீது காட்டிய பரிவு பெரிது. சென்னை மழை வெள்ளத்தில் தத்தளித்தபோது, நான் குடியிருந்த வீட்டிலும் (தரைத்தளம்) ஒன்றரை அடி உயரத்துக்கு தண்ணீர் புகுந்தது. மிகவும் அரிதான புத்தகங்களைக் காப்பாற்ற முடியவில்லை. அது எப்படி நடந்தது என்றால்...

ஒரு ஞாயிற்றுக்கிழமை மதியம், வெளியே விடாத மழை. சாப்பிட்டுவிட்டுக் கூடத்துக் கட்டிலில் படுத்திருந்தோம். குளிர். நல்ல தூக்கம். வெளியே ஓயாத பெருமழைச் சத்தம். நான் புரண்டு படுத்தேன். உறக்கக் கலக்கத்துடன் தரையைப் பார்த்தேன். அந்த மங்கலான வெளிச்சத்தில் பளபளப்பாக ஏதோ ஒன்று மெல்ல நகர்வதாகத் தோன்றியது. நான் உடனடியாக நிதானிக்கவில்லை. அதையே சற்று நேரம்

பார்த்துக் கொண்டிருந்தேன். திடீரென்று எனக்கு உறைத்தது!. மழைத் தண்ணீர் டைல்ஸ் இடுக்குகள் வழியாக உள்ளே வந்து, அதில் ஒரு தட்டு மிதந்து கொண்டிருக்கிறது. அப்போதே வீட்டுக்குள் கணுக்கால்வரை தண்ணீர் நிரம்பியிருந்தது. நான் பதறி எழுந்து விளக்கைப் போட்டேன்.

அந்த நொடியிலேயே வெளியே பெருங்கூச்சல் கேட்டது. 'ஏ, பிரியா தம்பியைத் தூக்கிக் கொண்டு உடனே வெளியே வா!' இப்படி என் மனைவியின் பெயர் சொல்லிக் கத்திக் கூப்பாடு போட்டவர், பக்கத்து வீட்டைச் சேர்ந்த கிறிஸ்தவப் பெண்மணி விஜயந்தி. எங்களுக்கு அடுத்த வீடு அவருடையது. அவருடைய வீட்டின் இரண்டாம் தளத்தில் மொட்டை மாடியின் ஒரு பகுதியில், வாடகைக்கு விடுவதற்கு என்று ஒரு வீடு கட்டியிருந்தார். அங்குதான் எங்களை அழைத்துச் சென்றார். இவர் இப்படிக் கூப்பிட்டவுடன் நாங்கள் உடனடியாக வெளியே வந்தோம். அவர் கணவர் ஒரு கனமான தேங்காய்பூத் துண்டால் என் சிறு மகனைப் போர்த்தி தூக்கிக் கொண்டார். அந்தப் பெண்மணி எங்களுக்குக் குடைபிடித்தார்.

சுழன்றடித்து துவம்சம் செய்து கொண்டிருந்தன மழையும் காற்றும். நாங்கள் தெருவில் பெருக்கெடுத்தோடும் நீரில் அடிமேல் அடிவைத்து நடந்து அவர் வீட்டுக்குச் சென்றோம். மாடித்தளத்திலிருந்த வீட்டில் எங்களை விட்டுவிட்டு கீழ்த்தளத்தில் அவர்கள் வீட்டிலிருந்த படுக்கை போர்வைகளை எடுத்து வந்து போட்டு, அந்தப் பெரியவர் ஒரு மடக்குக் கட்டிலையும் தூக்கி வந்து வைத்தார். பிறகு சில தினங்கள் அவர்கள் வீட்டில் இருந்தோம். குறித்த நேரத்தில் சாப்பாடு, தேநீர் முதலிய உபசரிப்புகளுக்கு எந்தக் குறையும் இல்லை. அப்புறம் ஒரு நாள் தண்ணீர் சற்று வடிந்தது. நாங்கள் குடியிருந்த வீட்டில் சேறு சகதியையெல்லாம் ஆள் விட்டு சுத்தம் செய்துவிட்டு பழையபடி அங்கே வசிக்கத் தொடங்கினோம். ஆனால் மழை விடவில்லை. அடுத்த நாளே மீண்டும் அதே வெள்ளம். இப்போதும் தெருவிலிருந்து அதே குரல் கேட்டது. 'ஏ, பிரியா தம்பியைத் தூக்கிக்கொண்டு உடனே வெளியே வா! வீட்டுக்குள் வெள்ளம் வந்துவிட்டது! இப்போதும் அவர் கணவர் ஒரு போர்வையை எடுத்து வந்து

என் மகனைப் போர்த்தித் தூக்கிக் கொண்டார். அந்தப் பெண்மணி எங்களுக்குக் குடைபிடித்தார். நாங்கள் மெல்ல நடந்து படியேறி மாடித் தள வீட்டுக்குச் சென்றோம். இப்படி மூன்றுமுறை நடந்தது. ஒவ்வொரு முறையும் பதற்றமும் பயமும் அக்கறையுமாக அவர் வந்து எங்களைத் தன் வீட்டுக்கு அழைத்துச் சென்று தங்கவைத்துக் காத்தார். அவர் வீட்டில் நாங்கள் இருபது நாட்களுக்கு மேல் தங்கியிருந்தோம்.

பிறகு சில மாதங்கள் கழித்து சென்னைக்கு எங்களைப் பார்க்க வந்த என் மைத்துனர் மோகன்ராஜ் (என் மனைவி பெரியம்மாவின் சிறிய மகன். அவர் இப்போது இல்லை) பக்கத்து வீட்டு விஜயந்தி அந்தப் பயங்கரமான சூழலில் செய்த உதவியை அறிந்து அவருக்கு நன்றி செலுத்த விரும்பினார். பூ பழங்கள் வேட்டி புடவை இனிப்பு எல்லாம் ஒரு தட்டில் வைத்தார். அதில் நான், விஜயந்தி வீட்டில் தங்கியிருந்ததற்கு வாடகையாக இருக்கட்டுமே என்று ஐயாயிரம் ரூபாய் பணமும் வைத்தேன். ஆனால் அந்தப் பெண்மணி பணத்தை மறுத்துவிட்டார். எவ்வளவுதான் வேண்டிக் கேட்டுக்கொண்டாலும் அவர் ஏற்றுக் கொள்ளவில்லை.

சென்னையில் குடும்பத்துடன் நான் எவ்வளவோ கஷ்டங்களை அனுபவித்திருக்கிறேன். அப்போதெல்லாம் ஒரு வகையான அமைதி இருந்தது. சென்னையில்தான் என் வாழ்க்கையைக் கண்டெடுத்தேன். தமிழினி வசந்தகுமார் அண்ணாச்சி, சி.மோகன், பஷீர், ராஜமார்த்தாண்டன், தினமணி சிவக்குமார், பாரதி புத்தகாலயம் நாகராஜன் முதலிய எண்ணற்ற நண்பர்கள் எனக்கு ஆதரவளித்தார்கள். அவர்களால் நான் உயிர்த்திருந்தேன்.

அண்ணாச்சி ராஜமார்த்தாண்டன், ஓர் உதவாக்கரை தான்தோன்றி மகனை பாசமிகு தந்தை கவலையும் கனிவுமாகப் பாதுகாப்பது போன்று என்னிடம் நடந்து கொண்டார். அப்போது தினமணி கதிரில் இரண்டு பக்கங்களில் கவிதைகள் வெளியிடுவார்கள். நான்கு கவிதைகள். அப்போது அந்தப் பக்கங்களில் வரைவதற்கு ஓவியர்களிடையே போட்டி

இருக்கும். அண்ணாச்சி அவர்களையெல்லாம் தவிர்த்துவிட்டு அந்தப் பக்கங்களை எனக்காக ஒதுக்கிக் கொடுப்பார். அப்போது தினமணி இணைப்பிதழ்களின் ஆசிரியராக இருந்த இளையபெருமாளும் என் மீது அக்கறை காட்டினார். கார்டூனிஸ்ட் மதி தினமணியில் கார்ட்டூன்கள் வரையத் தொடங்குவதற்கு வெகு முன்பாகவே இளையபெருமாள் என்னிடம், 'நீங்கள் தினமணி நாளிதழில் தினமும் அரசியல் கார்ட்டூன் வரைகிறீர்களா, சொல்லுங்கள். ஆசிரியரிடம் சொல்லி நான் ஏற்பாடு செய்கிறேன். அது உங்களுக்கு போதுமான வருவாயாக இருக்கும்' என்றார். என் இயல்பான தயக்கத்தின் காரணமாக நான் அதை ஏற்றுக்கொள்ளவில்லை. அண்ணாச்சி ராஜமார்த்தாண்டன், என் 'மஞ்சள் வெயில்' நாவலில் ஒரு பாத்திரமாக வருவார். ராயப்பேட்டை அமீர் மகால் அருகிலுள்ள நாகராஜ் மேன்ஷனில்தான் அவர் அறையெடுத்து வசித்திருந்தார். மாடியில். சில நேரங்களில், நாங்கள் இருவரும் மது அருந்தும்போது, அவருக்கு போதை மிஞ்சிப்போகும் சந்தர்ப்பங்கள் நிறைய நாட்கள் ஏற்பட்டிருக்கின்றன. அப்போது முற்றிலும் அன்பு கனிந்து துயரத்தில் ஒளிரும் அவரின் ஆன்மாவுக்கு அண்மையில் நான் இருந்திருக்கிறேன். என்னைக் கைக்குழந்தையைப்போலக் கருதி அவர் உச்சிமுகர்வார். தேம்பி அழுவார். பூட்டிய கடையின் படிக்கட்டில் அமர்ந்து இரவு வெகுநேரம் பேசிக்கொண்டும் புகைத்துக்கொண்டும் இருப்போம். பிறகு தோளணைத்து மெல்ல நடத்திக்கொண்டு மேன்ஷனுக்குச் செல்வேன். வழியெல்லாம் அலைக்கழிப்பு, தள்ளாட்டம். அவரை மாடிக்கு, பக்கச் சுவர்களில் மோதியபடி இருட்படிகளில் ஒவ்வொன்றாக ஏற்றி, அவர் அறையைத் திறந்து படுக்கவைப்பது என்பது பெரிய காரியம்.

சி.மோகனும் ராஜமார்த்தாண்டனும் சேர்ந்து குடிக்கும் இரவுகளில் நானும் சிலமுறை இருந்திருக்கிறேன். அப்போது சி.மோகன் பழைய பாடல்கள் நிறையப் பாடுவார். எம்.பி. சீனிவாசனின் பாடல்களும். மிக இனிமையாக இருக்கும் அவர் பாடுவது. நான் வெகுவாக ரசித்துக் கேட்பேன். பாடல்கள் முடிந்துவிடக் கூடாதே என்று தோன்றும்.

தென்னங்கீற்று

ஊஞ்சலிலே

தென்றலில் நீந்திடும்

சோலையிலே சிட்டுக்குருவி ஆடுது தன்

பெட்டைத் துணையை

தேடுது ஆ...

ஆ....ஆஆஆஆஆஆஆஆ...

நள்ளிரவு தாண்டி பிரியும்போது, ராஜமார்த்தண்டன், ஒவ்வொரு அடிவைப்பிலும் கையசைத்து 'ஆடுது... பாடுது...' என்று சொல்லியபடிச் செல்வார்.

எனக்கும் என் கவிதைகளுக்கும் மிகவும் ஆதரவாக இருந்தார் அண்ணாச்சி. அவரிடம் குடிப்பதற்குப் பணம் இல்லாதபோது மற்றவர்களிடம் கேட்பார். சிலர் கொடுப்பார்கள். சிலர் ஏளனம் செய்வார்கள். தன்னை எவ்வளவு கடுமையாக கேலி செய்தாலும், அவமானப்படுத்தினாலும் அவர் சினங்கொண்டு பார்த்ததில்லை. யார் மீதும் பகை வார்த்தைகள் சொல்லி நான் கேட்டதில்லை. என் தந்தைக்கு நிகரான அவர், அத்தகைய உதாசீனங்களையெல்லாம் ஒரு பசும் புன்னகையில் மென்மை அன்பாகக் கடப்பார். ஆனால் இரவின் போதையில் குமுறி வெடிக்கும் நிராதரவான அழுகையின் தழலுக்குள், அடங்காத் துயரங்கள் அனேகமுண்டு. அவரை அனுசரித்து மனப்பூர்வமாக நேசித்தவர் அண்ணாச்சி வசந்தகுமார். அவரின் இடையறாத் தூண்டுதல், வற்புறுத்தல் இல்லையென்றால், தொடர்ந்த அழுத்தம் இல்லையென்றால் ராஜமார்த்தாண்டனின் இவ்வளவு புத்தகங்கள் வந்திருக்காது. ராஜமார்த்தாண்டன், வசந்தகுமாரை எப்படி மனதில் கருதியிருந்தார் என்பதற்கு ஒரு காட்சி என் நினைவில் இருக்கிறது.

நானும் ராஜமார்த்தாண்டனும், அண்ணாச்சி வசந்தகுமாரும் ராயப்பேட்டை ஜாம்பஜார் போலீஸ் ஸ்டேஷன் அருகே

நடந்து சென்றுகொண்டிருக்கிறோம். மாலை நேரம். அப்போது வசந்தகுமார் ஜான்ஜானிகான் ரோட்டில் செல்ல வேண்டும். நாங்கள் இருவரும் செல்ல வேண்டியது பெல்ஸ் ரோடு. வசந்தகுமார் விடைபெற்றுப் பிரிந்தார். நானும் ராஜமார்த்தாண்டனும் நின்று அவர் செல்வதையே பார்த்துக் கொண்டிருந்தோம். அவரைப் பார்த்துக்கொண்டே ராஜமார்த்தாண்டன் சொன்னார்: 'இதோ போறாரு, பாத்தியாய்யா, இப்படியே அவரு நடந்து போறத ஒரு படமா வரைஞ்சி எனக்குக் கொடுய்யா, நான் வச்சிக்கிறேன்.'

அந்த மானசீக ஓவியம் இப்போதும் என் மனதில் ஆகப் பெரிதாய் நிலைபெற்றிருக்கிறது. நாளாக ஆக அதன் நிறங்களின் ஒளிர்வு கூடிக் கொண்டிருக்கிறது. அதன் மகத்துவம் அதிகரித்துக்கொண்டிருக்கிறது. போக்குவரத்து மிகுந்த ஆரவாரப் பெருஞ்சாலையில், இருமருங்கிலுமான பெரும் கட்டடங்களின் இடையே அவர் தனியே நடந்து சென்று கொண்டிருக்கிறார். நானும் ராஜமார்த்தாண்டனும் நின்று பார்த்துக் கொண்டிருக்கிறோம். அப்போது நாங்கள் இருவர் நின்றிருந்த இடத்தில் இப்போது அனேகம் அனேகம் பேர் நின்று பார்த்துக்கொண்டிருக்கிறோம். அவர் பேராகிருதியாக நடந்து கொண்டிருக்கிறார்.

தன் இதயத்தின் அற்புதமான பகுதியொன்றில் அண்ணாச்சி வசந்தகுமார் என்னை அமர்த்தியிருந்தார். எனக்கென்று எதுவும் செய்யச் சித்தமாயிருந்தார். அவரின்றி என் பயணம் சாத்தியமாகியிருக்காது. என் கல்லூரித் தோழன் ஆர். அறிவுச்செல்வனுக்குத் திருமணம் முடிந்து மகன் பிறந்திருந்த நேரம். அப்போது நான் அவனிடம் கேட்டுக்கொண்டேன். 'அடுத்ததாக உனக்கு மகன் பிறந்தால் அவனுக்கு அண்ணாச்சி வசந்தகுமார் பெயரை வைக்க வேண்டும்.' என் நண்பனின் இரண்டாவது மகனுக்கு அப்படித்தான் பெயரிடப்பட்டது. அப்போது தினமணியில் பணியாற்றிக் கொண்டிருந்த அண்ணாச்சி எஸ்.சிவக்குமார் என் மீது பெரும் அன்பு கொண்டிருந்தார். இசையும் இலக்கியமும்தான் அவருக்கு வாழ்க்கையாக இருந்தது. அவருக்கு வீடு பல்லாவரத்தில். நான் பழவந்தாங்கல். நான் மாலையில் தினமணிக்குப்

படங்கள் கொண்டுபோய்க் கொடுத்துவிட்டு, அவர் பணி முடித்து வரும்வரை அங்கேயே காத்திருப்பேன். பிறகு இருவருமாய்ச் சேர்ந்து தி.நகர் செல்வோம். அப்போது இருட்டியிருக்கும். தி.நகர் ரயில் நிலையத்தில் யாருமற்ற ஒரு பெஞ்சாகப் பார்த்து அமர்வோம். அவர் கர்னாடக சங்கீதம் பாடத் தொடங்குவார். ஒரு பாடலைப் முடிப்பதற்குள் அவருக்குச் சூழல் மறந்துபோகும். பிறகு தொடர்ந்து நிறையப் பாடல்கள் பாடிக்கொண்டிருப்பார். ரயில்கள் அடுத்தடுத்து வந்துபோய்க்கொண்டிருக்கும். மிகவும் அருமையாகப் பாடுவார் அவர். நானும் சுவாரஸ்யமாகக் கேட்டுக் கொண்டிருப்பேன். அவர் பாடுவது எனக்கு மிகவும் ஈர்ப்பாக இருக்கும். சிலர் எங்களை வேடிக்கை பார்ப்பார்கள். சிலர் ஓரத்தில் நின்று கேட்பார்கள். இப்படிப் பலமுறை நடந்திருக்கிறது. அவருக்கு பழைய புத்தகங்கள் சேகரிப்பதில் வெறி உண்டு. நகரெங்கும் பழைய புத்தகக் கடைகளெல்லாம் அலைந்து திரிந்து புத்தகங்கள் வாங்கிச் சேகரித்த பாரம் மிகுந்த பையைத் தூக்க முடியாமல் சுமந்துகொண்டுதான் அப்போது ஒவ்வொரு நாளும் வீடு திரும்புவார். மிகமிக அபூர்வமான பழைய புத்தகங்கள் அவரிடம் இருக்கின்றன. என்னுடைய வாழ்க்கை அல்லாட்டம் குறித்து அவருக்குப் பெரும் பரிதவிப்பு உண்டு. இப்போதுகூட எப்போதாவது என்னைக் கூப்பிட்டுப் பேசும்போது, 'நான் ஒரு செல்வந்தனாக இருந்தால் உனக்கு ஒரு கஷ்டமும் வராமல் பார்த்துக்கொள்வேன்' என்பார்.

சென்னை சென்ற ஆரம்பத்தில் பழவந்தாங்கலில் சிறிய வாடகை வீட்டில் வசித்தேன். அந்த வீட்டு எஜமானி விசித்திர மனம் படைத்தவராக இருந்தார். அவர் வீடு தெரு முனையில் இருந்தது. நான் இருந்தது தெருவுக்கு உள்ளே தள்ளியிருந்தது. என் வீட்டுக்கு வருபவர்களை தெருமுனையிலிருந்தே அவரால் கண்காணித்துவிட முடியும். என்னைப் பார்க்க நண்பர்கள் யாரேனும் வரும்போது அவர்களின் பின்னே அவரும் வருவார். நாங்கள் பேசிக்கொண்டிருக்கும்போது வேறு ஏதோ வேலையாக வந்ததுபோன்று பாவனை செய்தபடி எங்களைக் கவனித்துக்கொண்டிருப்பார். அதன் நோக்கம், வருபவர்கள் கழிப்பறையைப் பயன்படுத்துகிறார்களா என்று

தெரிந்துகொள்வதுதான். வருபவர்கள் கழிப்பறையைப் பயன்படுத்தினால் செப்டிக் டேங்க் விரைவில் நிரம்பிவிடும் என்பதுதான் அவரது கவலை. அந்த வீட்டின் பின்பகுதிக் கொல்லைப்புறத்திலும் சில சிறிய அறைகளை வாடகைக்கு விட்டிருந்தார் அவர். அந்த அறைகளில் ஒன்றில்தான் அஜயன்பாலா தன் நண்பர் பாஸ்கருடன் வசித்திருந்தார். அப்போது அஜயன்பாலா 'போலீஸ் செய்தி' எனும் பத்திரிகையில் வேலைபார்த்து வந்ததாக நினைவு. அதே வளாகத்தில் சற்றுத் தள்ளி வழக்குரைஞர் தங்கமணி இருந்தார். இப்போது அவர் இல்லை எனக்கு சாப்பிடப் பணமில்லாதபோதெல்லாம் அவர்தான் எனக்கும் சேர்த்து சமைத்துக் கொடுத்தார். அந்த சமையலின் சுவை மறக்கவில்லை.

அங்கே வசித்திருக்கும்போது அஜயன்பாலாவுக்கும் எனக்கும் சிறிய அளவில் ஏற்பட்ட இலக்கிய வாக்குவாதம் கடும் மனஸ்தாபத்தில் முடிந்தது. நாங்கள் பல நாட்கள் பேசிக்கொள்வதில்லை. நேருக்குநேர் பார்க்க நேர்ந்தாலும்கூட முகத்தைத் திருப்பிக்கொண்டு போய்விடுவோம். இந்தக் காலகட்டத்தில் இந்தியாடுடே இதழில் என் சிறுகதை ஒன்று வெளிவந்தது. அது எனக்குத் தெரியாது. அஜயன்பாலா இரவு வீடு திரும்பும்போது ஓர் இதழ் வாங்கி வந்தார். வழக்குரைஞர் தங்கமணியிடம் கொடுத்து, 'யூமாவின் கதை இந்தியாடுடேயில் வந்திருக்கிறது. இதை அவரிடம் கொடுங்கள்' என்று சந்தோஷமாகச் சொன்னார்.

இந்தப் பழவந்தாங்கல் அறைக்கு சி.மோகன், சாருநிவேதிதா, எஸ்.ராமகிருஷ்ணன், விக்கிரமாதித்யன், குவளைக் கண்ணன், எம்.கோபாலகிருஷ்ணன் முதலியோர் வந்திருக்கிறார்கள். அப்போது சாருநிவேதிதா எங்கு சென்றாலும் அவரது சின்னஞ்சிறிய மகளுடன்தான் செல்வார். எப்போதாவது இரவில் என் அறைக்கு வரும்போதும் மகளுடன் வருவார். அவர்கள் பேசுவதையெல்லாம் நான் கேட்டுக் கொண்டிருப்பேன். சிறுமி தூங்கி விடுவாள். மறுநாள் காலையில் அவள் சிறுநீர்போன படுக்கையை சுத்தம் செய்வதுடன் என் வேலைகள் தொடங்கும்.

அந்த வீட்டின் கொல்லைப்புறத்தில் புதர்கள் உண்டு. அங்கே அரிதாக பாம்பு நடமாட்டம் இருக்கும். ஓர் இரவில், நான் மாலையில் கொல்லைக் கதவை அடைக்கத் தாமதித்துவிட்டதால் ஒரு பாம்பு உள்ளே புகுந்துவிட்டது. அளவில் சிறியதுதான். நான் உடனே அதை அடிக்கப் பார்த்தேன். ஆயுதம் எதுவும் தட்டுப்படவில்லை. எனவே பக்கத்தில் இருந்த கூடையை எடுத்துக் கவிழ்த்து பாம்பை மூடிவிட்டேன். பிறகு கூடையின் விளிம்பை லேசாக உயர்த்தி, காகிதங்களைக் கொளுத்தி இந்த இடைவெளியில் கூடைக்குள் திணித்தேன். கூடைக்குள் புகை மண்டி அதன் காரணத்தால் பாம்புக்கு மயக்கம் வந்துவிடும். அதன் பிறகு கூடையைத் திறந்து பாம்பை எடுத்து வெளியே விட்டுவிடலாம் என்பது என் எண்ணம். அந்த அறையே புகை மண்டலமானதுதான் மிச்சமே தவிர பாம்பு படுஉற்சாகமாக கூடைக்குள் சுற்றி வந்துகொண்டிருந்தது. சற்று நேரத்திற்குப் பிறகு வந்த சாருநிவேதிதா கேட்டார், 'அந்த கூடைக்குள் இருப்பது என்ன?' நான் சொன்னேன், "அது ஒரு பாம்பு!' அவர் மிகவும் அதிர்ச்சியடைந்துவிட்டார். அதன் பிறகு என்னைச் சந்திக்கும்போதெல்லாம் அருகில் இருப்பவர்களிடம் வியப்புடனும் திகிலுடனும் சொல்வார். 'இவர் அறையில் பாம்பை கூடையைப்போட்டு மூடி வைத்திருக்கிறார்! பயங்கரம்!'

பழவந்தாங்கல் ரயில் நிலையம் எனக்கு மிகவும் பிடிக்கும். நிலையத்தில், கடற்கரை முனையை நோக்கியுள்ள அந்தச் சில மரங்கள்தான் பிரதானம். நகரத்திலிருந்து ரயிலில் வரும்போது, அந்த மரங்களைச் சுற்றிக் கட்டப்பட்டிக்கும் மேடைகளில் ஒன்றில் சற்று நேரம் அமர்ந்திருப்பேன். ரயில்கள் வந்து வந்து சென்றுகொண்டிருப்பதை வேடிக்கை பார்த்திருப்பது முன்னிரவு நேரத்து பொழுதுபோக்கு.

அந்தக் காலத்தில், சற்று தூரத்தில் பரங்கிமலையில் பெருமாள் முருகன் குடும்பத்துடன் வசித்திருந்தார். அவர் பல்கலைக்கழக ஆராய்ச்சி மாணவராக இருந்தார். ஓய்வு நேரத்தில் என் பழவந்தாங்கல் அறைக்கு வருவார். நாங்கள் வெளியே உலவப் போவோம். ஓரிடத்தில் பழைய பேப்பர்

கடையில் டெலிபிரிண்டர் பேப்பர் கிடைக்கும். அதன் ஒரு பக்கம் வெள்ளையாக இருக்கும். மலிவான விலைக்கு நிறையத் தருவார்கள். அந்தக் காகிகத்தை வாங்கி கதை எழுதப் பயன்படுத்துவோம். அடிக்கடி அவர் என் அறைக்கு வருவதோ அல்லது நான் அவர் வீட்டுக்குச் செல்வதோ பலகாலம் நடந்தது. மிகப் பல இரவுகள் அவர் வீட்டில் நான் உணவு முடித்து அறைக்குத் திரும்பியிருக்கிறேன்.

ஒருநாள் நான் கணையாழிக்காக ஓவியர் ஆதிமூலத்தைப் பேட்டி எடுக்க வேண்டியிருந்தது. உடன் பெருமாள்முருகனும் வந்தார். ஈஞ்சம்பாக்கம் சென்றோம். ஆதி மிக எளிமையாக இயல்பாகப் பேசினார். பேட்டி திருப்திகரமாக இருந்தது. திரும்பும்போது நாங்கள் கடற்கரையைக் காண விரும்பினோம். போகிறோம். போகிறோம் கடலையே காணவில்லை. ஒரு கட்டத்தில், அடர்ந்த புதர் ஒன்று வேலிபோன்று வழியைத் தடுத்து மறைத்தது. முருகன் அந்தப் புதரை விலக்கிப் பார்த்த அந்தக் கணம், தூரத்தில் கடல் தெரிந்தது. அலைகள் வெயிலில் பளபளத்துப் புரண்டுகொண்டிருந்தன. பார்த்தவுடன் பரவசமானார் முருகன். ஓடிச்சென்று அப்போது வந்த அலையைத் தாண்டிக் குதித்தார். விழும்போது எதிர்பாராத வகையில் அவர் முதுகில் பலத்த அடிபட்டுவிட்டது. வலி தாங்காமல் துடித்துப்போனார் அவர். செய்வதறியாது ஸ்தம்பித்துப் பதறினேன் நான். நீண்ட நேரத்துக்குப் பிறகுதான் அவருக்குச் சற்று ஆசுவாசம் ஆகி நடக்கச் சக்தி வந்தது. ஆனால் வலி குறைந்தபாடில்லை. அந்த வலி அவருக்கு நெடுங்காலம் இருந்தது.

பழவந்தாங்கலில், நான் இருந்த இடத்துக்குப் பக்கத்தில்தான் எழுத்தாளர் மா.அரங்கநாதனும் இருந்தார். அப்போது அவரது ‘முன்றில்’ புத்தக மையம் தி.நகர் ரங்கநாதன் தெருவில் இருந்த சாந்தி காம்ப்ளக்ஸில் இயங்கிக்கொண்டிருந்தது. தி.நகர் ரயில் நிலையத்துக்கு மிகவும் பக்கத்தில். அப்போது அது இலக்கியவாதிகளின், வாசகர்களின் சங்கம ஸ்தலம். ஒரு கலாச்சார மையம். அங்கே நான் பல எழுத்தாளர்களை அறிமுகம் கொண்டேன். அங்கு எனக்குப் பல நண்பர்கள் கிடைத்தார்கள். அண்ணாச்சி சி.

மோகனும் அந்தக் கடையில்தான் சந்திக்கக் கிடைத்தார். சில நேரங்களில் அரங்கநாதன் பழவந்தாங்கலிலிருந்து கடை திறக்கப் போகும்போது அவருடன் நானும் செல்வேன். சிலர் புத்தகம் வாங்க வருவார்கள். சிலர் அமர்ந்து பேசிக்கொண்டிருப்பார்கள். அங்கே நீண்ட நெடிய விவாதங்கள் நடக்கும். எப்போதாவது புத்தகங்களும் விற்கும். மாலையில் அரங்கநாதனின் மகன் மகாதேவன் வருவார். அவர் வக்கீல். உயர்நீதி மன்றத்திலிருந்து அவர் மாலையில் முன்றிலுக்கு வருவார். பெரும் இலக்கிய அபிமானி அவர். நகுலன், பிரமிள் ஆகியோரது தீவிர வாசகர். நான் பிரமிள் கவிதைகள் படிக்க வேண்டும் என்று விரும்பியபோது அவர்தான் தன் வீட்டிலிருந்து பிரமிளின் தொகுப்புகளை எடுத்துக்கொண்டுவந்து ஜெராக்ஸ் போட்டுக் கொடுத்தார். இப்படி அவர் பல நூல்களை எனக்கு அறிமுகம் செய்திருக்கிறார். நான் சோர்ந்திருக்கிறேன் என்று அவருக்கு சற்றே புலப்பட்டு விட்டாலும்கூட, உடனே பக்கத்திலிருக்கும் உணவு விடுதிக்கு அழைத்துச் சென்று உண்ணவைத்துப் பார்ப்பதில் அவருக்கு மகிழ்ச்சி. நான் எந்த நேரத்திலும் அச்சமோ தயக்கமோ இன்றி அணுகக்கூடியவர்களில் அவர் முக்கியமானவர்.

தமிழ்நாடு ஓவிய நுண்கலை சார்பாக ஓர் ஓவியக் காட்சி நடப்பதாக அறிவிப்பு வந்தது. அந்தக் காட்சிக்குக் கொடுப்பதற்கு என்னிடம் ஓவியம் இருக்கிறது. ஆனால் அதைச் சட்டமிடப் பணம் இல்லை. நான் மகாதேவனைத் தான் தேடிப்போனேன். அப்போது அவர் ஒரு துண்டைக் கட்டிக்கொண்டு குளியலறையில் துணி துவைத்துக் கொண்டிருந்தார். அவரது தாயார், நான் வந்து வாசலில் நிற்கும் செய்தியை அவரிடம் சொன்னார். அப்படியே எழுந்து வந்தார் மகாதேவன். உடலெல்லாம் சோப்பு நுரையும் ஈரமும். என் விஷயத்தைக் கேட்டறிந்த உடனே உள்ளே சென்று பணம் எடுத்து வந்து கொடுத்தார். அப்புறம்தான் நான் என் படத்தைச் சட்டமிட்டேன். அந்த ஓவியம் கண்காட்சியில் வைப்பதற்குத் தேர்வு செய்யப்பட்டு, அரசால் கொள்முதல் செய்யப்பட்டது. கொள்முதல் செய்யப்பட்டது என்றால், அந்தச் சிறிய கோட்டோவியம் அரசால் ரூபாய் ஐந்தாயிரத்துக்கு

வாங்கப்பட்டது. இப்படி இக்கட்டான பல சூழ்நிலைகளில் அவர் எனக்குத் துணைசெய்திருக்கிறார். மகாதேவன் இன்று உயர்நீதிமன்ற நீதிபதி. என் வாழ்க்கை குறித்த விசனத்தால் மா.அரங்கநாதன் என் ஜாதகத்தை வாங்கிப் பார்த்திருக்கிறார். ஜாதகம் பார்ப்பதில் அவர் நிபுணர். ஒவ்வொருமுறை என் ஜாதகத்தை உற்று நோக்கி ஆராய்ந்த பிறகும் அவர் வியப்புடன் என்னை ஏறிட்டுப் பார்த்துச் சொல்வார். ‘உன் ஜாதகம் மிகவும் நன்றாக இருக்கிறதே. நீ மிகவும் நல்ல நிலையில் இருக்க வேண்டுமே!’ குறிப்பிட்ட கால இடைவெளியில் அவர் ஐந்தாறுமுறை என் ஜாதகத்தை வாங்கிப் பார்த்திருப்பார். அத்தனைமுறையும், என் ஜாதகம் ஒன்று சொல்வதாகவும் என் வாழ்க்கை அதுபோல இல்லை என்றும் கவலைகொள்வார்.

நான் இப்போது இருக்கும் ஊர், சாதிவெறி வன்முறைக் கூடாரமாக இருக்கிறது. எவ்வளவு இந்த ஊரை நேசித்தேனோ இப்போது அந்த அளவு பதற்றமாக இருக்கிறது. சென்னையில் இருந்த அத்தனைக் காலமும் சாதியக் கொடூர முகத்தை, அது சார்ந்த இழிவுகளை நான் நேரடியாகப் பார்த்ததில்லை. இங்கு வந்து மிக மிக மோசமான அனுபவங்களை எதிர்கொண்டேன். வலி தரக்கூடிய சில புரிதல்கள் ஏற்பட்டன. அது வாழ்வின் நிறங்களைத் துடைத்தழிப்பவையாக இருக்கின்றன. இங்கே வந்தது குறித்து எனக்கு விரக்தி உண்டு. நான் எடுத்தது தவறான முடிவு என்று வலிமையாக உணர்கிறேன். என் வீடு சென்னையில் ஏதோ தெருவில் இருக்கிறது. எப்போதாவது நாங்கள் அங்கே சென்றுசேர்வோம்.

நீங்கள் ஓர் ஓவியர். உங்களுக்கு உருவம், ஒளி, நிழல், பின்னணி இவை முக்கியமானவை. அதேபோல புனைவுக்கு கதாபாத்திரத்தின் மனப்போக்கு, எண்ணங்கள், யோசனைகள் இவை எல்லாமே முக்கியம். ஒரு புனைவை எழுதத் திட்டமிடும்போது முதலில் மொழியாக அல்லது சொற்களாக அவற்றை யோசிப்பீர்களா அல்லது காட்சியாகவா?

உலகத்தில் எத்தனை அம்சங்கள் உண்டோ, அத்தனையிலிருந்தும்தான் நமக்கு சமிக்ஞைகள் வருகின்றன. ஒரு பிரத்தியேக நேரத்தின் ஒளி, உங்களுக்கு ஒரு கதை சொல்லும். ஒரு சொல்லிலிருந்து பெருங்கதை சம்பவிக்கும். ஒரு காட்சி, மனதைக் கிளர்த்தி, தன்னைக் காவியத்துள்

வைக்கப் பணிக்கும். ஒரு நாராசக் கிறீச்சிடலும் சரி, நாதத் துணுக்கொன்றும் சரி, அவை தமக்குள் நிலவும் உலகத்தின் நுழைவாயில்களாக இருக்கின்றன. கிரகித்துப் பேண வேண்டியதுதான் நம் வேலை. காட்சியொன்றுக்கு உருக்கொடுக்க சொற்களை விழையும்போது, சொற்கள் தாம் சித்திரிக்கும் போக்கில் உருவாகிவரும் அந்தக் காட்சி நம் நோக்கத்தின் வரையறைக்குட்பட்டு அமையலாம். அல்லாது வேறொன்றாக மாறி முடியலாம். அது, படைப்பு குறித்த மன அவசத்தின் ஒவ்வொரு கட்டத்திலும் மாறுதலுக்குள்ளாகும் அதிசயம். எழுத்தாளர்கள், கவிஞர்கள் பெரும்பாலும் இந்த அதிசயத்தை, மர்மத்தை அனுபவித்தவர்களாக இருப்பார்கள். நான் என் மனக்காட்சியொன்றை சொற்களால் நிறுவ யத்தனிக்கிறேன். அது, யத்தனம் மட்டுமே.

தனது வாழ்வனுபவத்திலிருந்து புனைவை உருவாக்க முனையும்போது அதன் எல்லைகள் குறுகியவை எனும் கருத்து உண்டு. நீங்கள் இதை எப்படிப் புரிந்துகொள்கிறீர்கள்? இதை எப்படி மீறுகிறீர்கள்? உதாரணமாக, 'வேட்டை' கதையின் பின்னணியும் கலாசாரமும் முற்றிலும் வேறானது.

சொந்த வாழ்வனுபவத்திலிருந்து சாதாரணமாக, எளிமையாக எழுதப்பட்ட பல படைப்புகள் பெரும் விகாசம் கொண்டிருக்கின்றன. நிலைபெற்றிருக்கின்றன. புரளும் பொருள்வெளிகளைத் தமக்குள் புதைத்திருக்கின்றன. பெரும் ஆரவாரப் பதாகைகளுடன் கொண்டாட்ட ஊர்வலமாக துந்துபி முழக்கத்துடன் வந்து சேர்ந்த பல படைப்புகள், தம் ஆரம்பகட்ட வானவேடிக்கை தீர்ந்தவுடன் பார்வைக்கு அப்பாற்பட்டு அமிழ்கின்றன. பிறகு, அவற்றின் உடல்கள் தம் பரிமாணங்கள் இழந்து படிவுகளாகிவிடுகின்றன. நண்பர் மணிவண்ணன் ஒரு நண்பரின் திருமண விழாவுக்குச் சென்றிருந்தார். அது கூர்க் நிலம். அங்கே கண்ட, வித்தியாசமான சில சடங்குகளைப் பற்றி என்னிடம் பகிர்ந்துகொண்டார். அவற்றிலிருந்துதான் வேட்டை எனும் கதை உருவாகி வந்தது. இதன் பின்னணியும் கலாசாரமும் முற்றிலும் வேறானவைதான்.

உங்கள் சென்னை வாழ்வில் பல எழுத்தாளர்களையும் சந்திக்க நேர்ந்துள்ளது. உரையாடவும் பணியாற்றவுமான பொழுதுகள் வாய்த்துள்ளன. முரண்களும் கருத்து மோதல்களும் இணக்கமான

கொண்டாட்டங்களும் இருந்திருக்கின்றன. இந்தச் சூழல் ஒரு படைப்பாளனுக்கு எந்த வகையில் சாதகமாக அமையக்கூடும்? இதெல்லாம் அவ்வளவு முக்கியமில்லையா?

இந்தச் சூழல் எனக்குப் பெரும் ஆர்வம் தருவதாகவும் ஊக்கமூட்டுவதாகவும் இருந்தது. எழுத்தாளர்களுடன் தொடர்ந்த சந்திப்பு, உரையாடல், கேளிக்கைகள், கூட்டங்கள், சண்டைகள், தழுவல்கள் எல்லாம் சேர்ந்த அந்த நாட்கள் மகத்துவமானவை.

ஒருநாள் மாலையில் நான், சாரு நிவேதிதா, சி.மோகன், ஓவியர் விஸ்வம் எல்லோரும் தேனாம்பேட்டையில் நடந்து சென்றுகொண்டிருந்தோம். பரபரப்பான கடைத்தெரு. திடீரென்று எனக்கு ஒரு கருத்து தோன்றிவிட்டது. எல்லோரும் அப்படியே நில்லுங்கள் என்று சொன்னேன். அவர்கள் எல்லாம் உடனே நின்று, என்னைப் புரியாமல் பார்த்தார்கள். நான் சாலை ஓரத்தில் கிடந்த ஒரு பாறையின் மீது ஏறி நின்றுகொண்டு என் சட்டைப் பாக்கெட்டிலிருந்து ஒரு கவிதை எடுத்து உரக்கப் படிக்கத் தொடங்கினேன். நண்பர்களும், அந்த வழியே சென்றுகொண்டிருந்தவர்களும் நின்று கேட்டுப் போனார்கள். ‘ஞாபகங்களின் சுமை ஒன்றுமில்லை இந்த நொடியின் மீது’ என்று ஆரம்பிக்கும் கவிதை அது. இப்படியெல்லாம் ‘கிருத்துருவங்கள்’ நிறைய நடக்கும். பார்ப்பவர்கள் எல்லோரும் கலைஞர்கள், பேசுவது எல்லாம் கலை. இதைத் தவிர வேறொன்றுமில்லை என்பதான காலம். மிக முக்கியமான காலம்.

ஒருநாள் ஆறு ஏழு பேர் ஒரு நண்பரின் வீட்டில் இரவு நீண்ட நேரம் பேசிக்கொண்டிருந்தோம். நண்பரின் மனைவி ஓர் ஓவியர். அவர் வீட்டுச் சுவர்களையெல்லாம் அவரது ஓவியங்கள்தான் அலங்கரித்திருந்தன. குடித்து, பேசிப் பேசி மாய்ந்து அகாலத்தில்தான் சாப்பிட்டோம். பிறகு எல்லோரும் தூங்கிவிட்டார்கள். எனக்குத் தூக்கம் வரவில்லை. அப்போது நான் என் அறையிலிருந்து பல மைல் தூரத்திலிருந்தேன். நான் ஓசையெழுப்பாமல் எழுந்து கதவைத் திறந்து வெளியே வந்தேன். தனியே நடந்து வெகுதொலைவு போய்விட்டேன்.

எங்கெங்கும் இருட்டுதான். சாலை விளக்குகள் ஒன்றுகூட எரியவில்லை. அவ்வப்போது நாய்கள் குரைக்கும். சில நாய்கள் கடிக்கும் நோக்கத்தில் நெருங்கி வந்து பிறகு விலகிச் சென்று உரத்துக் குரைக்கும். நான் ஒரே போக்கில் நடந்துகொண்டிருந்தேன். அப்போது எதிரே சைக்கிள்களில் இருவர் வந்தார்கள். அவர்கள் போலீஸ்காரர்கள். இரவுக் காவல் பணியில் இருப்பவர்கள். அந்த நேரத்தில் நடந்து செல்லும் என்னைப் பார்த்ததும் அவர்களுக்கு சந்தேகம் தோன்றிவிட்டது. டார்ச் லைட் வெளிச்சத்தில் என்னைத் தடுத்து நிறுத்தி விசாரிக்க ஆரம்பித்தார்கள்.

'இந்த நேரத்தில் எங்கே சென்று என்ஜாய் செய்துவிட்டு வருகிறாய்?' என்று அவர்கள் கடுமையாகக் கேட்டார்கள். அவர்கள் கேட்ட கேள்வி எனக்குக் கோபத்தை ஏற்படுத்தியது. 'மரியாதையாகப் பேசுங்கள், நான் ஓர் ஓவியன்!' என்று எச்சரித்தேன். அவர்களில் ஒருவர், 'ஓவியனா, அப்படியென்றால் ஏதேனும் வரைந்து காட்டு!' என்று சொன்னார். அப்போதெல்லாம் நான் கவிதை எழுதுவதற்காக சிறு நோட்டுப் புத்தகம் ஒன்றை எப்போதும் பேண்ட் பாக்கெட்டில் வைத்திருப்பது வழக்கம். அதை எடுத்து வரையத் தொடங்கினேன். அவர்கள் வெளிச்சம் காட்டினார்கள். நான் தர்ம ஆவேசத்துடன் முனைப்பாக நவீன பாணியில் வரைந்தேன். அது ஒரு அய்யனார் படம். முழித்த விழிகளும் பெரிய மீசையும் அலையும் முடிக்கற்றைகளும் கொண்ட முகம் மட்டும். அதை வரைந்து முடித்ததும் நான் பெருமையுடன் அவர்களைப் பார்த்தேன். அவர்களோ ஒருவரை ஒருவர் சூட்சுமமாகப் பார்த்துக்கொண்டார்கள். பிறகு ஒருவர் சர்வ அலட்சியமாகச் சொன்னார்: 'இந்தப் படத்தைத்தான் நாங்களே சுலபமாக வரைவோமே! இதற்கு எதற்கு ஓர் ஓவியன்? நீ பொய் சொல்கிறாய்!'

அடக்கடவுளே! என் நவீனபாணி அவர்களுக்குப் புரியவில்லை என்று எனக்கு உறைத்தது. நான் அப்போதுதான் பெரும் பதற்றமடைந்தேன். ஆபத்தில் சிக்கிக்கொண்டுவிட்டேன் என்பது விளங்கியது. மீண்டும் மீண்டும் என்னைப் பற்றி எடுத்துச் சொல்ல முனைந்தேன். அவர்கள் அதற்கெல்லாம்

இடம் கொடுக்கவில்லை. வேறு வழியில்லாமல் எனக்கு அறிமுகமான ஒரு போலீஸ் அதிகாரியின் பெயரைச் சொல்லி, அவர் என் நண்பர் என்றேன். அவர்கள் அதை மதிக்கவில்லை. உடும்புப் பிடியாக என் கரத்தைப் பிடித்துக்கொண்டு எங்கோ நடத்தி அழைத்துச் சென்றார்கள். ஒரு பங்களா முன்னால் வந்து அழைப்பு மணியை அழுத்தினார்கள். சில நொடிகளுக்குப் பிறகு வாசலில் விளக்கு எரிந்தது. ஒருவர் லுங்கி மட்டும் அணிந்துகொண்டு வெளியே வந்தார். அவர் காவல்துறை அதிகாரி என்பது இவர்கள் பேசியதிலிருந்து எனக்குத் தெரிந்தது.

'ஐயா, இவன் இந்த நேரத்தில் சந்தேகத்திற்குரிய வகையில் சுற்றிக்கொண்டிருந்தான். தான் ஓர் ஓவியன் என்கிறான். ஆனால் வரையத் தெரியவில்லை. ஒரு போலீஸ் அதிகாரியின் பெயரைச் சொல்லி அவர் தனக்கு நண்பர் என்கிறான். இவனை என்ன செய்வது ஐயா?'

'சிலர் இப்படித்தான் அவர் பெயரைச் சொல்லி தப்பிக்கப் பார்ப்பார்கள். ஆனால் அவருக்கும் இவர்களுக்கும் எந்தத் தொடர்பும் இருக்காது. கொண்டுபோய் அடைத்து வையுங்கள், காலையில் பார்க்கலாம்.'

அதிர்ச்சியும் அவமானமும் துக்கமும் பொங்கி வந்தது எனக்கு. பிறகு லுங்கி மனிதர் உள்ளே சென்றுவிட்டார். விளக்கு அணைந்தது. இவர்கள் என்னை இழுத்துச் செல்லாத குறையாக அழைத்துச் சென்றார்கள். பயங்கரம். என்ன செய்வது என்று எனக்குப் புரியவில்லை. கொண்டுபோய் ஏதாவது ஒரு போலீஸ் ஸ்டேஷனில் அடைக்கப் போகிறார்கள் என்று உறுதியாகிவிட்டது. நான் மேற்கொண்டு அவர்களிடம் என்னைப் பற்றிச் சொல்லிக்கொண்டே வந்தேன். அவர்களின் பிடி மேலும் இறுகிக்கொண்டிருக்கிறது.

ஓர் இடத்தில் நான் திமிறி, அவர்களின் பிடியிலிருந்து என்னை விடுவித்துக்கொண்டு நின்றேன். 'என்னை ஓவியன் என்று நீங்கள் நம்பவில்லை என்றால் பரவாயில்லை. இந்தப் பகுதியில்தான் என் நண்பர் வீடு இருக்கிறது. நான் அங்கிருந்துதான் வருகிறேன். அங்கே நிறைய ஓவியங்கள்

இருக்கின்றன. நீங்கள் வந்து அவரிடம் என்னைப் பற்றி விசாரித்துப் பாருங்கள். அப்போது உங்களுக்கு உண்மை தெரியும்.'

கேடுகாலத்திலும் ஒரு கனிந்த நேரம், அவர்களில் ஒருவர் சற்று யோசித்தார். 'அந்த வீடு எங்கே இருக்கிறது?'

'ஒரு ஆத்துப் பாலத்தின் அருகே இருக்கிறது.'

அந்தப் பகுதியில் எங்கே ஆத்துப் பாலம் இருக்கிறது என்று அவர்கள் இருவரும் பேசிக்கொண்டார்கள். நான் மேலும் சொன்னேன், 'அதன் பக்கத்தில் ஒரு பூங்காவும் உண்டு.'

ஒருவருக்குப் பட்டென்று புரிந்துவிட்டது. அவர் சொன்னார்: 'ஆனால் அது இங்கிருந்து ஐந்து கிலோமீட்டராவது இருக்கும்...'

நான் யார் என்று தெரிந்துகொண்டே ஆகவேண்டும் என்று அவர்களுக்கு ஒரு பிடிவாதம் வந்திருக்கும்போல. என்னை ஒரு சைக்கிளின் பின்னால் உட்கார வைத்து அந்த இடம் நோக்கிச் சென்றார்கள். அந்தப் பகுதிக்கு வந்ததுமே நண்பரின் வீடு எனக்கு அடையாளம் தெரிந்துவிட்டது. கதவு உட்புறமாகத் தாழிடப்பட்டிருந்தது. நான் பலங்கொண்டமட்டும் அழைப்பு மணியை அழுத்தினேன். நொடிகளில் முகப்பு விளக்கு எரிந்தது. தூக்கக் கலக்கம்கொண்ட கண்களுடனும் அயர்ச்சியுடனும் வெளியே வந்த நண்பர், இரண்டு போலீஸ்காரர்களுடன் நான் நிற்பதைப் பார்த்து பெரும் அதிர்ச்சியடைந்தார். அவருக்கு எதுவும் புரியவில்லை. அதற்குள் அவர் மனைவியும் நண்பர்களும் விழித்துவிட்டார்கள். வீடு முழுதும் வெளிச்சம். போலீஸ்காரர்களில் ஒருவர் என்னைக் காட்டிச் சொன்னார்: 'இந்த நேரத்தில் இவர் சந்தேகத்திற்கிடமான வகையில் வெளியே சுற்றிக் கொண்டிருந்தார். இந்த வீட்டிலிருந்து வருவதாகச் சொன்னார். இவர் உங்கள் நண்பரா?'

ஆமென்று தலையசைத்தார் நண்பர்.

'இவர் ஓவியரா?'

'ஆமாம்...' அப்போதுதான் போலீஸ்காரர்கள், கூடத்தில் மாட்டியிருக்கும் ஓவியங்களைப் பார்த்தார்கள். நண்பரின் மனைவி வரைந்தவை. பட்டென்று உள்ளே வந்து ஒவ்வொரு ஓவியமாகப் பார்வையிட்டார்கள். நின்று நிதானமாக நீண்ட நேரம் பார்த்தார்கள். எப்படிப் பார்த்தாலும் அவர்களுக்கு ஒன்றும் புரியவில்லை. ஏனென்றால் அவை எல்லாமே நவீன ஓவியங்கள்தான். நான் போலீஸ்காரர்களுக்கு வரைந்து காட்டிய ஓவியத்தில் இருந்ததைவிட, இந்த ஓவியங்களில் நவீனம் மிகவும் தூக்கல். போலீஸ்காரர்கள் மனக்குழப்பத்தில் ஆழ்ந்தவர்களாக, செய்வதறியாது சற்று நேரம் திகைத்து நின்றார்கள். பிறகு ஒரு முடிவுக்கு வந்து தலையசைத்து, 'இந்த நேரத்தில் எல்லாம் வெளியே வரக் கூடாது!' என்று சாந்தமாக என்னை எச்சரித்தார்கள். அவர்கள் அப்போதும் குழப்பம் நீங்காதவர்களாகத் தளர்ந்த நடையுடன் படியிறங்கிச் செல்லும்போது, என் நண்பர் என்னை ஒரு பார்வை பார்த்தார்... அடடா, அந்தப் பார்வை...

இன்றைய தமிழ்ச்சூழலில் எழுத்துக்கும் எழுத்தாளனுக்குமான முக்கியத்துவம் எந்த நிலையில் இருப்பதாக நீங்கள் உணர்கிறீர்கள்?

நான் என் சொந்த அனுபவத்திலிருந்து சொல்கிறேன். நான் இலக்கியம் தொடர்பானவன் என்று என் சுற்றத்தார் அனைவருக்கும் தெரியும். ஆனால் அவர்களுக்கு அது பொருட்டில்லை. வாய்ப்புக் கிடைக்கும்போதெல்லாம் என் லௌகீக பலவீனங்களைச் சொல்லி மட்டம் தட்டுவதில் அவர்களுக்கு புளகாங்கிதம். என் முதுகின் பின்னே கேலி பேசி சிரிப்பதில் அவர்களுக்கு ஆனந்தம். எனக்கு மிக நெருக்கமான உறவினர் ஒருவர், 'எழுதிப் புத்தகமாக்கி கழுத்தில் கட்டித் தொங்க விட்டுக்கொண்டு அலையப்போகிறாயா?' என்றுகூட கேட்டிருக்கிறார். இது ஒரு குறியீடு. சமூகத்தின் பல அடுக்குகளில், அரங்குகளில் மிகப் பெரும்பாலும் நிலவும் குறியீடு. இது வெறுப்பு, துவேஷம், புறக்கணிப்பு, வன்மம், ஏளனமெல்லாம் கொண்டது. மெத்தப் படித்தவர்கள், பெரும் பொறுப்புகளில் இருப்பவர்கள், பெரிய சமூக அந்தஸ்து கொண்டவர்களுக் கெல்லாம்கூட, இதைச் சற்று அறிதலின்பாற்பட்ட மறுப்பின்

கொடூரம், பிள்ளைமையின் மீது வைத்த பெரும் பாறையைப்போன்று இருக்கிறது. சில பதிப்பகங்கள்கூட எழுத்தாளர்களை மதிப்பதில்லை. பெரும் ஆளுமை கொண்ட எழுத்தாளர்களை கோமாளிகளைப்போல சித்திரித்து சிலிர்த்துக்கொள்வார்கள். ஆனால் அந்த எழுத்தாளரின் புத்தகங்களை கேட்டுக் கேட்டு வாங்கி பதிப்பித்துச் சம்பாதிப்பார்கள். சில பதிப்பகங்களின் படுமோசடிகளைப் பற்றி நிச்சயம் விரிவாக எழுதத்தான் வேண்டும்.

தன் படைப்புகளுக்காக உரிய காலத்தில் அங்கீகரிக்கப்படாமல் இருப்பது ஒரு கலைஞனை, எழுத்தாளனை பாதிக்குமா? எந்த விதத்தில்? இல்லை, எழுத்தாளன் அதைப் பற்றிக் கவலைப்படக் கூடாதா?

விருது பற்றியோ அங்கீகாரம் பற்றியோ நாம் கவலைப்படுவதற்கு, அது குறித்து சிந்திப்பதற்கு ஏதேனும் நியாயம் இருக்கிறதா? ஒன்றே ஒன்றுதான் இருக்கிறது. அது, படைப்பு மனநிலையைத் தக்கவைத்துக்கொள்ள வேண்டும் என்பதுதான். நமக்கு, எந்த நிலையிலும் நுண்மைகளைத் தவறவிட்டுவிடாத உள்ளார்த்தமான விழிப்புணர்வு மட்டும் இருந்தால் போதும். ஜே.கிருஷ்ணமூர்த்தியின் இந்த வாசகம் பொருந்தும். 'கவலையடைந்தவன் கண்களுக்கு சூரிய அஸ்தமனத்தின் அழகு தெரிவதில்லை.' பூப்பது தாவரத்தின் பிறவி இயல்பு. அது தன் போக்கில் பூக்கிறது. அந்தப் பூ மன்னன் சாலமனின் உடையலங்காரத்தைவிட அற்புத அழகு மிக்கதுதான். ஆனால் அதை முத்தம் கொஞ்சும்போது அதற்கு மகிழ்ச்சியுண்டு. பரவசமும், ஊக்கமும், உத்வேகமும் உண்டு. வளரும் கொடியின், கம்பிச்சுருள் போன்ற பற்றுமுனை, பிடிமானம் தேடி காற்றில் நிராதரவாக அலைக்கழிவதுதான் மனதில் வருகிறது. படைப்பின் பொறியொன்றைத் தீண்டி விடுகையில்தான் எவ்வளவு துளிர்கள், மேலும் மேலும் எவ்வளவு படர்தல், பற்றிப் பயணித்துக் குதூகலித்துக் கிளைத்தல், உயரம் நோக்கிய வாஞ்சை! இதுதான் நம் மெய்யான வாழ்க்கை. வரவிருக்கும் சீராட்டலைச் சிந்தித்து நாம் சித்திரம் வரைவதில்லை.

இன்று பின்னோக்கிப் பார்க்கையில் உங்களுடைய எந்தக் கதாபாத்திரம் (ஓவியன், கவிஞன், புனைவெழுத்தாளன், மொழிபெயர்ப்பாளன், பத்திரிகையாளன்) உங்களுக்கு நிறைவைத் தருகிறது?

ஓரளவுக்கு எனக்கு கவிதை படித்து அனுபவிக்கத் தெரியும். புத்தகங்கள் படிப்பதில் விருப்பம் உண்டு. நான் சில படைப்பு முயற்சிகளில் ஈடுபட்டிருக்கிறேன். மனதிலிருக்கும் சிலவற்றை சொல்லிப்பார்க்க வேண்டும் எனும் ஏக்கம் உண்டு. எனக்குச் சில நண்பர்கள் கிடைத்தார்கள். அவர்கள் அருமையானவர்கள். என் மீது கனிவு கொண்டவர்கள். பெருவாழ்வுச் சாகரமும் பட்சி பிராணிகளும் புல்பூண்டுகளுமான இந்த உலகத்தின் சூரிய சந்திர உதய அஸ்தமனங்களைப் பார்க்க எனக்கு வாய்த்திருக்கிறது. எனக்கு நிறைவு.

- ஆவநாழி (இணைய இதழ் - பிப்ரவரி - மார்ச் / 2021, ஏப்ரல் – மே / 2021 , ஜூன் – ஜூலை / 2021.

யூமா வாசுகி

இயற்பெயர்: தி. மாரிமுத்து

பிறந்த தேதி: 23.06.1966

கல்வி: ஓவியக் கலையில் பட்டயப் படிப்பு (DIPLOMA IN FINE ARTS) அரசு ஓவியக் கலைத் தொழிற் கல்லூரி, கும்பகோணம். கல்வி நிறைவு செய்த ஆண்டு: 1990

முகவரி: 117, காந்தி நகர், கரிக்காடு, பட்டுக்கோட்டை – 614602, தஞ்சை மாவட்டம். கைபேசி எண்: 9840306118

மின்னஞ்சல் முகவரி: marimuthu242@gmail.com

எழுதியுள்ள நூல்கள்

1. உயிர்த்திருத்தல் (சிறுகதைத் தொகுப்பு) - தமிழினி பதிப்பகம் (1999)
2. ரத்த உறவு (நாவல்) தமிழினி பதிப்பகம் (2000) (இது ஆங்கிலத்தில் மொழிபெயர்க்கப்பட்டு, 'BLOOD TIES' எனும் தலைப்பில் 2007-இல் வெளியானது)
3. இரவுகளின் நிழற்படம் (கவிதைத் தொகுப்பு) - தமிழினி பதிப்பகம் (2001)
4. MAROONING THICKETS (பத்திரிகைகளில் வரைந்த கோட்டோவியங்களின் தொகுப்பு) - தமிழினி பதிப்பகம் (2001)
5. அமுத பருவம் வலம்புரியாய் அணைந்ததொரு சங்கு (கவிதைத் தொகுப்பு) - தமிழினி பதிப்பகம் (2001)
6. மஞ்சள் வெயில் (நாவல்) - அகல் பதிப்பகம் (2006)
7. என் தந்தையின் வீட்டை சந்தையிடமாக்காதீர் (கவிதைத் தொகுப்பு) - நியூ செஞ்சுரி புக் ஹவுஸ் (2008)
8. ஒரு ரூபாய் டீச்சர் (பேட்டியாளராக இருந்து தொகுத்த ஐந்து நேர்காணல்களின் தொகுப்பு) - நியூ செஞ்சுரி புக் ஹவுஸ் (2011)

9. சாத்தானும் சிறுமியும் (கவிதைத் தொகுப்பு) - குதிரைவீரன் பயணம் வெளியீடு (2012)

10. கசங்கல் பிரதி (முழு கவிதைத் தொகுப்பு) - தமிழினி வெளியீடு (2019)

11. வலசை வெளியிடையில் (கட்டுரைகள்) - பாரதி புத்தகாலயம் வெளியீடு (2019)

12. தூய கண்ணீர் (சிறார் கதை) - தன்னறம் நூல் வெளி - குக்கூ காட்டுப்பள்ளி வெளியீடு (2019)

13. நீர்த் திமில்களில் மினுங்கும் வலி (கவிதைத் தொகுப்பு) படைப்பு - பதிப்பகம் - (2021)

14. தன்வியின் பிறந்தநாள் (சிறார் கதைகள்) - பாரதி புத்தகாலயம் (2022)

15. தேநீர்க் குடில் (சிறார் கதை) - தன்னறம் நூல்வெளி (2022)

மலையாளத்திலிருந்து மொழிபெயர்த்த சிறார் நூல்கள்

1. மரம் ஒரு வரம் (சுற்றுச்சூழல் குறித்த சித்திரப் புத்தகம்) ஆசிரியர்கள்: பாரஸ்ட் கோக்கரி, மார்ட்டி முல்லர் – இந்திய வளர்ச்சி இயக்கம் (AID INDIA - 1995)

2. உமாகுட்டியின் அம்மாயி (மனிதனின் முடிவை அறிவியல் பூர்வமாக விளக்கும் நூல்) ஆசிரியர்: பேராசிரியர் எஸ். சிவதாஸ் - தமிழ்நாடு அறிவியல் இயக்கம் (2006)

3. எடிசனைப் பற்றிய சின்னஞ்சிறு கதைகள் ஆசிரியர்: பி.பி.கே. பொதுவால் – தமிழ்நாடு அறிவியல் இயக்கம் (2006)

4. மின்மினிக்காடு (சுற்றுச்சூழல் பற்றிய நாவல்) ஆசிரியர்: கே.கே. கிருஷ்ணகுமார் – பாரதி புத்தகாலயம் (2006)

5. பூமிக்கு வந்த விருந்தினர்கள் (அறிவியல் புனைகதை) ஆசிரியர்: ஜனு – பாரதி புத்தகாலயம் (2006)

6. பூக்கதைகள் (நாவல்) ஆசிரியர்: தேவிகா – பாரதி புத்தகாலயம் (2006)

7. மரகத நாட்டு மந்திரவாதி (எல். பிராங்போம் எழுதிய 'விசார்ட் ஆஃப் ஒஸ்' எனும் ஆங்கில நூலைத் தழுவி மலையாளத்தில் தேவிகா எழுதிய நூலின் மொழிபெயர்ப்பு) - பாரதி புத்தகாலயம் (2006)

8. முள்ளம்பன்றியின் கனவு (மலையாளச் சிறார் எழுத்தாளர் ஐவரின் கதைகள் அடங்கியது) -தமிழ்நாடு அறிவியல் இயக்கம் வெளியீடு (2007)

9. அழகியும் அரக்கனும் (உலகப் புகழ் பெற்ற சிறார் கதைகளின் தழுவல் வடிவம்) - நியூ செஞ்சுரி புக் ஹவுஸ் (2007)

10. ஒரு குமிழியின் கதை ஆசிரியர்: கே.கே. கிருஷ்ணகுமார் – பாரதி புத்தகாலயம் (2008)

11. கால்நடை மருத்துவர் (மலையாளத்தின் முதல் கார்ட்டூன் நாவல்) ஆசிரியர்: பிரபாகரன் பழச்சி – நியூ செஞ்சுரி புக் ஹவுஸ் (2008)

12. கடலோரத்தில் ஒரு சிறுவன் (ரஷ்ய நாவல்) ஆசிரியர்: என். துபொவ் – நியூ செஞ்சுரி புக் ஹவுஸ் – (2008)

13. பிங்கோவும் விஜியும் ஆசிரியர்: பீனா ஜார்ஜ் – நியூ செஞ்சுரி புக் ஹவுஸ் (2009)

14. குட்டி இளவரசன் (அத்துவர்ன் து செந்த் எக்சுபெரி எழுதிய பிரெஞ்சு நாவலின் மலையாளத் தழுவல்) ஆசிரியர்: ராமகிருஷ்ணன் குமரநல்லூர் – பாரதி புத்தகாலயம் (2009)

15. யார் ஆண் குழந்தை? யார் பெண் குழந்தை? (கமலாபசின் எழுதிய நூலின் மலையாளத் தழுவல்) ஆசிரியர்: கே.கே. கிருஷ்ணகுமார் – பாரதி புத்தகாலயம் (2009)

16. ஒற்றைக்கால் நண்டு (சிறுகதைகள்) ஆசிரியர்: பய்யனூர் குஞ்ஞிராமன் – பாரதி புத்தகாலயம் (2010)

17. சோனியாவும் டிசம்பர் ராஜாவும் (உலக நாடோடிக் கதைகள்) - பாரதி புத்தகாலயம் (2010)

18. கடல் கடந்த பல்லு (குட்டி அணிலின் சாகசப் பயணம்) ஆசிரியர்: ஏ.டி. பத்மாலயா – பாரதி புத்தகாலயம் (2010)

19. நதியிலே விளக்குகள் (ரஷ்ய நாவல்) ஆசிரியர்: என். துபொவ் – நியூ செஞ்சுரி புக் ஹவுஸ் (2011)

20. அன்பின் வெற்றி (குட்டிக்கதைகள்) - பாரதி புத்தகாலயம் (2011)

21. நிறம் மாறிய காகம் (சித்திரக்கதைகள்) - பாரதி புத்தகாலயம் (2011)

22. உலகைக் குலுக்கிய பத்து நாட்கள் (ரஷ்யப் புரட்சியின் சுருக்கமான வரலாறு) ஆசிரியர்: வி. பத்மநாபன் – பாரதி புத்தகாலயம் (2011)

23. பெரிய மரமும் சிறிய புல்லும் (உலக நாடோடிக் கதைகள்) - பாரதி புத்தகாலயம் (2011)

24. வானவில் பறவையின் கதை (உலக நாடோடிக் கதைகள்) - பாரதி புத்தகாலயம் (2011)

25. நதியைத் திருடிய கள்வன் (உலக நாடோடிக் கதைகள்) - நியூ செஞ்சுரி புக் ஹவுஸ் (2012)

26. அஞ்சி நடுங்குவது எப்படி (கிரிம் கதைகள்) - நியூ செஞ்சுரி புக் ஹவுஸ் (2012)

27. மரத்தின் அழைப்பு (மலையாளச் சிறார் கதைகள்) - பாரதி புத்தகாலயம் (2012)

28. மகிழ்ச்சியான இளவரசன் (சிறுகதைகள்) ஆசிரியர்: ஆஸ்கார் வைல்டு – புலம் பதிப்பகம் (2012)

29. சிம்புவின் உலகம் (நாவல்) ஆசிரியர்: சி.ஆர். தாஸ் – பாரதி புத்தகாலயம் (2012)

30. மணி முத்துக்கள் (மலையாளத்தின் புகழ் பெற்ற கார்டூன்கள்) கருத்தும் சித்திரமும்: கே. சதீஷ் – பாரதி புத்தகாலயம் (2012)

31. ஓநாயின் புத்தாண்டுக் கொண்டாட்டம் (ரஷ்ய சிறார் கதைகள்) - பாரதி புத்தகாலயம் (2012)

32. பினாச்சியோ (நாவல்) ஆசிரியர்: கார்லோ கொலாடி - பாவை பதிப்பகம் (2012)

33. சிரிக்கும் ஆப்பிள் பேசும் திராட்சை (உலக நாடோடிக் கதைகள்) - நியூ செஞ்சுரி புக் ஹவுஸ் (2013)

34. ஏழு நிறப் பூ (ரஷ்ய சிறார் கதைகள்) - நியூ செஞ்சுரி புக் ஹவுஸ் (2014)

35. நாயின் கதை ஆசிரியர்: பிரேம்சந்த் - பாரதி புத்தகாலயம் (2014)

36. சார்லி சாப்ளின் ஆசிரியர்: பி.பி.கே. பொதுவால் - பாரதி புத்தகாலயம் (2014)

37. மாத்தன் மண்புழுவின் வழக்கு (நாவல்) ஆசிரியர்: பேராசிரியர் எஸ். சிவதாஸ் – பாரதி புத்தகாலயம் (2014)

38. ஹோய்டி டோய்டி (ரஷ்ய நாவல்) ஆசிரியர்: ஏ. பெலயேப் - பாரதி புத்தகாலயம் (2014)
39. வானவில் மனது (நாவல்) ஆசிரியர்: சதீஷ் கே. சதீஷ் - பாரதி புத்தகாலயம் (2014)
40. ஆண்டர்சன் கதைகள் - பாரதி புத்தகாலயம் (2014)
41. ஜேம்ஸ் வாட்டின் மந்திர எந்திரம் ஆசிரியர்: பேராசிரியர் எஸ். சிவதாஸ் – பாரதி புத்தகாலயம் (2015)
42. சூரியனும் சந்திரனும் நட்சத்திரங்களும் (உலக நாடோடிக் கதைகள்) - பாரதி புத்தகாலயம் (2015)
43. அழகான அம்மா (ரஷ்ய சிறார் கதைகள்) - நியூ செஞ்சுரி புக் ஹவுஸ் (2015)
44. புத்தக தேவதையின் கதை (நாவல்) ஆசிரியர்: பேராசிரியர் எஸ். சிவதாஸ் - பாரதி புத்தகாலயம் (2015)
45. பாலம் (தேர்ந்தெடுத்த மொழிபெயர்ப்புச் சிறுகதைகள்) - எஸ்.ஆர்.வி. தமிழ்ப் பதிப்பகம் (2016)
46. கண்ணாடி (தேர்ந்தெடுக்கப்பட்ட மொழிபெயர்ப்புச் சிறுகதைகள்) - எஸ்.ஆர்.வி. தமிழ்ப் பதிப்பகம் (2016)
47. உயிர்களிடத்து அன்பு வேணும் (தேர்ந்தெடுக்கப்பட்ட மொழி பெயர்ப்புச் சிறுகதைகள்) - எஸ்.ஆர்.வி. தமிழ்ப் பதிப்பகம் (2016)
48. சாக்ரடீஸுக்கு விஷம் கொடுத்தது ஏன் (வரலாறு) ஆசிரியர்: எம்.எம். சசீந்திரன் - பாரதி புத்தகாலயம் (2018)
49. பேரன்பின் பூக்கள் (சிறார் கதைகள்) ஆசிரியர் : சுமங்களா - பாரதி புத்தகாலயம் (2018)
50. தியா (சிறார் நாவல்) ஆசிரியர்: பி.வி. சுகுமாரன் – பாரதி புத்தகாலயம் (2018)
51. ஆசாவின் மண்ணெழுத்துகள் (தந்தைக்கும் மகளுக்குமிடையிலான கடிதப் பரிமாற்றம்) ஆசிரியர்: ஏ.கே. ஷிபுராஜ் - பாரதி புத்தகாலயம் (2018)
52. சக்கரமும் சைக்கிளும் (அறிவியல் கட்டுரைகள்) - பாரதி புத்தகாலயம் (2019)

53. பறக்கும் திமிங்கிலம் (உலக நாடோடிக் கதைகள்) - பாரதி புத்தகாலயம் (2019)

54. சின்னச் சின்ன ஞானங்கள் (கட்டுரைகள்) ஆசிரியர்: குரு நித்ய சைதன்ய யதி - தன்னறம் நூல்வெளி, குக்கூ காட்டுப்பள்ளி வெளியீடு (2021)

55. ஆர்.சி.சி.யில் அற்புதக் குழந்தைகள் (நாவல்) ஆசிரியர்: கே.ராஜேந்திரன் - பாரதி புத்தகாலயம் வெளியீடு (2021)

56. விடுபடும் சுடர் (இளையோர் நாவல்) ஆசிரியர்: பி.வி. சுகுமாரன் - பாரதி புத்தகாலயம் வெளியீடு (2022)

57. மீளும் நிறங்கள் (இளையோர் நாவல்) ஆசிரியர்: பி.வி. சுகுமாரன் - பாரதி புத்தகாலயம் (2023)

மொழிபெயர்த்த பிற நூல்கள்

58. சிவப்புத் தலைக்குட்டை அணிந்த பாப்ளார் மரக் கன்று (ரஷ்ய நாவல்) ஆசிரியர்: சிங்கிஸ் ஐத்மாத்தவ் - அகல் பதிப்பகம் (2006)

59. ஒட்டகக்கண் (ரஷ்ய குறுநாவல்) ஆசிரியர்: சிங்கிஸ் ஐத்மாத்தவ் - நியூ செஞ்சுரி புக் ஹவுஸ் (2007)

60. நிகிதாவின் இளம்பருவம் (ரஷ்ய தன்வரலாற்று நாவல்) ஆசிரியர்: அலெக்ஸி டால்ஸ்டாய் - நியூ செஞ்சுரி புக் ஹவுஸ் (2007)

61. சேகுவேரா (மலையாள நாடகம்) ஆசிரியர்: கரிவெள்ளூர் முரளி - நியூ செஞ்சுரி புக் ஹவுஸ் (2008)

62. சியாம் சுதாகர் கவிதைகள் (மலையாளக் கவிஞர் சியாம் சுதாகர் கவிதைகளின் மொழிபெயர்ப்பு) - நியூ செஞ்சுரி புக் ஹவுஸ் (2008)

63. கனவாக மாறிய கதை (லத்தீன் அமெரிக்க நாடோடிக் கதைகள்) - நியூ செஞ்சுரி புக் ஹவுஸ் (2009)

64. ஒகோனிக்கு எதிரான யுத்தம் (ஒகோனி (நைஜீரியா) புரட்சியாளர் 'கென் சரோ விவா'வின் மரண வாக்குமூலம்) பயணி வெளியீட்டகம் (2009)

65. லட்சத்தில் ஒருவன் (ரஷ்ய சிறார் கதைகள்) ஆசிரியர்: ஷோலம் அலெய்க்கம் - அகல் பதிப்பகம் (2010)

66. இளங்கவிக்குக் கடிதங்கள் (ஜெர்மானியக் கவிஞர் ‘ரெய்னர் மரியா ரில்கே’ வின் கடிதங்கள்) - நியூ செஞ்சுரி புக் ஹவுஸ் (2011)

67. அகஸ்டஸ் (உலகச் சிறுகதைகள் பத்து) - நியூ செஞ்சுரி புக் ஹவுஸ் (2011)

68. நினைவுக் குறிப்புகள் (தஸ்தயேவ்ஸ்கியின் மனைவி அன்னா எழுதிய குறிப்புகள்) - பாரதி புத்தகாலயம் (2011)

69. பெனி எனும் சிறுவன் (அல்பேனிய நாவல்) ஆசிரியர்: கிகோ. புளுஷி - பாரதி புத்தகாலயம் (2012)

70. அவனது நினைவுகள் (நாவல்) ஆசிரியர்: தகழி சிவசங்கரப்பிள்ளை - நியூ செஞ்சுரி புக் ஹவுஸ் (2012)

71. தாத்ரிக்குட்டியின் ஸ்மார்த்த விசாரம் (ஆய்வு) ஆசிரியர்: ஆலங்கோடு லீலா கிருஷ்ணன் - சந்தியா பதிப்பகம் (2012)

72. பதினான்காவது அறை (ஆல்ஃபிரட் ஹிட்ச்காக் தொகுத்த மர்மக் கதைகள்) - நற்றிணை பதிப்பகம் (2012)

73. கறுப்பழகன் (பிளாக் பியூட்டி எனும் நாவலின் மொழிபெயர்ப்பு) ஆசிரியர்: அன்னா சிவெல் - பாரதி புத்தகாலயம் (2012)

74. பஷீர்: தனி வழியிலோர் ஞானி (மலையாள எழுத்தாளர் வைக்கம் முகமது பஷீரின் வாழ்க்கை வரலாறு) ஆசிரியர்: எம்.கே. ஸாநு - பாரதி புத்தகாலயம் (2013)

75. கலிவரின் பயணங்கள் ஆசிரியர்: ஜோனதன் ஸ்விப்ட் - நியூ செஞ்சுரி புக் ஹவுஸ் (2013)

76. நித்ய கன்னி (சிறுகதைகள்) ஆசிரியர்: தகழி சிவசங்கரப்பிள்ளை - நியூ செஞ்சுரி புக் ஹவுஸ் (2013)

77. என் கதை (சார்லி சாப்ளின் வாழ்க்கை வரலாற்றின் சுருக்கப் பதிப்பு) ஆசிரியர்: சார்லி சாப்ளின் - நியூ செஞ்சுரி புக் ஹவுஸ் (2013)

78. வனத்துக்கும் நதிக்கும் செல்லும்போது... (ரித்விக் கட்டக் பற்றிய நூல்) ஆசிரியர்: ஐ. சிவதாஸ் - நியூ செஞ்சுரி புக் ஹவுஸ் (2013)

79. ரோமாபுரி யாத்திரை (மலையாளத்தில் எழுதப்பட்ட இந்தியாவின் முதல் பயண இலக்கியம்) ஆசிரியர்: பாரேம்மாக்கல் கோவர்ணதோர் - சந்தியா பதிப்பகம் (2013)

80. என் வாழ்க்கை தரிசனம் (சுற்றுச்சூழல் குறித்த நூல்) ஆசிரியர்: பேராசிரியர் ஜான்சி ஜேக்கப் - புலம் பதிப்பகம் (2013)

81. கூடங்குளம் திட்டத்தைப் புறக்கணிப்போம் (கேரள அறிவியல் இலக்கியப் பேரவையின் சிறு வெளியீடு) - பூவுலகின் நண்பர்கள் (2013)

82. அடைபட்ட கதவுகளின் முன்னால் ஆசிரியர்: அனுஸ்ரீ திருவள்ளுவர் - பெரியார் மானுட ஒன்றியம் (2014)

83. கீதாஞ்சலி (ரவீந்திரநாத தாகூர் எழுதிய கீதாஞ்சலியின் மறு வடிவம்) ஆசிரியர்: குரு நித்ய சைதன்ய யதி நியூ செஞ்சுரி புக் ஹவுஸ் (2014)

84. கண்ணாடிக் கல்லறை (ஆல்ஃபிரட் ஹிட்ச்காக் தொகுத்த மர்மக கதைகள்) - நியூ செஞ்சுரி புக் ஹவுஸ் (2014)

85. பூமியில் தனிமைக்கென்று ஓர் இடம் இல்லை ஆசிரியர்: செவ்விந்தியத் தலைவர் சியாட்டில் - பூவுலகின் நண்பர்கள் (2014)

86. கசாக்கின் இதிகாசம் (மலையாள நாவல்) ஆசிரியர்: ஓ.வி. விஜயன் - காலச்சுவடு பதிப்பகம் (2014)

87. ரத்தம் விற்பவனின் சரித்திரம் (சீன நாவல்) ஆசிரியர்: யூ ஹுவா சந்தியா பதிப்பகம் (2014)

88. சூபி கதைகள் - நல்ல நிலம் பதிப்பகம் (2014)

89. வாடகைத் தொட்டில் (சோதனைக் குழாய் குழந்தை உருவாக்கத்தில் நடக்கும் முறைகேடுகள் குறித்த நூல்) ஆசிரியர்: ஜி. பிரஜேஷ்சென் - நல்ல நிலம் பதிப்பகம் (2014)

90. விளாதிமிர் இல்யீச் லெனின் (லெனினைப் பற்றிய நெடுங்கவிதை) ஆசிரியர்: மயாகோவஸ்கி - நியூ செஞ்சுரி புக் ஹவுஸ் (2015)

91. சிரஞ்சீவி (அறிவியல் புனைகதைகள் இரண்டு) ஆசிரியர்: டாக்டர் பாலகிருஷ்ணன் செரூப்பா - பாரதி புத்தகாலயம் (2015)

92. பரலோக வசிப்பிடங்கள் (மாய எதார்த்தவாத வகைமையில் எழுதப்பட்ட மலையாள நாவல்) ஆசிரியர்: தோமஸ் ஜோசப் - நியூ செஞ்சுரி புக் ஹவுஸ் (2016)

93. அரிவாள் ஜீவிதம் (மலைவாழ் பழங்குடிகளுக்குப் பெரும் சவாலாக இருக்கும் அரிவாள் நோயைப் பற்றிய மலையாள நாவல்) ஆசிரியர்: ஜோஸ் பாழுக்காரன் - நியூ செஞ்சுரி புக் ஹவுஸ் (2016)

94. துனியா (குஜராத் கலவரம் குறித்த மலையாள நாவல்) ஆசிரியர்: ஷீபா இ.கே. - நியூ செஞ்சுரி புக் ஹவுஸ் (2016)

95. நீல லோகிதம் (மலையாளச் சிறுகதைகள்) ஆசிரியர்: ஷீபா இ.கே. – நியூ செஞ்சுரி புக் ஹவுஸ் (2016)

96. சிவப்புக் கிளி (கன்னடக் கதை) ஆசிரியர்: வசுதேந்திரா - பாரதி புத்தகாலயம் (2018)

97. பாபா ஆம்தே: மனிதத்தின் திருத்தூதர் கோபி ஆனயடி - பாரதி புத்தகாலயம் (2018)

98. வால்காவிலிருந்து கங்கைவரை - ராகுல சாங்கிருத்தியாயன், - நியூ செஞ்சுரி புக் ஹவுஸ் (2018)

99. டேபிள் டென்னிஸ் (எழுத்தாளர் கோபிகிருஷ்ணன் அவர்களின் நேர்காணல்) - பாரதி புத்தகாலயம் (2019)

100. இலக்கியம் வாழ்க்கையைப் பாதிக்கும் சக்தி: எம்.டி.வாசுதேவன்நாயர் நேர்காணல் (நேர்கண்டவர்: என்.இ.சுதீர்) - பாரதி புத்தகாலயம் (2019)

101. நாபாம் சிறுமி (உலகப் புகழ்பெற்ற ஒளிப்படக்காரர் நிக் உட் அவர்களின் நேர்காணல்) - பாரதி புத்தகாலயம் (2019)

102. என் வாழ்க்கைக் கதை (மலையாள நடிகை கதீஜா அவர்களின் நேர்காணல்) - பாரதி புத்தகாலயம் (2019)

103. எல்லோரும் மறந்துட்டாங்க (சக்தி வை.கோவிந்தன் அவர்களது மகன் வை.கோ.அழகப்பன் பேட்டி) - பாரதி புத்தகாலயம் (2019)

104. புனிதப் பாவங்களின் இந்தியா (பயண இலக்கியம்) ஆசிரியர்: அருண் எழுத்தச்சன் - காலச்சுவடு பதிப்பகம் (2022)

பதிப்பாசிரியராக வெளிக்கொணர்ந்த மறுபதிப்பு நூல்கள்

1. குறும்பன் (ரஷ்ய நாவல்) ஆசிரியர்: கஃபூர் குல்யாம் - நியூ செஞ்சுரி புக் ஹவுஸ் (2007)

2. வாழ விருப்பம் முதலிய கதைகள் (ரஷ்ய சிறுகதைகள்) ஆசிரியர்: வசீலி ஷுக்ஷின் - நியூ செஞ்சுரி புக் ஹவுஸ் (2007)

3. வெண்ணிற இரவுகள் (ரஷ்ய குறுநாவல்) ஆசிரியர்: தஸ்தயேவ்ஸ்கி - நியூ செஞ்சுரி புக் ஹவுஸ் (2007)

4. சூதாடி (ரஷ்ய நாவல் ஆசிரியர்: தஸ்தயேவ்ஸ்கி – நியூ செஞ்சுரி புக் ஹவுஸ் (2007)
5. பாறைச் சூறாவளித் துறைமுகம் (ரஷ்ய அறிவியல் புனைகதைகள்) - நியூ செஞ்சுரி புக் ஹவுஸ் (2007)
6. காட்டுக்குள்ளே மான்குட்டி (ஆஸ்திரிய எழுத்தாளர் 'பெலிக்ஸ் ஜித்தேன்' எழுதிய 'பேம்பி' எனும் நாவலின் மொழியெர்ப்பு) மொழிபெயர்ப்பாளர்: ராஜேஸ்வரி கோதண்டம் - நியூ செஞ்சுரி புக் ஹவுஸ் (2008)
7. விளையாட்டுப் பிள்ளைகள் (ரஷ்ய சிறார் கதைகள்) ஆசிரியர்: நிக்கலாய் நோசவ் - நியூ செஞ்சுரி புக் ஹவுஸ் (2008)
8. நீச்சல் பயிற்சி (ரஷ்ய சிறார் கதைகள்) ஆசிரியர்: யூ. ஸோட்னிக் - நியூ செஞ்சுரி புக் ஹவுஸ் (2008)
9. சுங்கான் (ரஷ்யச் சிறுகதைகள்) ஆசிரியர்: யூரிய் நகீபின் - நியூ செஞ்சுரி புக் ஹவுஸ் (2008)
10. கிளுக்கி (சிறுகதைகள்) ஆசிரியர்: பாப்லோ அறிவுக்குயில் - நியூ செஞ்சுரி புக் ஹவுஸ் (2008)
11. பாப்லோ அறிவுக்குயில் சிறுகதைகள் - நியூ செஞ்சுரி புக் ஹவுஸ் (2008)
12. நவீனகால அரபிக் கதைகள் (முதல் பதிப்பு) ஆசிரியர்: க.மு.க அப்துல் ஜுபைர் - நியூ செஞ்சுரி புக் ஹவுஸ் (2009)
13. நவீனகால அரபி உரைநடை இலக்கியம் (முதல் பதிப்பு) ஆசிரியர்: க.மு.க. அப்துல் ஜுபைர் - நியூ செஞ்சுரி புக் ஹவுஸ் (2009)
14. வரையலாம் வாங்க (குழந்தைகளுக்கான ஓவிய பயிற்சிப் புத்தகம் – முதல் பதிப்பு) ஓவியர். கி. சொக்கலிங்கம் - பாரதி புத்தகாலயம் (2014)
15. எறும்பும் புறாவும் (குட்டிக்கதைகள்) ஆசிரியர்: லியோ டால்ஸ்டாய் - பாரதி புத்தகாலயம் (2017)

பங்கேற்ற ஓவியக் காட்சிகள்

1. படப்பை ஆர்ட்ஸ் அன்ட் கிராப்ட்ஸ் நடத்திய ஓவியக் காட்சி – 1995
2. REGIONAL ART EXHIBITION – 1996
3. REGIONAL ART EXHIBITION – 1997

தனி நபர் ஓவியக் காட்சி

* தமிழ்நாடு ஓவிய நுண்கலைக் குழுவின் நிதி உதவியுடன் பட்டுக்கோட்டையில் ஏழு தினங்கள் நடத்தப்பட்டது (2003)

பயிற்றுனராகப் பங்கேற்ற பயிற்சிப் பட்டறைகள்

* உலக காமிக்ஸ் கழகம் (ஃபின்லாந்து) தமிழ்நாட்டில் தலித் மாணவர்களுக்காக நடத்திய காட்டூன் பயிற்சிப் பட்டறைகள் (2000, 2002, 2004)

பிற

* திருக்குறளின் 133 அதிகாரங்களை விளக்கும் வகையில் 133 ஓவியர்களின் வண்ண ஓவியங்களைக் கொண்டு நிரந்தரக் காட்சிக்கூடம் அமைக்கும் அரசின் திட்டத்தின் கீழ் ஓவியராகப் பங்கேற்பு (1999).
* பட்டுக்கோட்டை நகராட்சிப் பள்ளி மாணவ மாணவியருக்கிடையில் நடத்திய ஓவியப் போட்டி (24. 03. 2003).
* SOCIAL ACTION GROUPS (SAG), VILLAGE COMMUNITY DEVELOPMENT SOCIETY (VCDS) ஆகிய அமைப்புகளின் ஆதரவுடன் பட்டுக்கோட்டையில் நடத்தப்பட்ட மூன்று நாள் கார்டூன் பயிற்சி முகாம்(2003).
* SHORT STORY READING (SAHITYA AKADEMI), TRIVANDRUM, KERALA (23.11.2004).
* POETRY READING (SAHITYA AKADEMI), MANIPUR (05.08.2016).
* PAPER SUBMISSION ON TAMIL CHILDRENS LITERATURE (BAL ASAHITI – SAHITYA AKADEMI), CHENNAI (27.10.2018).
* JUNIOR FELLOWSHIP (MINISTRY OF CULTURE – 2005).
* SENIOR FELLOWSHIP (MINISTRY OF CULTURE – 2015).
* தினமணி நாளிதழ் மற்றும் நெய்வேலி புத்தக்காட்சி இணைந்து நடத்தும் வருடாந்திர சிறுகதைப் போட்டியில் ஐந்து வருடங்கள் கதைத் தேர்வாளர் (2005 - 2010).
* தேர்வாளர்களில் ஒருவர் (SINGAPORE LITERATURE PRIZE - 2022).

* மத்திய அரசின் பட்டுப் புடவை (கைத்தறி) வடிவமைப்பு மேம்பாட்டுத் திட்டத்தின் கீழ், காஞ்சிபுரம் அறிஞர் அண்ணா பட்டு கைத்தறி நெசவாளர் கூட்டுறவு உற்பத்தி மற்றும் விற்பனைச் சங்கத்தில் FREELANCE DESIGNER (2000).

* NATIONAL WORKSHOP ON CHILDRENS LITERATURE (KERALA – PALAKKADU 15.01.2007 to 19.01.2007).

* சூளகிரி ஒன்றியத்தில் (ஓசூர்) கஸ்தூரிபா காந்தி ஆதரவற்ற சிறுமிகள் பள்ளியில் மூன்று நாட்கள் நடத்தப்பட்ட சித்திர முகாம் (29.08.2008 to 30.08.2008).

* DALIT INTELLECTUAL COLLECTIVE நடத்திய 'ARTISTIC EXPRESSION ON DALIT LAND' (PAINTING WORKSHOP – 20.11.2008 to 29.11.2008) VAGAMAN, KERALA.

* REGIONAL WRITERS WORKSHOP ON LITERATURE FOR CHILDREN AND NEO – LITERATE (20.07.2012 to 24.07.2012, BENGALURU – ORGANISED BY BHARAT GYANVIGYAN SAMITI. SUPPORTED BY NATIONAL BOOK TRUST).

* 'தமிழில் நவீனக் கதையாடல்கள்' எனும் தலைப்பில் பாலக்காடு விக்டோரியா கல்லூரியில் நடைபெற்ற இருநாள் (08.11.2018 to 09.11.2018) தேசியக் கருத்தரங்கில் கலந்துகொண்டு வாசித்த கட்டுரைப் பொருள்: 'தமிழில் சிறார் இலக்கியங்களின் சமகாலச் செல்நெறிகள்'* ஒன்பதாம் வகுப்பு தமிழ்ப் பாட நூலில் (முதல் பதிப்பு 2018), 'பூமொழி' கவிதை இடம் பெற்றிருப்பது.

* Translation: Challenges and solutions (Panel Discussion), Sahitya Akademi, New Delhi, 30.01.2019.

* 'தமிழ்ச் சிறார் இலக்கியங்களின் சமகாலச் செல்நெறிகள்' எனும் தலைப்பில், உலகத் தமிழ் ஆராய்ச்சி நிறுவனத்தின் புதுமைப்பித்தன் அறக்கட்டளைச் சொற்பொழிவில் (13.02.2019) கட்டுரை வாசிப்பு.

* 2020 – ஆம் ஆண்டுக்கான பாலபுரஸ்கார் தேர்வுக்குழு உறுப்பினர்.

நடத்திய சிறுபத்திரிகை

* 'குதிரைவீரன் பயணம்' (பத்து இதழ்கள்)

ஆசிரியர் குழு உறுப்பினர்

* 'துளிர்' (சிறார் அறிவியல் மாத இதழ்)
* 'புதிய புத்தகம் பேசுது' (மாத இதழ்)
* 'தாமரை' (மாத இதழ்)

பணியாற்றிய பத்திரிகைகள்

* 'கணையாழி' (மாத இதழ்)
* 'பாடம்' (மாத இதழ்) பொறுப்பாசிரியர்
* தினமணி 'சிறுவர் மணி' (வார இதழ்) பொறுப்பாசிரியர்
* 'உங்கள் நூலகம்'
* 'வண்ண நதி' (சிறார் மாத இதழ்) பொறுப்பாசிரியர்

பரிசுகள்

* மாதாந்திர சிறந்த சிறுகதைக்கான இலக்கியச் சிந்தனை பரிசு – 1993, (1993, டிசம்பர், கணையாழி இதழில் வெளிவந்த 'காவடியாட்டம்' எனும் கதைக்கு)
* களம் புதிது விருது – 1994 ('குதிரைவீரன் பயணம்' சிறுபத்திரிகைக்காக)
* தமிழ் வளர்ச்சித்துறை பரிசு – 2000 ('ரத்த உறவு' நாவலுக்காக)
* தமிழ் வளர்ச்சித்துறை பரிசு – 2001 ('இரவுகளின் நிழற்படம்' கவிதைத் தொகுப்புக்காக)
* தமிழ் வளர்ச்சித்துறை பரிசு – 2014 ('கண்ணாடிக் கல்லறை' மொழிபெயர்ப்பு நூலுக்காக)
* தமிழ் வளர்ச்சித்துறை பரிசு – 2015 ('அழகான அம்மா' மொழிபெயர்ப்பு நூலுக்காக)
* தமிழ் வளர்ச்சித்துறை பரிசு (சித்திரைத் திங்கள் தமிழ்ப் புத்தாண்டு விருது – 2018 – ஆம் ஆண்டுக்கான சிறந்த மொழிபெயர்ப்பாளர் விருது – 2019)
* திருப்பூர் தமிழ்ச் சங்கப் பரிசு – 2000 ('ரத்த உறவு' நாவலுக்காக)
* தமிழ்நாடு கலை இலக்கியப் பெருமன்றப் பரிசு – 2006 ('மரகத நாட்டு

மந்திரவாதி' மொழிபெயர்ப்பு நூலுக்காக)

* தமிழ்நாடு கலை இலக்கியப் பெருமன்றப் பரிசு - 2013 ('அவனது நினைவுகள்' மொழிபெயர்ப்பு நூலுக்காக)
* தமிழ்நாடு முற்போக்கு எழுத்தாளர்கள் கலைஞர்கள் சங்கப் பரிசு - 2007 ('அழகியும் அரக்கனும்' மொழிபெயர்ப்பு நூலுக்காக)
* தமிழ்நாடு முற்போக்கு எழுத்தாளர்கள் கலைஞர்கள் சங்கப் பரிசு - 2007 ('நிகிதாவின் இளம்பருவம்' மொழிபெயர்ப்பு நூலுக்காக)
* நெய்வேலி புத்தகக் காட்சி விருது - 2007 (இலக்கியப் பங்களிப்புக்காக)
* திருச்சி எஸ்.ஆர்.வி. மெட்ரிகுலேஷன் பள்ளி விருது - 2007 (இலக்கியப் பங்களிப்புக்காக)
* இலக்கியவீதி அமைப்பின் அன்னம் விருது - 2014 (படைப்பிலக்கிய, மொழிபெயர்ப்புச் செயல்பாட்டுக்காக)
* ராஜபாளையம் மணிமேகலை மன்றப் பரிசு - 2014 ('சாத்தானும் சிறுமியும்' கவிதை நூலுக்காக)
* நல்லி – திசையெட்டும் பரிசு - 2014 ('ரோமாபுரி யாத்திரை' மொழிபெயர்ப்பு நூலுக்காக)
* ஜெயந்தன் படைப்பிலக்கிய விருது – 2015 ('சாத்தானும் சிறுமியும்' கவிதை நூலுக்காக)
* ஆனந்த விகடன் விருது - 2015 ('கசாக்கின் இதிகாசம்' மொழிபெயர்ப்பு நூலுக்காக)
* ஆனந்த விகடன் விருது - 2015 ('மாத்தன் மண்புழுவின் வழக்கு' சிறார் மொழிபெயர்ப்பு நூலுக்காக)
* தேசிய குழந்தைகள் புத்தகக் காட்சி பரிசு (கடலூர்) - 2017 (சிறார் பத்திரிகைச் செயல்பாடுகளுக்காக)
* சாகித்ய அகாடமி விருது - 2017 ('கசாக்கின் இதிகாசம்' மொழிபெயர்ப்பு நூலுக்காக)
* சென்னை ரோட்டரி விருது - 2018 (இலக்கியச் செயல்பாடுகளுக்காக)
* கோவை விஜயா பதிப்பகம் வழங்கிய கவிஞர் மீரா விருது - 2018 (இலக்கியச் செயல்பாடுகளுக்காக)

* இந்தியக் கலாசார நட்புறவுக் கழக (ISCUF (Indian Society for Cultural Co-operation and Friendship)) விருது – 2018 (இலக்கியச் செயல்பாடுகளுக்காக)
* மா.அரங்கநாதன் இலக்கிய விருது – 2019 (இலக்கியச் செயல்பாடுகளுக்காக)
* தன்னறம் இலக்கிய விருது – 2020 (இலக்கியச் செயல்பாடுகளுக்காக)
* படைப்பு குழுமம் வழங்கிய, 'வாழ்நாள் சாதனையாளர் விருது 2021'
* மலையாள எழுத்தாளர் ஓ.வி. விஜயனின் 'கசாக்கின்டெ இதிகாசம்' நாவலை மொழிபெயர்த்ததற்காக, கேரள அரசின் கலாசார அமைப்பு வழங்கிய பாராட்டுப் பத்திரம் (பாலக்காடு – கேரளா – 30.03.2023)

■